பிறக்கும்தோறும் கவிதை

ஷங்கர்ராமசுப்ரமணியன்

நூல் வனம்

பிறக்கும்தோறும் கவிதை
கட்டுரைகள்
ஷங்கர்ராமசுப்ரமணியன்

Pirakkumthorum Kavithai
Shankarramasubramanian

Published by: **Noolvanam**, M22, Sixth Avenue
Alagapuri Nagar, Ramapuram
Chennai - 600 089. +91 91765 49991
Email: noolvanampublisher@gmail.com

ISBN: 978-81-9337-355-3
First Edition: February 2021
224 Pages   Rs. 250

Cover Design: Artist Manivannan
Designed & Printed by **Ramani Print Solution**

கவிதை, நம்பிக்கை
ஒரு குறிப்பு

கவிதையும் கவிதையைச் சுற்றிப் பேசுவதும் எனக்கு நிறைவையும் உயிர்ப்பையும் தரும் ஆதாரமான காரியமாக இருக்கிறது. பெரும்பாலும் நண்பர்களுடனான உரையாடல்கள் வழியாகவே எனது கருத்துகள், உருவகங்களை அடைகிறேன். அதனால் எதையும் எனக்கென்று சொந்தம் கொண்டாடிவிட முடியாது. தளவாய் சுந்தரம், லக்ஷ்மி மணிவண்ணன், சுந்தர ராமசாமி, சி. மோகன், விக்ரமாதித்யன், தேவதச்சன், ந. ஜயபாஸ்கரன், சாம்ராஜ், இசை, ரஃபீக், வரதன், விஷால், ஏ.வி.மணிகண்டன், சபரிநாதன், பச்சோந்தி, வே.நி.சூர்யா என்று அந்த உரையாடல் நீண்டுகொண்டிருக்கிறது. எல்லா உறவுகளையும் விட கவிதையுடனான உறவு மிகுந்த விசுவாசமும் நம்பிக்கையும் கொண்டது, என்னிடம் நம்பிக்கையை வைத்திருக்கும் வளர்ப்புப் பிராணி ப்ரவுனியைப் போல. பரிபூரண நம்பிக்கை என்பது தொடர்பில் நாம் ஒரு கருத்தைத் தான் வைத்திருக்கிறோம். ப்ரவுனிக்கு நம்பிக்கை என்பது கருத்து அல்ல. கருத்தாக இல்லாத பரிபூரண நம்பிக்கையின் மேல்தான் ப்ரவுனி, சொர்க்க நரகங்களை சந்தோஷ துயரங்களை விளக்குவதற்கு முயலாமல் எதிர்கொண்டு சலித்துச் சலித்துக் கடக்கிறது. ஏக்கம், நிறைவேற்றம், வறட்சி, செழிப்பு எனப் பல பருவங்களைக் கடந்து கொண்டிருக்கிறோம் நானும் கவிதையும். வியப்பும் எதிர்பாராத தன்மையும் புதுமையும் இன்னமும் குறையவில்லை.

அப்படிப்பட்ட உரையாடலை இன்னும் சற்று அதிகமாக நீட்டும் முயற்சிதான் இந்த நூல். மதுரையிலுள்ள தனது வெண்கலப் பாத்திரக் கடையிலிருக்கும் புராதன அந்தஸ்தை அடைந்துவிட்ட தொலைபேசியிலிருந்து நாளிரவு பாராமல் என்னைப் பேசவைத்துக் கேட்டுக் கொண்டிருக்கும் ந. ஜயபாஸ்கரனுக்கு இந்தக் கட்டுரைத் தொகுதியை சமர்ப்பணம் செய்கிறேன்.

இந்தப் புத்தகத்தை மிக நேர்த்தியாகவும் சிரத்தையாகவும் கொண்டுவரும் நூல் வனம் மணிகண்டனுக்கும் அவரிடம் என்னை ஆற்றுப்படுத்திய த. ராஜனுக்கும் எனது நன்றி. அட்டை வடிவமைப்பு செய்த நண்பரும் ஓவியருமான மணிவண்ணனுக்கு எனது பிரத்யேக நன்றி.

ஷங்கர்ராமசுப்ரமணியன்
22 நவம்பர் 2021
வேளச்சேரி

சமர்ப்பணம்
ந.ஜயபாஸ்கரனுக்கு

ஷங்கர்ராமசுப்ரமணியன்

1975ம் ஆண்டு திருநெல்வேலியில் பிறந்தவர். இயந்திரப் பொறியியலில் பட்டயப்படிப்பு முடித்தவர். எட்டு கவிதைத் தொகுதிகள், இரண்டு விமர்சன நூல்கள், மூன்று மொழிபெயர்ப்பு நூல்கள் வெளியாகியுள்ளன. இவரது தேர்ந்தெடுக்கப்பட்ட கவிதைகள் தொகுதியான 'ஆயிரம் சந்தோஷ இலைகள்' புத்தகத்துக்கு கனடா இலக்கியத் தோட்ட அமைப்பு கவிதைப் பிரிவில் 2017ம் ஆண்டு விருது வழங்கியது. சென்னையில் வசித்து வருகிறார்.

shankarashankara@gmail.com

அ. கவிஞர்கள்

1 நவீன கவிதையை க.நா.சு.விலிருந்தும் தொடங்கலாம் 11

2 நகுலன் கண்ட புதுநகரம் 19

3 இருந்தும் மறைந்தும் இருக்கும் வரிக்குதிரை நகுலன் 26

4 சூரியனைத் தொட முயன்ற வண்ணத்துப்பூச்சி 32

5 விக்ரமாதித்யனின் கவிதை என்னும் சமயம் 39

6 மலை மீது ஓய்வுகொள்ளும் கவிஞன் 44

7 சிரிக்கத் தொடங்கும் யாளிகள் 49

8 தேவதச்சன் என்னும் மஞ்சள் புத்தகம் 54

9 நினைவில் மினுமினுக்கும் பாதரசத் தூசிகள் 61

10 ஆலவாயை வரையும் ஜயபாஸ்கரன் 67

11 நான்கு சகோதரிகள் 73

12 பூமா ஈஸ்வரமூர்த்தியின் காலம் அகாலம் 87

13 மாறும் நிலங்களை மொழிபெயர்த்த கவிஞன் 94

14 இப்பாலில் அப்பால் இல்லையா யவனிகா 100

15 மகாநினைவு கொண்டது தோல்வி
கண்டராதித்தன் அவர்களே 106

16 குணமோ ரணமோ பிரான்சிஸ் 111

17 சாகிப்கிரானின் தருண புத்தன் 115

18 பறவைகள் வெறும் படிமங்களாக இருந்தபோது 126

19 நிலங்கள் மீது நீந்திக் கடக்கும் 'சிச்சிலி' 129

20 நகுலனிடமிருந்து பிரிந்த இறகு 136
21 சஹானா கவிதைகள் 141
22 எரிக்காத வெளிச்சத்தின் கவிதைகள் 145
23 பீஃப் திருவிழாவாகும் கவிதைகள் 148
24 அருவியை மௌனமாக்கும் சிறுசெடி 151

ஆ. கவிதைகள்

1 அவர்கள் நிகர்மலர்கள் 163
2 சிகரெட்டைத் திருடிய இன்னொரு எருமைமாடு 166
3 அஞ்சல் அலுவலகம் இல்லாத காஷ்மீர் 170
4 ஞானக்கூத்தனில் பூச்சியாகும் வண்ணத்துப் பூச்சி 174
5 ஆத்மாநாம் கேட்கச் சொல்லும் பிச்சை 177
6 கிறிஸ்துவின் வீடு 179
7 தாவோ தேஜிங்கின் உண்மை 181
8 இந்திரனின் ஆரத்தில் ஒரு ரத்தினம் 182
9 இடையில் பிரிக்கும் நதி 185
10 இல்லாமல் இருப்பதன் இனிமை 188
11 ஷ்ரோடிங்கரின் பூனை நகுலனைத் திறக்கிறது 191
12 நாத்தியிடம் ருசிபார்க்கச் சொல்லும் சுந்தர ராமசாமி 193
13 புராதனக் கோயிலின் யாளிகள் 198
14 காலமற்று ஓடிக்கொண்டிருக்கும் நதி 201
15 எலும்புகள் வாழ்கின்றன 204
16 சுகுமாரனின் 'வாராணசி' கவிதைகள் பற்றி 207
17 அன்னை என்னும் நெடுந்தனிமை 209
18 உண்மையின் அருகே கவிதை 213

கவிஞர்கள்

1

நவீன கவிதையை க.நா.சு.விலிருந்தும் தொடங்கலாம்

இன்று செழுமையும், பன்மைத்தன்மையும், பலபடித்தான பாதைகளும் கொண்ட நவீனத் தமிழ்க் கவிதைகளைப் புதிதாக படிக்கத் தொடங்கும் வாசகன், நவீன கவிதையின் இன்றைய உருவம், எதேச்சையாக, எதிர்ப்புகளற்று, வசதிகள் கொண்ட ஒரு சூழலில் பிறந்ததாகவே எண்ணக்கூடும். புதுக்கவிதை தன்னை நிறுவிக் கொண்ட கதை அவ்வளவு எளிதானதல்ல. இலக்கண வயப்பட்ட சட்டகங்களிலிருந்து மட்டுமல்ல, பழமையின் இறுகிய தடைகொண்ட மனோபாவங்களிலிருந்தும், சிந்தனை மற்றும் வெளிப்பாட்டு சுதந்திரத்தை பெற்ற உருவம் புதுக்கவிதை. பழைய வெளியீட்டு வடிவத்திலிருந்து புதிய வெளியீட்டு வடிவத்தை தமிழ்க் கவிதை அடைந்தது உடல் ஒரு சட்டையைத் துறந்து, மற்றொரு சட்டையை அணிவது போன்றதல்ல. ஒரு உயிர் தன் உடலை மறு தகவமைப்புக்கு உட்படுத்தியதற்கு சமமானது.

தமிழில் பாரதியால் வசனகவிதை என்ற பெயரில் தொடங்கப் பட்டு, புதுமைப்பித்தன், கு.ப.ரா. ஆகியோரால் ஓரளவு முயற்சிக்கப்பட்டு, ந.பிச்சமூர்த்தியும், க.நா.சுவும் நிலைநிறுத்திய வடிவம் புதுக்கவிதை.

ந.பிச்சமூர்த்தி மற்றும் க.நா.சு ஆகியோர் முயன்ற கவிதைகளை இப்போது ஒப்பிடும்போது, க.நா.சுவின் கவிதைகள் இன்றைய நவீன கவிஞர்களுக்கும் பொருளம்சத்துடன் கூடிய அனுபவத்தை

தரும் வலுவில் இருப்பதை உணரமுடிகிறது. ந. பிச்சமூர்த்தியின் வேதாந்த, லட்சியச்சார்பு அவர் கவிதையை பழமையில் நங்கூரமிட்டு விடுகிறது. க.நா.சுவின் கவிதைகள் லட்சியம் துறந்தவையாக உள்ளன. அந்த குணம் க.நா.சுவின் கவிதைகளை, இன்றைய நவீன கவிஞனுக்கு மேலும் இணக்கமாக்கக் கூடியது.

தமிழில் நாவல், சிறுகதைகளின் வடிவம் மற்றும் பொருள் சார்ந்து தனது மொழிபெயர்ப்புகள் மற்றும் விமர்சனங்கள் மூலம் திட்டமான தரமதிப்பீட்டைத் தொடர்ந்து வலியுறுத்தி வந்தவர் க.நா.சுப்பிரமணியம். அதே போலவே புதுக்கவிதை தொடர்பாகவும் அந்தக் கலைவடிவம் நவீன வாழ்க்கை சார்ந்து துறக்கவேண்டியதும், ஏற்கவேண்டியதுமான அம்சங்களையும் நிகழ்த்திக் காட்டுவதற்காகவே தனது கவிதைகளை எழுதியுள்ளார் என்றும் சொல்லலாம். அதனால் தான் தனது கவிதைகளை அவர் சோதனைகள் என்று சொல்கிறார்.

“இலக்கியச் சோதனைகளில் எப்போதுமே வெற்றி, தோல்விகள் பூரணமானவை. என் புதுக்கவிதை முயற்சி வெற்றிபெறும் என்றே நான் எண்ணிச் செய்கிறேன். சோதனைகளின் தன்மையே இதுதானே. செய்து, செய்து பார்க்கவேண்டும். அவ்வளவுதான்.”

இப்படி, 1959 இல் வெளியான சரஸ்வதி ஆண்டுமலரில் வெளியான அவர் கட்டுரையில் எழுதுகிறார்.

சிறுகதை, நாவல் மற்றும் உரைநடையைப் போல் நேரடியாக க.நா.சுவின் கவிதைகள் எல்லா திசைகளிலும் திறந்திருக்கும் ஒளிவீடாக வாசகனை வரவேற்பவை. வாசகன் தனது அனுபவத்தைக் கொண்டு பிரதிபலிக்கவும், அதில் தனது சலனங்களை இனம்காணவும், அவர் கவிதைகள் இன்றின் துடிப்போடு காத்திருக்கிறது. அதுதான் அவர் கவிதைகளில் நுழையும்போது காணும் முதல் அழகு. நேரடிக் கூற்று, மரபின் சுமையற்ற சுதந்திரம், படிம, தத்துவச் சுமையின்மை போன்ற அம்சங்களுடன் அன்றாட வாழ்வின் பொருட்களும், சத்தங்களும் சாதாரணத்துவத்துடனேயே உலவும் இடம் அது. இப்படியாக தமிழ் புதுக்கவிதை வடிவத்துக்கு ஒரு சிறந்த முன்வரைவை க.நா.சு உருவாக்கியிருக்கிறார்.

க.நா.சு. வின் எளிமை என்று நான் கூறுவது அதன் மொழிதல் முறையையே தவிர, அதன் பொருள் மற்றும் அனுபவத்தை அல்ல. நவீன வாழ்வின் சிக்கல்கள் மற்றும் சிடுக்குகள் அனைத்தும்

புதுக்கவிதையில் இருக்கவேண்டும். ஆனால் மொழிதலில் தெளிவு, வாசகனுக்குத் தொனிக்க வேண்டும் என்று பிரக்ஞையுடையவர் அவர்.

புதுக்கவிதையில் க.நா.சுவின் இடத்தைப் பற்றி ஞானக்கூத்தன் பேசும்போது, "இருபதாம் நூற்றாண்டு படைப்பாளிகளில் கவிதைக்கு நிகழ்ந்து கொண்டிருந்த சிக்கல்களை அறிந்தவர்களில் பாரதி, பிச்சமூர்த்தி, கு.ப.ராஜகோபாலன், புதுமைப்பித்தன், க.நா.சு இவர்கள் தான் முக்கியமானவர்கள். அடுத்த நூற்றாண்டின் இரட்டைக் கதவு மூடிக்கிடந்ததை அறிந்தவர் பாரதி. அதைத் திறக்க முயன்றதில் அது சற்றுத் திறந்துகொண்டு இடைவெளி காட்டியது. பிச்சமூர்த்தி முயன்றதில் அது திறந்துகொண்டது. ஆனால் முழுமையாகத் திறந்துகொண்டு விடவில்லை. அவரே கூட அது முன்போல மூட வருகிறதா என்று பார்த்தார். ஆனால் க.நா.சுவோ கதவை நன்றாகத் திறந்ததோடல்லாமல், கதவின் இரண்டு பக்கங்களையும் பெயர்த்து அப்புறப்படுத்திவிட்டார்." என்கிறார்.

○○○

க.நா.சுவின் கவிதைகளைத் தொடர்ந்து படிக்கும்போது சலித்த ஒரு மனதின் தன்விசாரமாக அவை இருப்பதை உணரமுடியும். தனிமனிதனின் குரல் முதல்முதலில் கவிதையில் அழுத்தம் பெறும் போது இப்படித்தான் தொடங்கியிருக்கவும் முடியும். தமிழிலும் முதல் தலைமுறைப் புதுக்கவிஞர்களின் பொது இயல்பென்றும் இந்த தன்விசார அம்சத்தை நாம் கூறிவிடமுடியும். தத்துவம் அல்லது வேதாந்தத்தின் சாய்வுநாற்காலியில் சாய்ந்து கொண்டு இந்த சுயவிசாரத்தை க.நா.சு நிகழ்த்தவில்லை. தனது வாசிப்பு, பட்டறிவு, நினைவுகள் வழியாக அவர் சுயவிசாரத்தை தொடர்ந்து கவிதைகளில் மேற்கொள்கிறார். அவர் கவிதைகளில் நன்மை, தீமைகளின் பெரிய மோதலையோ, உயிரின் அலைக்கழிப்பையோ, உணர்வுச்சத்தையோ வாசகன் பார்க்க இயலாது. க.நா.சுவின் எழுத்துவாழ்வு அது தொடர்பான ஏமாற்றங்கள், சலிப்புகளையும் அவர் கவிதைகள் வழியாகப் படிக்க முடியும். அறிவார்த்தத்தின் சமநிலையுடன், அசட்டுத்தனத்தை மூர்க்கமாக அகற்றியபடிதான் செல்கிறது அவரது விசாரணை. அந்த விசாரணையில் பொதுச்சமூகம் ஏற்றுக்கொள்ளாத மனதின் இயல்புகளை மனத்தடை இன்றி சுய அம்பலமாக நிதர்சனத்தைச் சொல்லிச்

செல்கிறார். கலாசாரப் புனிதங்கள் ஏதும் படைப்பில் கட்டிக் காக்கவேண்டியதில்லை என்ற தொனியை அவர் கவிதையில் பார்க்கமுடிகிறது.

நினைவுப்பாதை

இரவு சாப்பிட உட்கார்ந்ததும்
பாட்டி சாதம் போட்டு சாம்பார்
வார்த்ததும்
பக்கத்தறையில் உரக்க
முனகல் கேட்டு
எழுந்துபோய்ப் பார்க்க
செத்துக்கிடந்த தாய்
உருவம் அடியோடு மறந்துவிட்டது.

ஆனால்
தாயை இழந்தவன்
அழ வேண்டிய
மாதிரியா நீ அழுதாய்?
என்று
மறுநாள்
பாட்டி கேட்டது மட்டும்
பசுமையாய் நினைவில்
பதிந்திருக்கிறது.

தகப்பன் இறந்தபோது
சாகவயது வந்துவிட்டது.
கருமத்தில் கண்ணாக
இருந்தது கண்டு புரோகிதர்
'என்ன சிரத்தை! என்ன சிரத்தை!
என்று வைதீகமாய்ப் பாராட்டியது
நினைவில் இருக்கிறது.
குப்பையைக் கூட்டி
அப்புறப்படுத்த
உயிரற்ற உடலை
எடுத்தெரிக்க
எத்தனை சடங்குகள்
எத்தனை புராணச் சப்பைக் கட்டுகள்
என்று நினைத்ததும்
நினைவில் இருக்கிறது

இருபதாம் நூற்றாண்டில் வாழும் க.நா.சுவுக்கு மனிதகுலம் ஓரளவுக்கும் அதிகமாக நீடித்துவிட்டது போலத்தான் தோன்று கிறது. வாழ்வு ஒரு கட்டத்தில் பழக்கத்தின் செக்குமாட்டுத் தனத்தில் உறைந்துவிட்டது. பாலுறவு, மதம், சிந்தனை எதுவுமே அவனை விடுவிக்கவில்லை. இந்நிலையில் ஒரு நம்பிக்கையின்மை, ஒரு சந்தேகம், விடை போன்று தொனிக்கும் விடை, ஆழ்ந்த புரியாமை உணர்வு, ஒரு போதாமை மற்றும் அமைதியை உருவாக்க அவர் ஒரு வார்த்தைக் கூட்டத்தை சுழற்றி மேயவிடுகிறார். சின்னஞ்சிறிய வியப்புகளையும், கவனிப்புகளையும் அவர் வானில் நட்சத்திரங்களைப் போல தெளித்துவிடுகிறார். கவிதைச் செயல்பாடு மட்டுமல்ல படைப்புச் செயல்பாடு அத்தனையும் மனிதனின் போதாமை மற்றும் நிராசையிலிருந்தே எழுகிறது என்ற எண்ணம் அவருக்கு இருக்கிறது. அந்த நிறைவின்மையை அவர் தனது கவிதைகளிலும் தொட்டெழுப்பி ஒரு முழுமையைப் பற்ற முயன்றுகொண்டே இருக்கிறார். கவிதை பற்றி எழுதிய கவிதை இதோ

கவிதை

எனக்கும்
கவிதை பிடிக்காது. மனிதன் எத்தனையோ
எட்டுகள் எடுத்து வைத்துவிட்டான்; இவற்றில்
எத்தனை எட்டுக்கள் கவிதையால்
சாத்திய மாயின
என்று யார்
தீர்மானித்துச் சொல்ல இயலும்? பின்
எதற்காகத்தான் கவிதை தோன்றுகிறது?
மொழியின் மழலை அழகுதான்.
ஆனால் அது போதவே
போதாது.
போதுமானால் கவிதையைத் தவிர வேறு
இலக்கியம் தோன்றியிராதே. போதாது
என்று தான், ஒன்றன்பின் ஒன்றாக
இத்தனை இலக்கியத்
துறைகள்
தோன்றின நாடகமும், நாவலும், நீள்
கதையும், கட்டுரையும் இல்லாவிட்டால்
தோன்றியிராது; ஆனால் அவையும்தான்
திருப்தி தருவதில்லையே!

அதனால்,
தான் நானும் கவிதை எழுதுகிறேன்.
மனிதனுக்கு கலை எதுவும் திருப்திதராது
மேலே, மேலே என்கிற ஏக்கத்தைத் தான்
தரும். கலையின்
பிறப்பு
இந்த அடிப்படையில் ஏற்படுவது. கடவுளே
இன்னமும் உயிர்வைத்துக் கொண்டிருப்பது
இந்த அடிப்படையில்தான் சாத்தியம்
என்று சொல்லலாம்.

(எழுத்து- ஜனவரி, 1959)

என்று எழுதுகிறார்.

○○○

இன்றைய தலைமுறை வாசகர்களும், நவீன கவிஞர்களும் இனம் காணக்கூடிய, க.நா.சு மீதான மதிப்பாக நினைவுகொள்ளக் கூடிய கவிதைகளை அறிமுகப்படுத்துவது இக்கட்டுரையின் முக்கிய பயன்பாடாக இருக்கவேண்டும். க.நா.சு கவிதையில் வரும் பிராணிகளும், பறவைகளும் அழகு, சுதந்திரம் அல்லது எந்த தத்துவப் பொருண்மையுடையதான குறியீடுகளாக இல்லை. அவை சிறியதாக இருந்தாலும் தனித்த குணமுடைய மற்றமையின் அழகுடைய உயிர்கள். அந்தப் பிராணிகளுக்கும், பறவைகளுக்கும் க.நா.சு கவிதையில் அளித்த சுதந்திரம் சாதாரணமானதல்ல. இன்றைக்கும் க.நா.சுவின் வாஞ்சையான பரிசுகள் என்று பெருமிதமாக கூஃபி, விளையாடும் பூனைக்குட்டி, சிட்டுக்குருவி, பூனைக்குட்டிகள் ஆகிய கவிதைகளை இளம் வாசகன் முன் எடுத்துவைக்க முடியும்.

க.நா.சு தனது அறிவு மற்றும் பிரக்ஞையின் போதத்திலிருந்து,ம், சலிப்பிலிருந்தும் விடுபட்டு தன்னை இழக்கும் இடமாக இக்கவிதைகளைப் பார்க்க முடிகிறது.

அதற்கு அடுத்தபடியான நிலையில் இலக்கிய வரலாறு மற்றும் அரசியல் முக்கியத்துவம் கொண்டு பார்த்தால் புதுமைப்பித்தன் இருந்த வீடு, போ, உயில், மதுரை மீனாக்ஷியின் கன்னிமை கழியும்போது, முச்சங்கம், இன்னொரு ராவணன், பயணம் போன்ற கவிதைகள் முக்கியமானவை.

அவர் காலத்தில் எழுச்சி பெற்ற திராவிட இயக்கத்தின் மீதான விமர்சனங்களை அவர் கவிதைகளில் வெளிப்படையாகவே பார்க்கமுடிகிறது. நகுலனில் அது விபீடணன் தனிமொழி போன்ற கவிதைகளில் மிகவும் பூடகமாக இயங்குகிறது. அலங்காரப் பேச்சுக்கும், நடைமுறை எதார்த்தத்துக்கும் இடையே தத்தளிக்கும் தமிழ் கலாச்சார வறுமை, முச்சங்கம் கவிதையில் அங்கதத்துடன் விமர்சிக்கப்படுகிறது.

மதுரை மீனாக்ஷியின் கன்னிமை கழியும்போது கவிதையும் அரசியல்ரீதியானதே. ஆனால் அவரது கவிதைகளின் பொதுவான சமநிலையைத் துறந்து உக்கிரமான நிகழ்ச்சிகள் தாளகதியுடன் இக்கவிதையில் விவரிக்கப்படுகின்றன. இன்னமும் அக்கவிதை பூடகத்தையும், புதிரின் எழிலையும் விலக்காமல் வைத்திருக்கிறது. இக்கவிதையில் இறந்தகால நிகழ்ச்சிகளையும், தற்காலத்தின் நடைமுறைக்காட்சிகளையும் பிணைத்து ஒரு கூத்து நிகழ்த்தப்படுகிறது. மதுரையின் மீனாக்ஷியின் கன்னிமை கழியும் போது என்ற வாக்கியமே ஒரு சாதாரண தமிழ் மனத்துக்கு இன்னமும் அதிர்ச்சியை ஊட்டுவதே.

○○○

தமிழ் நவீன இலக்கியப் பரப்பில் முக்கியத் தடம் பதித்த சாதனையாளர்களை இருவகையாகப் பிரிக்கலாம். தனக்கென ஒரு பார்வையையும், உலகத்தையும் உருவாக்கி அதை முற்றிலும் செழுமைப்படுத்தி அந்த வெற்றியின் பலன்களை முற்றிலும் நுகர்ந்து அது தரும் அதிகாரத்தையும் செல்வாக்கையும் சுவைத்தவர்கள் முதல்பிரிவினர்.

படைப்பின் தீராத சவால்களால் தூண்டப்பட்டு, நிறை வின்மையின் தொடர்ந்த அலைக்கழிப்புடன் வெற்றி, தோல்வியை அறியாமலேயே பல்வேறு சாத்தியங்களின் விதைகளைத் தூவியவர்கள் இரண்டாம் பிரிவினர். அவர்கள் பண்படுத்தி, விதைகள் இட்ட நிலம் அவர்களின் படைப்பு வாழ்க்கைக்குப் பின்னும் செழுமையாகவே இருக்கும். முழுமையின்மையிலிருந்து கொப்பளிக்கும் படைப்பூக்க நிலம் அது. இந்த இரண்டாம் பிரிவைச் சேர்ந்தவர்தான் க.நா.சுப்பிரமணியம்.

க.நா.சுவின் தொடர்ச்சியாக நகுலன், விக்ரமாதித்யன், ஆத்மாநாம், சுகுமாரன், சமயவேல், பா.வெங்கடேசன் என்று ஒரு ஆரோக்கியமான சங்கிலி இன்னும் நீடிப்பது குறிப்பிடத்தக்கது.

க.நா.சு, புதுக்கவிதை சார்ந்து உத்தேசித்த இயல்புகளின் விரிந்த வரையறைக்குள் இருப்பவர்களே தவிர ஒவ்வொருவருமே அவர்களின் உலகங்கள் சார்ந்து தனித்துவம் கொண்டவர்கள் என்பதும் முக்கியமானது.

○○○

இலக்கியத்தை பிரதானமான அறிதல் முறையாகப் பார்த்து, முழுவாழ்க்கையின் கர்மமாக எழுத்தை எண்ணி வாழ்ந்த வாழ்க்கை க.நா.சு.வினுடையது. படைப்பின் வழியாக அவர் வாழ்க்கையின் சிக்கல்களையும் அதன் அகபரிமாணங்களையும் தொடுவதற்காக அவர் கொண்ட எத்தனங்களின் துளி அனுபவங்களாக அவரது கவிதைகள் உள்ளன. அதில் ஒன்றுதான் சிட்டுக்குருவி கவிதை.

தான் கழற்ற முடியாத மின்விசிறியின் ப்ளேடை தொடர்ந்து அசைத்துப் பார்த்துவிட்டு பின்னர் சிகரெட் தாளையும், விளக்குமாறு குச்சியையும் தன் கூட்டுக்கு எடுத்துச் செல்வது போல மெய்மையைக் அறிந்துவிட எழுத்தாளனும் முயன்று கொண்டேயிருக்கிறான். அவனுக்கு கடவுளின் ஆறுதல் பரிசைப் போல கணநேர அழகுகளும், தரிசனங்களும், மன எழுச்சிகளும் கிடைக்கின்றன. அவன் ஓயாமல் கொண்ட சலனங்களுக்கு அவன் மேற்கொண்ட சிரமம்மிக்க பயணமும் பரிசுதான் என்பதைப் போலத்தான் இருந்திருக்கிறது க.நா.சுவின் வாழ்க்கை.

(க.நா.சுவின் நூற்றாண்டை முன்னிட்டு சென்னைப் பல்கலைக்கழக தமிழ் துறைக் கருத்தரங்கில் வாசிக்கப்பட்ட கட்டுரை.)

2

நகுலன் கண்ட புதுநகரம்

நகுலன் இறந்துவிட்டார் என்ற செய்தி வந்தவுடன் நான் செய்ய முயற்சித்தது நகுலன் தொடர்பாக பெருகிய நினைவை நிறுத்த முயற்சித்ததுதான். என்னில் பெருகும் நினைவுகளுக்கு நகுலனின் மூலமாகவே நான் இடையீடு செய்யின் அது ஒரு நிமித்தம் மாத்திரம்.

மதம், நியதிகள், சம்பிரதாயம், பழக்கம், நிறுவனங்கள், அறிவு ஆகியவை கருத்துருவம் செய்த மனிதனின் ஏற்கனவேயான மரணத்தை விபரீத அழகுள்ள படிமங்களால் உரக்க அறிவித்தவர் அவர். தன் இருப்பையே யோகத்தின் சவநிலையாக கோட் ஸ்டாண்ட் கவிதைகளில் வெளிப்படுத்தியவர். அறிதலின் மகிழ்ச்சியுடன் பச்சைக் குழந்தையை ஸ்பரிசிக்கும் வியப்புடன் சாவை நோக்கித் தியானித்திருந்தவர் அவர். ஒரு புதிய செய்தியைச் சொல்வது போல நகுலன் இறந்துவிட்டாரென்று யாராவது நகுலனிடம் போய்ச் சொல்வார்கள் என்றால் நகுலன் சிரிசிரிசிரியென்று சிரிப்பார்.

நகுலன் என்ற பெயரே அவர் தனக்குத் தரும் ஒரு சாயல் அல்லது விளக்கம்தான். நகுலன் என்ற பாத்திரத்தை ஏன் டி.கே. துரைசாமி தேர்வு செய்தார்? வீடணன் என்னும் ராமாயணக் கதாபாத்திரத்துக்குள் இவரது குரல் எப்படித் துல்லியமாக ஒலிக்கிறது. இந்த கேள்விகளுக்கான பதிலின் திறவுகோல் இவரின் படைப்புகளில் இருக்கிறது.

மகாபாரதத்தில் நகுலன் என்னும் கதாபாத்திரத்தின் இருப்பு ஒரு விளிம்புநிலை. தங்கள் எதிரிகளான கௌரவர்களுக்கு நல்ல நாள் குறிக்கச் செல்பவன்.

சதா எதிர்நிலைகளிலேயே பழகிவிட்ட பொது மன, பௌதீகப் பரப்பை (ராமன் - ராவணன் - அர்ச்சுனன் - துரியோதனன்) அதன் தர்க்கங்களின் கொலைக் கூர்மையை முனைமழுங்கச் செய்யும் எழுத்தாளக் கதாபாத்திரம் நகுலன். ஆதியிலிருந்து தான் தனியன் என்பதன் நினைவில்லாத தன்னிலை குடும்பம், சாதி, மதம், மதிப்பீடுகளின் மேல் சாய்ந்தும், ஈடுபட்டும் குழுவாக சமூகமாக, கும்பலாகத் தன்னைப் பாவிக்கிறது. நகுலன், மனிதன் மிகத் தனியன் என்பதை தொடர்ந்து ஞாபகப்படுத்துபவராய் உள்ளார். வீடணனின் தனிமொழியிலும் நகுலன் இதை ஏற்றி யுரைக்கிறார். லங்கை நகரமே மதுவிலும், போகத்திலும், திளைக்கிறது. வீடணனால் எதிலும் ஒன்ற முடியவில்லை. வீடணன் ராவணனுடன் முரண்பட்டு ராமனிடம் சென்றாலும் வானரங்கள் அவனை ஒற்றனாக, அந்நியனாகவே பார்க்கின்றனர்.

நகுலன் புனையும் ராமாயணத்தில் (நகுல ராமாயணம் என்றே மூன்று, ஐந்து தொகுதிகளைக் குறிப்பிடுவார் கோணங்கி) கும்பகர்ணன் ராமனுடன் உரையாடும் பகுதியில் அரக்கர் நாகரீக மனிதர் என்ற எதிர்நிலையில் உரையாடல் இடம்பெறுகிறது. தத்துவம், மதம், அமைப்புகள் எல்லாவற்றின் தோல்வியையும் கும்பகர்ணன் போட்டுடைக்கிறான். ராமனின் அம்பில் வீழ்ந்து மரணமுறும்போது 'ராமா என்னிலும் அசுரன் நீ' என்றுரைத்து உயிர்துறக்கிறான். இந்த கும்பகர்ணக் கூற்றில் ராமன், ராவணன் இருவருமே ஒரே நிலைமையின் இரு அபாய முனைகளாக மாறுகின்றனர்.

ராவணனை வீடணன் 'பெரிய அண்ணா' என்று சொல்லும்போதே அதிகாரம் குறித்த பயம் வீடணன் குரலில் நகுலனாய் நடுங்குகிறது. இந்தத் தனியனின் குரலே நானும் ஒரு பறையன்தான் (மழை: மரம்: காற்று) என அறிவிக்கிறது. இயற்கை என்ற பேருருவின் சின்னஞ்சிறிய உறுப்புகளான எறும்புகளைப் பார்ப்பதில் லயிக்கிறது. செயலற்று சாட்சிபாவமாய் பார்த்துக்கொண்டிருப்பதில் படைப்பு போதமும் செயல்படுகிறது. காரணகாரியங்கள், சாராம்சம், செயல், தர்க்கம் சார்ந்த பின்னணியுடைய பொதுப்புத்தி அதை "ஒரு துரும்பைக் கூட இவ்வளவு லயிப்புடன் பாப்பாயோ என்றுதான் கேள்வி கேட்கும்."

இது மனிதன் என்று அழைக்கப்படும் அதிசாராம்சத்தை மறுக்கும் நகுலனின் விமர்சனமும்கூட. இயற்கையிலிருந்து விகுதியாய் பாவித்துக் கொண்ட ஒரு மனிதனின் எல்லா வெற்றிகளும் மனத்தின் தோல்விகளாகவே தொனிக்கிறது நகுலனுக்கு. சலித்து, அலுத்த மனிதனின் சாயைகளாகவே இயற்கையை நகுலன் பார்க்கிறார். மழைபெய்த பின் வீசும் மென்வெயிலில் மினுமினுக்கும் சுவரில் நெளியும் இலைகளின் நிழல்களைப் பார்க்கச் செய்வதே நகுலனின் கலை.

சாம்பல் குருவி, கருங்குருவி, பச்சைக்கிளி, மரங்கொத்தி, சாரைப்பாம்பு, மஞ்சள் நிறப்பூனை என்று அவர் படைப்பில் வரும் நகுலனின் ஜனங்கள் அவ்வளவு பேரும் அவரது உணர்வு நிலைகள். ஒரு வகையில் மனிதன் என்ற பேரழுத்தத்திலிருந்து பிராணிகள், பறவைகளுக்குள் நகுலன் கூடு பாயும் வழிமுறைகளும் கூட. (நவீனன் என்கிறேன். நகுலன் என்கிறேன். ஆனால் நான் யார்? யாரைச் சந்திக்கிறனோ, நான் அவர், அவர் ஆகிறேன்... அதனால்தான். இக்கணம் பச்சைப் புழு, மறுகணம் சிறகடிக்கிற வண்ணத்துப்பூச்சி.)

பிராந்தியின் போதையும் யதார்த்தத்தின் அழுத்தத்தை களைந்து, உடலைக் கழற்றி வேறு, வேறு சாத்திய நிலைகளுக்குள் செல்லும் ஏற்பாடுதான். நன்றாகக் குடி என்ற பாதலேரின் கவிதை நகுலன் மொழி பெயர்த்தது. இதை நகுலனின் புரிதலாகவும் கொள்ளலாம். "காலத்தின் கொடிய சுமை உன் தோள்களை முறித்து உன்னை நிலத்தில் குனியும்படி செய்வதை நீ உணராமல் இருக்கவேண்டுமென்றால் நீ நல்ல போதையில் இடையீடின்றி இருக்கவேண்டும்."

இயற்கை என்னும் பேரழகின் பிரதிபலிப்பாகவே சுசீலா, திரௌபதி, கண்ணம்மா, சீதை ஆகியோர் இருக்கிறார்கள். புணர்ச்சி என்ற செயல் சாராமல் நகுலனில் தொனிக்கும் தீராத விரகம் இயற்கையெனும் பேருருவின் மீது முயக்கம் கொள்வதாகியுள்ளது.

கிளி, மரம், பறவைகள், வாழை இலையின் நுனிப்பச்சை எல்லாவற்றிலும் தன் காதலை படரவிட்டுள்ளார். சிருஷ்டியின் அழகும், இயற்கையின் முழுமையும் சேதாரத்துக்குள்ளாவதான, அத்துமீறுவதான தயக்கமும், துக்கமும் கலவி என்ற செயல்பால் இருக்கிறது. சுசீலாவின் சாயல் உள்ள ஆண்களிடமும்

நவீனனின் மனம் ஆசை கொள்கிறது. (ஆண், பெண் வெறும் தோல் விவகாரம்) சிலசமயம் பிராணிகளிடம்கூட சுசீலாவின் சாயல் இருக்கிறது. புணர்ச்சி பற்றி தெரிதலுக்கு முன்னுள்ள புள்ளியில் இவ்வுலகின் சௌந்தர்யத்தை எல்லாம் சதா ஜெபித்துக்கொண்டிருக்கும் உயிர்நிலை நகுலன். இந்தத் தெரியாமையின் புள்ளியில் நிற்கும் உயிரியின் பார்வை சாத்தியங்கள் அல்லது பார்வைக் கோணத்தில்தான் நகுலனின் ஒற்றைத் துணுக்குகூட காலாதீதத்துடன் உறவு கொள்ளும் மாயமொழி ஆகிவிடுகிறது. இந்த தெரியாமை என்னும் உயிர், தான் அறியாமலே காமார்த்தத்தின் உள் மடிப்புகளையும் புலன் யதார்த்தம் கடந்து வெளிப்படுத்தி விடுவதுதான் அறிதல் செயல்பாட்டின் தீர்க்க முடியாத அழகும், முரணுமாகும்.

கன்னியொருத்தி கருத்தரிக்க / கருத்திசைந்து முன்வரக் / கையினை கைகௌவும் / அவ்வமயம் / தீ எரிய / மத்தளம் அதிர /ஒரு மதயானை நின்று தளரும்

சிறிது நகுலனோடு நேரடிப் பழக்கம் உள்ளவர்களிடமும்கூட நகுலன் ஆண்பெண் புணர்ச்சி தொடர்பான தன் பிரமைகளையும் வினோதத்தையும் வெளிப்படுத்தியுள்ளார். நான், சண்முகசுந்தரம் மற்றும் தளவாய் மூன்று பேரும் நகுலனைப் பார்ப்பதற்கு சென்றபோது எப்பகுதியில் செலுத்துவார்கள் என்று உங்களுக்குத் தெரியுமோ? என்று திரும்பத் திரும்பக் கேட்டார். எங்களுக்கும் அப்போது தெரியாது. அவரது பேச்சில் கன்னிமை மீதான புனிதம் வெளிப்பட்டது.

ஒரு யுவதி, தன் வீட்டின் பக்கவாட்டில் உள்ள சாலையை தினசரி குடையோடு கடந்து போனதையும், பிறகு திருமணமாகி விட்டதையும் சொன்னார். அதற்குப் பிறகு ஒன்றுமில்லை என்ற தவனி இருந்தது.

நகுலனின் படைப்புகள், அத்வைத விசாரமோ என்ற மயக் கத்தையும் தருவது. வேதங்களின் பாதிப்பும் உண்டு. (மழை மரம் காற்றில் ஆ, ஆசையே நீ ஒரு புராதன விருட்சம்). அதேவகையில் காப்கா, ஜாய்ஸிலிருந்து திருக்குறள், மஸ்தான் சாய்பு, திருமந்திரம், சித்தர் பாடல்களின் பிரதிபலிப்புகள். எடுத்தாள்தல்களும் உண்டு. ஒரு சடங்கின் சட்டகத்தைப் போல் பழம்பிரதிகளின் அமைப்பை மட்டும் எடுத்துக்கொண்டு தன் கவித்துவ சகுனங்களை உரைத்ததன் மூலம் நகுலன் தான்

இயங்கிய நவீனத்துவ காலத்துக்குப் பின்னும் பொருளுடைய அறிதல்களை நிகழ்த்தியவர் ஆகிறார். பழம்பிரதிகள் ஊடாக உலவும் நகுலன் அவற்றை தனது புது ஒழுங்கிற்குள் கலைத்து விடுகிறார். தேய்ந்த படிமங்கள், வழக்குகள், ஓசை, இசைமையை மீட்டுருவாக்குவதையும் போதத்துடனேயே செய்துள்ளார்.

மனமும், அதன் நினைவுகளும், எண்ண ஓட்டமும் நேர்கோட்டுத் தன்மையுடையதல்ல. அவன் இயங்கும் காலமும் கூட. அவன் மனம் குறுக்கும், நெடுக்குமான நினைவுப் பாதைகளிலும், எண்ணிலடங்கா பிரபஞ்சங்களிலும் சஞ்சரிப்பது. பிரத்யட்ச நிலைக்கும் அரூப நிலைக்கும் நகுலனின் பூனை உருப்போல பயணித்துக்கொண்டே இருப்பது. அங்கு நேர்கோட்டுத் தன்மையோ யதார்த்தமோ இல்லை. அவனது நினைவுகள் தெறிக்கும் பிரமைகளின் ஊடாட்டத்தில் ஆயிரம் சிறகுகளையுடைய வயோதிகன்தான் மனிதன். அங்கே அவனது பேச்சும் குறிப்பிட்ட மொழி அர்த்தத் தளத்தைத் தாண்டிய சப்த துணுக்குதான். நகுலனின் நாவல்களில் இந்த அடி உலகத்தில் தான் கதாபாத்திரங்கள் அடிக்கடி சஞ்சரிப்பவர்களாய் உள்ளனர். அவற்றை வாசிக்கும் வாசகனின் நினைவொழுங்கையும் கலைக்கும் பொழுது நிகழ்கிறது வாலறுந்த நரிகளாகும் நினைவுகளின் கலகம்.

நினைவுப்பாதை, நாய்கள், சில அத்தியாயங்கள், நவீனன் டைரி, அந்த மஞ்சள் நிறப் பூனைக்குட்டி, வாக்குமூலம், என எல்லா நாவல்களிலும் தன் விசாரத்தில் கிடைக்கும் அபத்த அனுபவத்தை நகுலன் எப்படியோ மொழியின் இசைமைக்குள் உருவாக்கி விடுகிறார். சூசிப் பெண்ணே ரோசாப்பூவே (நினைவுப் பாதை) என்னும் வாக்கியத்தில் துக்கத்தை எப்படி அமரவைக்கிறார். புழங்கு மொழி, பேச்சுக்கூறு, இலக்கிய மரபின் பின்னணியில் வழக்கத்தில் இல்லாத, நேர்கோட்டுத் தன்மையற்ற பேச்சை, வார்த்தைக் கூட்டத்தை மொழி சுழற்சியை ஒரு படைப்பு மனம் உருவாக்குகிறது. அதை வாங்கிக்கொள்ளும் அதே மொழி மற்றும் கலாசாரத்திற்குப் பரிச்சயமான வாசக மனம் தன் பின்னணியில் ஒழுங்குபடுத்தி தொடர்பு கொண்டு களிப்பை அடைகிறது. எழுத்து மொழியில் உருவாக்கப்படும் தொடர்பற்ற, வெட்டிக் கூறும் அபத்த அனுபவத்தை எடுத்துக்கொள்வதற்கு வாசகனிடமும் ஒரு அபத்த அமைப்பு இருக்கக்கூடும். நினைவு, கலாசாரம் என்ற பொதுத் தளத்தில் குறைந்தபட்ச பகிர்தலாவது

சாத்தியப்படுவது மொழியின் வினோதச் செயல்பாடுகளில் ஒன்றே.

தீமையின் விதவிதமான சஞ்சாரங்களைக் கொண்டது நகுலனின் படைப்புலகு. ஆரம்பகட்ட கவிதைகளிலிருந்து மரணம் என்பதன் மீதான பொதுவாக நிலவும் எதிர்மறைப் பார்வை, நகுலனின் படைப்புகளில் உற்சவமாய் மாற்றப்பட்டுள்ளது. நகுலனின் கவிதையில் வரும் புள்ளிக் குயிலைப் போல நித்தமும் அரளிக்காயின் விஷப்பாலைப் பருகியவர் அவர். சூரல் நாற்காலியென்னும் மனக் குளத்தில் கண்கள் மினுமினுத்து ஒளிப்பிரவாகமிட்டபடி சுருண்டபடி இருக்கும் நகுலனை பாம்பென்றும் அழைக்கலாம்.

நகுலனின் நாவல்களில் கேசவ மாதவன், நவீனன், அவனின் தாய், தந்தை எல்லாரும் சம்பிரதாயமான குடும்ப, உறவு அமைப்புகளின் பின்னணியில் கட்டப்பட்டிருந்தாலும் எல்லாரும் அலுத்து, சலித்து, மரணிப்பவர்கள் அல்லது மரணத் திற்காக கண்கள் மினுமினுக்க காத்திருப்பவர்கள். அவர்கள் சார்ந்திருக்கும் அமைப்புகள் முதல் அரசு வரை கறையானால் உளுத்துப்போன சட்டகங்கள். எத்தனை நூறு ஆண்டுகள் மனிதர்கள் பிரமைகளும், சம்பிரதாயங்களாலுமான கூட்டாக 'தோற்றம் தரும்' வாழ்வை அனுசரிக்கிறார்கள். ஆனால் ஒருவர் கூட ஆதியிலிருந்து எதையும், யாரிடமும் பகிர்ந்ததேயில்லை என்பதை நினைவுறுத்தும் துக்கம்தான் நகுலனுடையது. தனிமை, காமம், துயரம், சந்தோஷம் என எதுவுமே இதுவரை யாராலும் யாருக்கும் பகிரப்படாத இடத்தில் தான் தோல்வியில் சுருண்டிருக்கிறார் நகுலன். இந்த துக்கமே "இன்னும் சொல்லால் சொல்ல முடியாத நக்ஷத்திரங்களின் கீழ்" என்று நகுலனை எழுத வைக்கிறது.

மது அருந்தும்போது ஒரு வழக்கம் அவருக்குண்டு. அவருக்கு உள்ள மதுக்குப்பியை மொத்தமாக முதலிலேயே அவருக்குத் தந்துவிட வேண்டும். அதை உள்ளறையில் கொண்டு வைத்துவிடுவார். நம்முடன் குடிக்கும்போது நடுநடுவே உள்ளே சென்று தனது பிரத்யேக அவுன்ஸ் கிளாஸில் ஊற்றி நீர் கலந்து எடுத்துவந்து நம்முடன் மீண்டும் தொடர்வார். உறவு, நாகரீகம், மனிதநேயம் என்ற கலாசாரச் சட்டகத்தை முகமூடிகளைப் பாவிப்பவனுக்கு நகுலனின் பழக்கம் ஒவ்வாததாகவே இருக்கும்.

ஆனால் தனிமை என்னும் அதீத உணர்நிலையில் நகுலனின் சஞ்சரிப்பு அது. நகுலனின் நாவல்களிலும் சரி, கவிதைகளிலும் சரி அதன் கால பரிமாணத்திலும், வரிசையிலும் அவற்றின் பிரஜைகள், அரங்கப் பொருட்கள், அழகியல், நிறங்கள், நம்பிக்கை எல்லாம் தங்களை களைந்தபடி முன்னேறுகின்றனர். உருவத்திலிருந்து அரூபத்துக்கும், சத்தத்திலிருந்து மௌனத்துக்கும் நகரும் ஒரு எத்தனம். நகுலன் தனது இறுதிக் காலத்தில்தான் புனைவுகள் படிப்பதை நிறுத்திவிட்டதாகச் சொன்னதை நாம் நினைவில் கொள்ள வேண்டும். திருக்குறளும், அகராதியுமே அவருக்கு சுவாரசியத்தை தூண்டும் நூல்களாய் கடைசியில் இருந்துள்ளன. இறக்கும் வேளையில் அகராதியில் இருந்த எந்த வார்த்தை மீது அவர் கண்பதிந்திருக்கும்?

எதிர் நிலைகளே இல்லாத நகுலனின் உலகத்தில் பிறப்பு, இறப்பு, இரண்டுமே இரண்டு பெருவாசல்களாகவே இருக்கிறது.

பிறப்பைக் குறிக்கும் கவிதை இது,

மிகச்சிறிய / துவாரத்தினூடு / கர்ப்பச் சிறையில் / ஒடுங்கிய ஒரு யோகி / ஒரு புதுநகரைக் காண / தான் தனியாகத்தான் / வருவான்

இறப்பைக் குறிக்கும் ஒரு கவிதை,

பந்தல் கட்டி / பாய்விரித்து / சந்தை விட்டு / சயனக் கிருதம் / புகுந்தேன், தோழி.

இங்கு பிறப்பு, இறப்பு இரண்டுமே புதிதான மலரை ஒத்த உணர்வு போல் சொல்லப்படுகிறது. அடியில் மெலிதான கொண்டாட்டம் இருக்கிறது. நகுலன் வெகுகாலம் காத்திருந்து ஒரு புது நகரம் காணச் சென்றுள்ளார். கொண்டாடுவோம்.

(உயிர்மை வெளியிட்ட நகுலன் சிறப்பிதழில் வெளியான கட்டுரை.)

3

இருந்தும் மறைந்தும் இருக்கும் வரிக்குதிரை நகுலன்

தமிழ் புதுக்கவிதையுலகில் தமிழ் இலக்கிய மரபை அறிந்து கவிஞரானவர்கள் என்று க.நா.சுப்பிரமணியன், பிரமிள், நகுலன், சி.மணி, ஞானக்கூத்தன், விக்ரமாதித்யன், ந.ஜயபாஸ்கரன் ஆகியோர்.

நகுலன் என்ற டி.கே.துரைஸ்வாமி தமிழ் மற்றும் ஆங்கிலத்தில் முதுகலையும், வெர்ஜினியா வுல்ஃபின் படைப்புகளை ஆராய்ந்து டாக்டர் பட்டமும் பெற்றவர்.

இருபதாம் நூற்றாண்டு தமிழ் நவீன இலக்கியத்தைப் பொருத்தவரை மேற்கத்திய இலக்கிய அறிவும், தமிழ் மரபும் சரியாக முயங்கும் ஒரு சாத்தியமாக நகுலனது படைப்புகள் உள்ளன.

'எழுத்து' பத்திரிகையில் 1950களில் நகுலன் எழுதிய கவிதைகளைப் பார்க்கும்போது, அவரது கவிதைகள் பழங் கவிதைகளின் ஓசையை விடாமலேயே எழுதப்பட்டிருப்பதைப் பார்க்கமுடிகிறது. ஆனால் இன்றும் அந்தக் கவிதைகளில் பழமை படியவில்லை என்பதே ஆச்சரியகரமானது. கம்பராமாயணம், திருவாசகம், காரைக்கால் அம்மையாரின் பாடல்கள், திருமந்திரம், திருக்குறள், தாயுமானவர் பாடல்கள், கைவல்ய நவநீதம், சித்தர் பாடல்களின் ஓசைப்பண்பை மட்டும் அல்ல, சில

தொடர்களையே தனது கவிதைகளுக்குள் நகுலன் சேர்த்து வைத்துவிடுவார்.

மலையாளக் கவி குஞ்சுண்ணியின் குறுங்கவிதை இயல்புகளான அதிர்ச்சி, பயங்கரம், சுரீர் தன்மையையும் ஆரம்பகால கவிதைகளில் கொண்டவர் நகுலன்.

உலகம், இயற்கை, வாழ்க்கை மதிப்பீடுகள், நான் என்ற மனித சாராம்சம் என அனைத்தும் சலிக்கப்படுகின்றன நகுலனின் படைப்புகளில். ஒருவகையில் வாழ்க்கையின் நிலையாமையைத் தொடர்ந்து உணர்த்தியபடியே மனிதமையப் பிரக்ஞையை கேலிசெய்யும், நினைவுறுத்தும் கவிஞர் நகுலன்.

நள்ளிரவிலே
நிர்வாணமாக
நிலைகுலைந்து நிறைசரியாமல்
நிற்கும் ஒரு நங்கை நல்லாளைக்
கண்டு
மனம் மருண்டு மதிவிண்டு
நிற்பவருண்டோ
கூத்தனே.
உன் சாம்பல் மேனிப் பூச்சும்
சவச்சிரிப்பும் சுடலை நாற்றமும்
சுழித்துப் பொங்கும் நச்சரவும்
என்ன குறித்தன?
என்ன குறித்தன?
வேடனடிக்க மாயன் இறந்தான்
இராமனும் செத்தான்
நானிலத்தே
காலக் கணத்தே
நல்லவரும் மாய்ந்து சாய
மண்ணிற் மக்கட் பயிர் சூல் முதிரும்.

ooo

"சவச்சிரிப்பும் சுடலை நாற்றமும்
சுழித்துப் பொங்கும் நச்சரவும்
என்ன குறித்தன? என்ன குறித்தன?"

ooo

"கிருஸ்துவப் பாதிரிமார்கள் சாவுச் சடங்குகளில்
சம்பந்தப்படும் போது கருப்பு அங்கி அணிந்து கொள்கிறார்கள்
ஹிந்துக் கல்யாணச் சடங்குகளில்
அவனும் அவளும் அக்னிசாட்சியாக தங்களை வரிக்கிறார்கள்
மந்திரம் ஓதும்போது சுவாஹா! சுவாஹா!
என்கிறார்கள்.."

○○○

இப்படியான வெளிப்பாட்டின் வழியாக நகுலன், வசீகரத்துக்குள் உள்ள பயங்கரத்தன்மையை மொழி மற்றும் சப்தத்தின் வழியாகக் காட்டிவிடுகிறார்.

நகுலனது மொத்தக் கவிதைகளையும் 'வேடிக்கை பார்ப்பது' என்ற ஒரு தொடருக்குள் அடக்கிவிடலாம். நகுலனில் நிகழ்வது தீவிரமான வேடிக்கை. குளம் போன்ற சாவதானமான சூரல் நாற்காலியில் அமர்ந்துகொண்டு அவர் வேடிக்கை பார்க்கிறார். பகலை, பகல் நண்பகல் ஆவதை, தெருவில் அரிதாகப் போகும் வாகனங்களை, ஒளியில் பளபளக்கும் இலைகளை, நண்பகல் மாலை ஆவதை, மாலை இரவு ஆவதை, காற்று இலைகளுடன் சஞ்சரித்து எழுப்பும் சப்தசுருதிகளை அவர் தம் கவிதைகளில் பதிவுசெய்துள்ளார். அந்தத் தீவிரமான வேடிக்கைக்கு மனிதன் தயாராக, லௌகீகம் எதிர்பார்க்கும் பல செயல்களிலிருந்து விடுபட வேண்டும். அதனால் தான் வீடணன் தனிமொழியில் ராவணன், எறும்புகள் கூட்டம் கூட்டமாகப் போவதை வேடிக்கைப் பார்த்துக்கொண்டு நிற்கும் வீடணனை ராவணன் கேட்கிறான்... ஒரு எறும்பைக் கூட இத்தனை சிரத்தையாக வேடிக்கை பார்த்துக்கொண்டு நிற்பாயோ?

இதை சுக்கிலத் தியானம் என்கிறார் நகுலன். தீவிரமாக நானற்ற ஒன்றை, நானற்ற போதத்தில் பார்ப்பதன் மூலம், நான் என்ற பொருண்மையைக் கழற்றுவதற்குச் சொல்லித் தருகிறார் நகுலன்.

அங்குதான் நினைவு ஊர்ந்து ஊர்ந்து செல்கிறது - பார்க்கப் பயமாக இருக்கிறது - பார்க்காமல் இருக்கவும் முடியவில்லை. என்று எழுதுகிறார் நகுலன்.

மதுவையும், நண்பர்களுடனான உரையாடலையும், போதையையும் நான் என்பது கரைந்து, லேசாக அடிநிலைக்குச்

செல்லும் எத்தனமாகவே சித்தரிக்கிறார் நகுலன். அவர் பாஷையில் அது ஒரு சொரூப நிலை.

வந்தது zack
எப்பொழுதும் போல்
துயிலிலிருந்து எழுந்தது போன்ற
ஒரு சோர்வு
அவன் முகத்தில்
எப்பொழுதும் அப்படித்தான்
தோல்பையைத் திறந்து
குப்பியை எடுத்ததும்
நான் உள் சென்று
ஐஸ் கொண்டு
வந்ததும்
சரியாகவே இருந்தது
அவன்
ஓவியங்களை நான்
பார்த்திருக்கிறேன்
அவைகளும்
ஒரு குழம்பும் மயக்க நிலையைத்
தான் தெரிவித்தன
வண்ணக் கீறல்கள்
இருட் பிழம்புகள்
தாராளமாகவே
இருவரும் குடித்துவிட்டு
அடிமட்டத்தை
அணுகிக்கொண்டிருந்தோம்
அப்பொழுது
அவன் சொன்னதும் அதை
நான் கேட்டதும்
இன்னும் என் பிரக்ஞையில்
சுழன்றுகொண்டிருக்கிறது
"எல்லாமே
வெகு எளிமையாகத்தான்
இருக்கிறது
ஆனால்
"எல்லாம்" என்பதுதான்

என்ன என்று தெரியவில்லை
இதைச் சொல்லிவிட்டு
அவன் சென்றுவிட்டான்.

○○○

ஒரு கட்டு
வெற்றிலை
பாக்கு சுண்ணாம்பு
புகையிலை
வாய் கழுவ நீர்
ஃப்ளாஸ்க்
நிறைய ஐஸ்
ஒரு புட்டிப்
பிராந்தி
வத்திப்பெட்டி/ ஸிகரெட்
சாம்பல் தட்டு
பேசுவதற்கு நீ
நண்பா
இந்தச் சாவிலும்
ஒரு சுகம் உண்டு.

(சுருதி கவிதைத் தொகுப்பு)

தன் போதத்தை, தன் சுமையைக் கழற்றிக் கொள்வதற்கான இடமாக மதுவையும், அதுதரும் தற்காலிக விடுபடுதலையும் தன் கவிதைகளில் அடிநிலைக்குச் சென்று வெளிப்படுத்தியவர் நகுலன். பாதலேரின் ‘நன்றாகக் குடி’ கவிதையையும் அவர் மொழிபெயர்த்துள்ளார். உலக அழுத்தங்கள் என்னும் கனத்தச் சட்டையைக் கழற்றுவது போன்ற உணர்வுநிலையை பிராந்தியும், இலக்கிய நட்புகளும் தருவதை அவர் தொடர்ந்து பதிவு செய்திருக்கிறார்.

மதம், நியதிகள், சம்பிரதாயம், பழக்கம், நிறுவனங்கள், அறிவு ஆகியவை கருத்துருவம் செய்த மனிதனின் ஏற்கனவேயான மரணத்தை விபரீத அழகுள்ள படிமங்களால் உரக்க அறிவித்தவர் அவர். தன் இருப்பையே யோகத்தின் சவநிலையாக கோட் ஸ்டாண்ட் கவிதைகளில் வெளிப்படுத்தியவர். கோட்ஸ்டாண்ட் கவிதைகள் தொகுதியின் வாயிலாக, ஓசைகளைக் கிட்டத்தட்ட துறந்து சட்டை உரிக்கிறார் நகுலன்.

ரயிலை விட்டிறங்கியதும் / ஸ்டேசனில் யாருமில்லை அப்பொழுதுதான் / அவன் கவனித்தான் / ரயிலிலும் யாருமில்லை / என்பதை / "அது ஸ்டேஷன் இல்லை" என்று நம்புவதிலிருந்து அவனால் அவனை விடுவித்துக்கொள்ள முடியவில்லை.

நினைவு ஒன்றை சொல்கிறது... முன்நிற்கும் எதார்த்தம் ஒன்றை உணர்த்துகிறது, இப்படி ஸ்டேசனை தோன்றியும் தோன்றாமல் மறைந்து வெளிப்படும் ஒன்றாக மாற்றுகிறார் நகுலன்.

□

4
சூரியனைத் தொட முயன்ற வண்ணத்துப்பூச்சி

ஆத்மாநாம் மறைந்து முப்பது ஆண்டுகள் ஆகப்போகிறது. நிறைவாழ்வு வாழ்ந்து பெரும் அனுபவப்பரப்பை உட்கொண்ட படைப்புலகம் அல்ல அவருடையது. 33 வயதில் அகாலமாக மரணமடைந்த ஒரு கவிஞனிடம் அதை எதிர்பார்க்கவும் முடியாது. ஆனால், தான் முற்றுமுழுக்க ஒரு கவிஞன் என்ற ஓர்மையோடு, தனது பிரதான வெளிப்பாட்டு வடிவாக ஏற்றுக்கொண்ட ஒரு ஆளுமையின் வெற்றிகளும் தோல்விகளுமாக 147 கவிதைகள் நமக்கு வாசிக்கக் கிடைக்கின்றன. பழந்தமிழ் இலக்கிய மரபின் தளைகளோ, செல்வாக்கோ அவர் கவிதைகளில் இல்லை. உலகம் முழுக்க அவர் காலகட்டத்தில் நடைபெற்ற அரசியல் மற்றும் கலை இயக்கங்களுக்குத் தன்னை ஒப்புக்கொடுத்து எதிர்வினைகளும் ஆற்றியிருக்கிறார். அவரது மொழிபெயர்ப்புகள், சிற்றிதழ் செயல்பாடுகள் மற்றும் நட்புறவுகள் மூலம் அவற்றைத் தெரிந்துகொள்ள முடிகிறது. இந்திய நிலத்தில் கால்பதித்திருந்த பெருநகர் கவிஞன் அவர். ஆழ்ந்த சமூகப் பொறுப்புணர்வு கொண்ட, அக்காலகட்டத்திய நடுத்தரவர்க்க மனிதனின் தார்மீகக்குரல் அவரது கவிதைகளில் ஒலித்தது.

இன்று வலுப்பெற்றுள்ள சாதிய, அடையாள, பிரதிநிதித்துவ, பாலினம் சார்ந்த அரசியல், கலைஇலக்கிய வெளிப்பாடுகளின் பின்னணியில் ஆத்மாநாமின் கவிதைகளுக்கான முக்கியத்துவம் என்ன? என்பதைப் பரிசீலிப்பது அவசியமானது. கடந்த

இருபது ஆண்டுகளில் தமிழ் இலக்கியச் சூழலில் பல்வேறு வாழ்க்கை நிலைகள், பண்பாட்டுப் பின்னணிகளிலிருந்து எழுதப்பட்ட நவீனகவிதைகள் பெரும் உடைப்பைச் சாத்தியப்படுத்தியுள்ளன. பல்வேறு விதமான மொழிதல்கள் மற்றும் அழகுகளை தமிழ் கவிதை ஏற்றுள்ளது. சுமாராக எழுதப்பட்ட, வெளிப்பாட்டுத் திறன் குறைந்த கவிதைகளையே தற்போதெல்லாம் பார்க்கமுடியவில்லை. இந்தச் சூழலில்தான் கவிதைகள் உத்வேகமோ, சுயபரிசீலனையோ இல்லாத ஒரு செய்யுள் பழக்கமாக, உற்பத்தி நடவடிக்கையாக, பகட்டு ஆபரண நடவடிக்கையாக மாறிவருவதையும் பார்க்கிறோம். படைப்பாக்கச் செயல்பாட்டுக்குள் படைப்புக்குத் தொடர்பற்ற எத்தனையோ ஆசைகளும், கிசுகிசுப்புகளும், அதிகாரப் பரிபாஷைகளும் புழங்கும் இடமாக எழுத்தியக்கம் மாறிவருகிறது. அந்த வகையில் தான் ஆத்மாநாமின் கவிதைகள் அறமும், அழகும் வேறல்ல என்பதை நமக்குத் திரும்பத் திரும்ப ஞாபகப்படுத்துபவையாக உள்ளன. படைப்புச்செயல்பாடும், ஆன்மிகமும் வேறல்ல என்பதை இன்னும் மெய்ப்பிக்கின்றன. படைப்பின் ஆதார குணம் எதிர்ப்பும், தனிமையும் என்பதை அவர் தன் வாழ்வின் வழியாக நிரூபித்துச் சென்றுள்ளார். ‘உயிருள்ள இலக்கியம் இன்றைக்கு மௌனமாய்ப் பேசிக்கொண்டிருக்கிறது’ என்று அவர் எழுதியிருக்கிறார்.

கலை அழகோடு, உயர்ந்த இலட்சிய அம்சத்தையும், சமூகப் பொதுக்கவலைகளையும் அமைதி கொண்ட த்வனியில் எழுதிய கவிஞர் ஆத்மாநாம். ஒரு நவீன சமூகத்தில் மதத்தின் இடத்தைக் கவிதையும் கலைகளும் பிடித்து மனிதர்களை விடுதலைக்கு ஆற்றுப்படுத்த வேண்டும் என்ற நம்பிக்கை கொண்டவர். 20ஆம் நூற்றாண்டின் தொடக்கத்தில் உருவான புதுக்கவிதை முனைப்புகளின் தொடர்ச்சி அம்சம் அவரிடம் உண்டு. பாரதியின் இலட்சியம், க.நா.சுவின் எளிமை, நகுலனின் புதிர்தன்மை ஆகியவற்றை இவர் தமது கவிதைகளின் பலங்களாக ஏற்றுக்கொண்டிருந்திருக்கிறார். தமிழ் கவிதை, சூட்டிக்கொண்டிருந்த அலங்காரத்தைத் துறந்து அன்றாடத்தின் மொழியில், சாதாரண வார்த்தைகளில் நேசத்துடன் உரையாடியவர்; “வண்ணாத்திப் பூச்சிகள் மண்ணுடன் ஸ்னேகம் கொள்கின்றன/ நான் உங்களுடன் பேசுகிறேன்” என்கிற த்வனியில்; அவர் கவிதைகளில் அமைதி அனுபவம் இன்றும் உணரத்தக்க வகையில் கிடைக்கிறது.

கவிதை வடிவத்துக்குரிய அழகியல்ரீதியான கட்டைமைப்பாட்டையும் அதே அளவில் ஆழமான சமூக உணர்வையும், மனிதாபிமானத்தையும் துறக்காதவை ஆத்மாநாமின் கவிதைகள். நெருக்கடி நிலைக் காலகட்டத்தில் கருத்துவெளிப்பாட்டின் குரல்வளை அரசால் நெரிக்கப்பட்ட நிலையில், கண்காணிப்பு மற்றும் அடக்குமுறையின் கொடூரத்தை எதிர்த்து தன் கவிதைகளில் எதிர்வினை புரிந்தவர் ஆத்மாநாம்தான். (இன்றும் அனுமான்கள் உண்டு வாலின்றி / ராவணர்களும் உண்டு / தீயுண்டு நகரங்கள் உண்டு / தனியொருவன் எரித்தால் வன்முறை / அரசாங்கம் எரித்தால் போர்முறை)

'சுதந்திரம்' கவிதையில்

எனது சுதந்திரம் / அரசாலோ தனிநபராலோ / பறிக்கப்படுமெனில் / அது என் சுதந்திரம் இல்லை / அவர்களின் சுதந்திரம் தான்

அந்த வகையில் தமிழின் உண்மையான வானம்பாடி அவர். எளிய கவிதை வாசகருக்கும் ஆழ்ந்த அனுபவத்தைத் தரக்கூடியவை அவரது கவிதைகள். வாழ்க்கை குறித்த நம்பிக்கையையும், ஆரோக்கியமான பார்வையையும் அளிக்க இயலக்கூடிய அரிதான கவிஞர்; சமகால வாழ்க்கையில் அவர் உணரநேரும் சகல சிதிலங்களையும் சொல்லிவிட்டு நாளை நமதே என்ற நம்பிக்கையுடன் அவரால் புன்னகைக்க முடிந்திருக்கிறது. இந்த வரிகள் இன்றைக்குக் கூடுதலான பொருத்தப்பாடோடு திகழ்கிறது. இன்றைய நிலைமையை நேற்றே கணித்துச் சொன்னதுபோல இருக்கிறது.

கண்களில் நீர் தளும்ப இதைச் சொல்கிறேன் / இருபதாம் நூற்றாண்டு செத்துவிட்டது/ சிந்தனையாளர் சிறுகுழுக்களாயினர் / கொள்கைகளை / கோஷ வெறியேற்றி / ஊர்வலம் வந்தனர் தலைவர்கள் / மனச் சீரழிவே கலையாகத் துவங்கிற்று / மெல்லக் கொல்லும் நஞ்சை / உணவாய்ப் புசித்தனர் / எளிய மக்கள் / புரட்சி போராட்டம் / எனும் வார்த்தைகளிலினின்று / அந்நியமாயினர்/இருப்பை உணராது / இறப்புக்காய்த் தவம் புரிகின்றனர் / என் ஸக மனிதர்கள் / இந்தத் துக்கத்திலும் / என் நம்பிக்கை / நாளை நமதே.

இத்தனை சீர்கேடுகளிலிருந்தும், கவலைகள், நிம்மதியின்மையிலிருந்தும் தளிர்க்கும் தனது இருப்பையே அவரால் பயனும்

ருசியும் மிக்கது என்று அவரால் உணரமுடிந்துள்ளது. அவர் கவிதைகளின் பயன்மதிப்பு அது.

செடி

சாக்கடை நீரில் வளர்ந்த
ஒரு எலுமிச்சைச் செடி
போல் நான்
அளிக்கும் கனிகள்
பெரிதாகவும் புளிப்புடனும்
தானிருக்கும்
கொஞ்சம் சர்க்கரையை
சேர்த்து அருந்தினால்
நல்ல பானகம் அல்லவோ.

இடதுசாரிக் கவிஞர்களான நஸீம் ஹிக்மத், நதன் ஸக், பிரெக்ட், ஜோசப் பிராட்ஸ்கி போன்றோரின் கவிதைகளை மொழிபெயர்த்தும், அவர்கள் படைப்புகளின் தாக்கம் பெற்ற வராகவும் அவர் இருந்திருக்கிறார். 'மிகச்சிறந்த பொது அனுபவ உலகக் கவிதைகளை எழுதியவர் என்றும், கவிதையின் அரசியல் மயமாக்கலை தகுந்த முறையில் எதிர்கொண்டவர்' என்றும் கவிஞர் பிரம்மராஜன், ஆத்மாநாமைப் பற்றி குறிப்பிடுகிறார்.

கடவுள்கள் இல்லாமல் போன அதனால் காவியங்களுக்கும் வாய்ப்பில்லாமல் போன 20 ஆம் நூற்றாண்டில், வாழ்க்கை மீதான ஈடுபாடு கொள்வதற்கான தீவிரமான சாதனமாகக் கவிதையைக் கருதிய நவீனகவி ஆத்மாநாம். தன் முன்னால் குலைந்திருக்கும், துண்டுபட்ட வாழ்க்கை நிலைகளையும், மனிதர்களையும், அனுபவங்களையும் நேசிக்கவும், தன் மூளைக்குள் ஒழுங்கமைத்துக் கொள்ளும் எத்தனமாக அவருக்கு தனது படைப்பாக்கம் இருந்துள்ளது. இந்த உலகுடன் ஆத்மார்த்தமான ஒரு உறவை மேற்கொள்ள அவர் பரிபூர்ணமாக நம்பிய ஊடகமாக அவர் கவிதைகள் திகழ்கின்றன. தன் முன்னால் குறைபட்டிருக்கும், காயம்பட்ட, பூர்ணமடையாத பொருட்களையும், உயிர்களையும் ஆத்மாநாம் தன்கவிதை வழி நேசிப்பதன் மூலம் படைப்புச் செயல்பாட்டை ஒரு கூட்டியக்கமாகச் சாத்தியமாக்கி விடுகிறார்.

இதற்கு சிறந்த உதாரணமாக ஆத்மாநாமின் 'என் ரோஜாப் பதியன்கள்' என்ற கவிதையைச் சுட்டிக்காட்ட முடியும். கவிதை

சொல்லி, தன்வீட்டில் வளர்க்கும் இரண்டு ரோஜாப் பதியன்களை அலுவலகத்திலிருந்தபடி நினைத்துப் பார்க்கத் தொடங்குகிறார். ஒரு உறவைப் பார்க்கப் போகும் மகிழ்ச்சியை அந்த எண்ணம் தருகிறது. அந்த ரோஜாப் பதியன்கள் தன்னைப் பரபரத்து எப்படி வரவேற்கத் தயாராகும் என்று கற்பனை செய்கிறார். அந்த செடிகளுக்கு வியப்பை அளிக்கும் வண்ணம் மெதுவாகப் படியேறப் போவதையும், தோழமையுடன் அவை எப்படி கவிதை சொல்லியை வரவேற்கும் என்பதையும் கற்பனை செய்கிறது அந்தக் கவிதை. தான் ஊற்றும் நீரைவிட தானே அவற்றுக்கு முக்கியம் என்று இறும்பூதெய்கிறான் கவிதை சொல்லி.

அவநம்பிக்கையிலிருந்து நம்பிக்கைக்கும், குழப்படியிலிருந்து ஆசு வாசத்துக்கும், இரைச்சலிலிருந்து அமைதிக்கும், வன்முறையிலிருந்து ஆழ்ந்த நேசத்துக்கும் அவர் கவிதைகள் ஆற்றொழுக்காகப் பயணிக்கின்றன. உலகவாழ்வில் பகுத்தறிய இயலாத நிகழ்வுகளை அதன் துண்டுபட்ட நேர்கோடில்லாத தன்மையிலேயே படிமக் கோலங்களாகவும், வார்த்தைக்கூட்டங்களாகவும் கவிதைகளை எழுதிப் பரிசோதித்துள்ளார். தன்னைச் சூழ நிகழும் மானுட அழிவுமூர்க்கத்தை அதன் வேகத்துடனேயே பிரதிபலித்துள்ளார் அவர். அதே வேளையில் இயற்கையில், உறவுகளில் தென்படும் அபூர்வமான அழகையும், ஒழுங்கையும் அமைதியையும், இசையையும் தன் கவிதைகளில் சேகரித்துள்ளார்.

'வயலினில் ஒரு நாணாய் எனைப் போடுங்கள் / அப்பொழு தேனும் ஒலிக்கிறேனா எனப் பார்ப்போம் / அவ்வளவு துல்லிய மாக அவ்வளவு மெல்லியதாக / அவ்வளவு கூர்மையாக என்று எழுதிச் செல்லும் அவர் 'எல்லா நாண்களுடனும் ஒன்று சேர்ந்து ஒலித்தபடி' என்றும் சவால் விடுகிறார். அனைவரையும் உள்ளடக்கிய சேர்ந்திசையிலும் தனது தனித்துவத்தை ஒலிக்கவிட முடியும் என்ற நம்பிக்கையை சவாலாகச் சொல்லமுடிகிறது அவருக்கு.

அதே துல்லியம் / அதே மென்மை / அதே கூர்மையுடன்.

ஆத்மாநாம் கவிதைகள் ஒரு ஸ்படிகத்தைப் போன்ற தோற்றத்தை தருபவை. வாசிப்பவரைப் பிரதிபலிப்பவை, வாசிப் பவருடன் உரையாடுபவை, வாசிப்பவருடன் மோதுபவை; ஆத்மாநாமின் வேரற்ற லட்சியத்தன்மையே அவர் கவிதைகளில் 'முதிராக்குழந்தைப் பண்பாக', வெளிப்படுகிறது. அந்தக்

களங்கமற்ற தன்மையிலிருந்தே அணில் குறித்த 'கேள்வி' கவிதையை எழுதுகிறது. 'இவ்வணில்கள் / ஒன்றல்ல தம் குழந்தைத் தனமான முகங்களுடன் / சிறுபிள்ளைக் கைகளுடன் / அனுபவித்து உண்ணும் / இவை / தங்களைப் பற்றி என்ன கனவு காணும் / உணவையும் உறக்கத்தையும் தவிர என்று விசாரிக்கிறது. அந்தக் களங்கமின்மை அளிக்கும் ஞானத்திலிருந்து தான், கடவுளைக் கண்டேன் / எதையும் கேட்கவே தோன்றவில்லை / அவரும் புன்னகைத்துப் போய்விட்டார் / ஆயினும் மனதினிலே ஒரு நிம்மதி என்ற தரிசன அமைதியைக் கொண்ட வெளியீடைச் சாத்தியப்படுத்துகிறது. அந்த விடுபட்ட உணர்விலிருந்துதான்,

இந்தச் செருப்பைப் போல்
எத்தனை பேர் தேய்கிறார்களோ
இந்தக் கைக்குட்டையைப் போல்
எத்தனைப்பேர் பிழிந்தெடுக்கப்படுகிறார்களோ
இந்தச் சட்டையைப் போல்
எத்தனைப் பேர் கசங்குகிறார்களோ
அவர்கள் சார்பில்
உங்களுக்கு நன்றி
இத்துடனாவது விட்டதற்கு..

நம்மில் ஒவ்வொருவரும் மிக மோசமாகத் துயருற்று எழுந்து நிற்கும்போதோ, பெரும் இக்கட்டிலிருந்து தப்பித்து வரும்போதோ இத்துடனாவது விட்டதற்கு உங்களுக்கு நன்றி என்று தோன்றக் கூடிய ஒரு ஆசுவாச உணர்வை அடைந்திருப்போம். குடும்பம், சமூகம், மதம், அரசு, நிறுவனம் என்று மனிதனை ஒடுக்கும் எல்லா அமைப்புகளிலிருந்தும் இப்படித்தானே நாம் விடுதலை பெறநினைக்கிறோம். அந்தப் பொதுவான பெருமூச்சுணர்வை ஏற்ற மானுடப் பொதுக்குரலாக இக்கவிதை மாற்றப்படுகிறது.

நால்திசையிலும் சூரிய ஒளியில் சுடர்ந்தபடி, காற்றில் பறக்கும் பட்டத்தைப் போல புன்னகைத்தபடி இருக்கின்றன அவரது கவிதைகள். உலகியலின் ஈர்ப்பை எதிர்கொள்ள முடியாத பட்டம் அது. அவரது முடிவும் ஒரு லட்சியப் படைப்புமனத்தின் தன்முறிவுதான். அதனால் ஆத்மாவையே பெயராக கொண்ட ஆத்மாநாமின் பெயரும், அவரது தற்கொலையும், அவர் கவிதைகளும் ஒன்றுக்கொன்று பிரிக்க முடியாதவையே. அவற்றைத் தனிமைப்படுத்திப் பார்க்க முடியுமா என்றும் தெரியவில்லை.

'பூச்சுகள்' கவிதையில் அவர்,

...
என்னுடைய வாகனம் வந்துவிட்டது
இடிபாடுகளுக்கிடையே
நானும்
ஒரு கம்பியில் தொற்றிக்கொண்டேன்
எங்கோ ஒரு இடத்தில்
நிலம் தகர்ந்து
கடல் கொந்தளித்தது
ஒரு பூ கீழே தவழ்ந்தது

இந்தக் கவிதையில் பெரும் அமைதியும், அழகும் நம்மில் ஒருசேரத் தோற்றம் கொள்கிறது. அதனால்தான் அவரால் ஒரே நேரத்தில் உரத்தும் அமைதியாகவும் கவிதையில் பேச முடிந்துள்ளது.

ஆத்மாநாமின் கவிதைகளுக்கு இன்றைய நவீனகவிதைகளில் தொடர்ச்சி உண்டா? சுகுமாரன், சமயவேல், பெருந்தேவி, ஆதவன் தீட்சண்யா, லிபி ஆரண்யா கவிதைகளைப் படித்துப் பார்க்கலாம்.

□

5
விக்ரமாதித்யனின் கவிதை என்னும் சமயம்

ஓம்
அது குறைந்திருக்கிறது
இது குறைந்திருக்கிறது
குறைவு குறைவினின்று எழுகிறது
குறைவினின்று குறைவு எடுத்து
குறைவே எஞ்சுகிறது
ஓம்
அசாந்தி அசாந்தி அசாந்தி

    இந்த உலகில் பிறக்கும் மனித உயிர், மரணிக்கும் வரை தன்னை பின்னமாகவும் அபூர்ணமாகவும் கருதிக்கொள்கிறது. இயற்கையிலிருந்தும் இறைமையிலிருந்தும் ஒரு மனிதன் அல்லது மனுஷி தன்னைப் பிரித்துணரும் நாளிலிருந்து அவனது அவளது தனிமையும் மீட்சிக்கான தேடுதலும் ஆரம்பமாகிறது. அப்போதிருந்துதான் முழுமையை நோக்கிய பிரார்த்தனையும் ஏக்கமும் தன் குறையின்பால் புகார்களும் விசாரணைகளாகத் தொடங்கியிருக்க வேண்டும். இருபதாம் நூற்றாண்டு தமிழ் நவீன கவிதைப்பரப்பில் இந்த மனத்தை வைத்துக்கொண்டு அலைக்கழியும் கவிதை உயிரியாக விக்ரமாதித்யன் என்னும் கவிதை ஆளுமையை நாம் வகுத்துக்கொள்ளலாம். இருபதாம் நூற்றாண்டு என்னும் காலப்பின்னணியை 1947ல் பிறந்த நம்பிராஜன் என்னும் உடல் இயங்கும் காலத்தை வைத்து மட்டுமே குறிப்பிடுகிறேன்.

விக்ரமாதித்யனின் கவிதைகளில் இயங்கும் உடலைப் பார்த்தால் அது சிலசமயங்களில் குரங்கின் கள்ளமின்மையைக் கொண்டிருக்கிறது. சிலவேளைகளில் மத்தியகால உடலின் வன்மையுடன் தோற்றம் தருகிறது. இதனால் விக்ரமாதித்யனின் அடியைத் தேடுவது மிகவும் சிரமம். இனக்குழு வாழ்வு மறைந்து முடியரசு ஸ்தாபிக்கப்படும் காலம் அதன் எல்லையாக இருக்கிறது.

ஒரு தோற்றத்தையோ காட்சியையோ படிமமாக்கி அதற்கு காலாதீத அர்த்தத்தையும், உலகளாவிய பொதுமையையும் படைப்பில் ஏற்றும் நவீனத்துவ கவிதை நம்பிக்கையின் சிறு சாயல் கூட விக்ரமாதித்யனில் படியவேயில்லை. தோற்றத்தை விலக்கி மெய்மையைக் காண விரும்பும் அறிதலின் வேட்டை மூர்க்கமும் அவரிடம் இல்லை. நவீனத்துவக் கலைமனம் தன் அனுபவங்களாலும் தன்னைச்சுற்றிய பொருட்களாலும் ஆன உலகத்தைச் சிருஷ்டித்து ஒரு ஒழுங்குக்குக் கொண்டுவர முயல்கிறது.

விக்ரமாதித்யனின் கலை இதற்கு நேரெதிரானது. தோற்றம் அழகாவும் அனுகூலமாகவும் இருக்கும்போது உவகைபூத்து சன்னதமூர்க்கத்தில் ஆராதனை செய்கிறது. தோற்றம் பயங்கர மாகும்போது புரண்டழுது மண்டியிடுகிறது. இருளுக்குப் பிறகு மெல்லிய ஒளிவரும். மென்மையான வெளிச்சம் வெயிலாகி உடலைக் காயும். பின்பு வெயில் கனிந்து உடல்குளிரும். மீண்டும் இருள்வரும் என்ற இயல்பில் பற்றுறுதி கொண்ட லௌகீக உயிரின் விவேக ஞானம் அது. இதைத்தான் விக்ரமாதித்யன் மரபு, மரபு என உரக்கச் சொல்கிறார் என்று நான் கருதுகிறேன்.

ஒரு பின்மதியத்தில் விக்ரமாதித்யனும் நானும் நாகேஸ்வர ராவ் பூங்காவில் அமர்ந்திருக்கிறோம். அந்தப் பூங்காவில் பவளப் பூச்சிகள் அதிகம். மாலை நடையாளர்கள் அப்போது பயிற்சியைத் தொடங்கியிருந்தனர். நாங்கள் உட்கார்ந்திருந்த பெஞ்சில் ஒரு பவளப்பூச்சி ஜோடி ஒன்றின் மேல் ஏறிப் புணர்ந்து நகர்ந்து கொண்டிருந்தது. நான் விக்ரமாதித்யனுடன் பேசிக்கொண்டே தன்னிச்சையாக அந்த ஜோடியைப் பிரித்துவிட்டேன். இரண்டும் பிரிந்து நின்று சில நொடிகள் சமைந்திருந்ததைப் பார்த்ததும் குற்ற உணர்ச்சி தொடங்கியது.

அண்ணாச்சியிடம் பூச்சிகளைப் பிரித்ததைப் பற்றி குற்றவுணர்ச்சியுடன் சொன்னேன். அவர், ‘கவலைப்படாதடா,

திரும்ப சேர்ந்துரும்' என்றார். நான் காத்திருந்தேன். நான் பிரித்துவிட்ட பவளப்பூச்சிகள் மீண்டும் தமது காதலின் சவாரியைத் தொடங்கி நகர ஆரம்பித்திருந்தன. இதுதான் மரபின் விவேக ஞானம். நூலறிவு சாராத ராமகிருஷ்ண பரமஹம்சர் போன்றவர்கள் நடந்த பாதை அது.

கடவுள், பெண், வாழ்வு என்ற பிரமாண்டங்களின் முன்னிலையில் உயிர் நிகழ்த்தும் சூதாட்டத்திற்கான அழகிய சோளிகளைப்போல் விக்ரமாதித்யன் தன் கவிதைகளை மாற்றியுள்ளார். சோளிகள் குலுங்கி தரையில் பரவும் இசைக்கு ஒப்பான தனி இசைமையைத் தமது கவிதைகளுக்குள்ளும் உயிராய் புதுக்கி வைத்துள்ளார். மந்திர உச்சாடனங்கள், வார்த்தை விளையாட்டுகள், பழமொழிகள், வழக்காறுகள், உளறல்கள் என தமிழின் கலாசார ரேகைகள் இச்சோளிகளில் சேகரமாகியுள்ளன. இந்த விளையாட்டில் சிலசமயம் தர்மனாக தோற்கிறார். சகுனியாக ஜெயிக்கிறார்.

ஆக்கமும் அழிவுமான பேரியற்கை, கண்ணுக்குப் புலனாகாமல் தன்னை இயக்கும் சக்தியுடனான உறவையும் அனுசரணையையும் வேண்டி பரிமாற்றத்தைத் தொடங்கும்போதுதான் சமயமனம் பிறக்கிறது.

படைப்பு, வாழ்வு என்ற பிரிக்க முடியாத கணிதத்தில் இயங்கும் விக்ரமாதித்யனின் கவிதை உலகம் பிரத்யேக சமயமாகவே கட்டமைக்கப்பட்டுள்ளது. அங்கு நிலவும் நம்பிக்கைகளும், சடங்குகளும், கடவுளரும், திருவிழாக்களும், அறங்களும் வேறு. நன்மை தீமை முயங்கி நெருப்பின் சூட்டில் இருக்கிறது அது. அவரது கவிதைகளுக்குள் உங்களுக்குத் தெரிந்த கடவுள்களும் இருப்பதால் அவற்றை ஒரு பெருஞ்சமயத்துக்குள் வகைப் படுத்திவிட முடியாது. மாமிசப்படையலோடு கற்களால் சிவனைப் பூஜிக்க வந்த வேடன் கண்ணப்பனின் சமயமும் நம்பிக்கையும்தான் விக்ரமாதித்யனுடையதும்.

விதியின் கையில் வசமாகச் சிக்கிக்கொண்ட தன்னிலை விக்ரமாதித்யன். முதலில் முரண்டி பின்பு அந்தத் தன்னிலை தன்னை விதியிடம் ஒப்புக்கொடுக்கிறது. அந்தத் தன்னிலை நன்மைக்கும் தீமைக்கும் எப்படி பொறுப்பாக முடியும். தன்னைக் கொண்டு செலுத்தும் நிகழ்ச்சிப்போக்கின் ரயிலில் பயணித்து அழுக்குகளோடும் பசியோடும் குற்றம் மற்றும்

தீமையின் பனிக்காற்றில் உடல் நடுங்கிப் பயணிக்கிறது. ஒரு சின்னஞ்சிறிய நிகழ்வால் ஒரு இனக்கூட்டமே துயரத்தை அனுபவிக்கும் நிலவியல் நம்முடையது. நமது பெண்கள் துயரத்தின் எண்ணற்ற அலைகளால் மோதி மோதி கடவுளின் அரூபத்தை அடைவதுபோல விக்ரமாதித்யனும் தனது பாடுகள் கவிதைகள் வழியாக இறைமையை அடைய முயல்கிறார்.

விக்ரமாதித்யனின் கவிதைகளில் உள்ள நான் தத்தளிக்கிறது. விளிம்புக்குத் தள்ளப்படுகிறது. சிதைக்கப்படுகிறது. அவமதிக் கப்படுகிறது. நிராசைக்குள்ளாகிறது. இயல்பு திரிய நிர்ப்பந்திக்கப் படுகிறது. இத்தனைக்குப் பிறகும் அது உயிரின் அழகுடன் மீண்டு நிற்கிறது. அவர் கவிதைகளில் மரணம் குறித்த பேச்சோ, அச்சமோ, போதமோ கிட்டத்தட்ட இல்லையென்றே சொல்லலாம். லோகாயதமும் நம்பிக்கையும் தொழில்படும் உலகில் உயிர்த்துவமும் காதலும்தானே உற்பத்தி சக்திகளாக இருக்கமுடியும். மரணம் என்னும் தத்துவப்பிரச்னையைத் தீண்டாமல்தான் அது இயங்கவும் முடியும்.

தமிழ் நவீன கவிதைப்பரப்புக்குள் நுழையும் வாசகனை வசீகரித்து நிலைக்கச் செய்யக்கூடியவை விக்ரமாதித்யனின் கவிதைகள். வெகுஜனப் பாடல் வரிகளைப் போல் இவரது கவிதை வரிகளை ஞாபகத்தில் வைத்து தங்கள் வாழ்வின் வேறுவேறு தருணங்களில் அசைபோடும் பொதுவாசகர்களின் எண்ணிக்கை தமிழ் கவிஞர்களிலேயே இவருக்குத்தான் அதிகம் என்பதை என்னால் நிச்சயம் சொல்ல முடியும். பாப்லோ நெரூதாவின் அய்லா நெக்ரா தீவின் குகைச்சுவரில் காதலர்கள், பாப்லோ, உங்கள் கவிதைகளால் நாங்கள் காதலிக்கிறோம் என்று எழுதியிருப்பதைப் படித்திருக்கிறேன்.

இப்படியாக விக்ரமாதித்யன் தமிழ்நினைவின் ஒரு அம்சமாக நிலைகொள்ளும் காலம் இது. விக்ரமாதித்யனின் வரிகளுடன் நான் எதிர்கொள்ளும் பெண்களை, காதலை,வலிகளைக் கடந் திருக்கிறேன்.

வெட்கமும் காமமும் பருவாய்ப் பூத்திருக்கும் பெண்ணை இன்னமும் கடந்து செல்லும்போது 'பருவைத்த முகம் பார்க்க அழகாகத்தான் இருக்கிறது' என்ற இவரது கவிதை மனதில் வந்து செல்லும்.

> "போன வருஷச்சாரலுக்கு
> குற்றாலம் போய்
> கைப்பேனா மறந்து
> கால்செருப்பு தொலைந்து
> வரும்வழியில்
> கண்டெடுத்த
> கல்வெள்ளிக் கொலுசு ஒண்ணு
> கற்பனையில் வரைந்த
> பொற்பாத சித்திரத்தை
> கலைக்க முடியலியே இன்னும்"

இக்கவிதையை நான் எனது பதினெட்டாம் வயதில் படித்தேன். இதில் இருக்கும் அந்தரங்க தொனியும் ஒன்றை இழந்து ஒன்றை மீட்கும் காதலின் துயரார்ந்த விதியும் படிக்கும்போது இன்றுவரை மாயம் குறையாமல் வசீகரித்துக்கொண்டே இருக்கிறது. எந்த மறைபொருளும் இல்லாமல் பாறை ஈரத்தில் கால் உணரும் சில்லிடலை இவர் இந்தக் கவிதையில் எப்படி கொண்டுவந்தார். இதுபோன்ற அனுபவங்கள்தான் விக்ரமாதித்யன் கவிதைகளின் பயன்பாடும் கூட.

கவிதை என்ற வடிவத்திலேயே தன் முழுவாழ்வையும் வெளிப்படுத்தும் மூர்க்கத்தில் கொள்ளும் தோல்விகளும் அப்பட்டமாகவே வாசகன் முன் இருக்கின்றன. விதியின் போக்கில் தன்னை ஒப்புக்கொடுத்த வாழ்க்கையில் இவர் பயணித்த உலகங்களும் அனுபவங்களும் மிக மிக உக்கிரமானவை. இல்லாமையும், கீழ்மையும் தோய்ந்த அவரது சுய அனுபவங்களை பஷீர் போல உயிர்த்துவத்துடன் எழுதத் தொடங்குவதற்கு விளக்கு விருது அவருக்கு தூண்டுதலை அளிக்க வேண்டும் என்று நான் பிரார்த்திக்கிறேன்.

□

6

மலை மீது
ஓய்வுகொள்ளும் கவிஞன்

விக்ரமாதித்யன் எழுதிய பெருந்தொகையான கவிதை களிலிருந்து தேர்ந்தெடுக்கப்பட்ட கவிதைகளின் ஒரு சிறு தொகுதியைக் கொண்டுவர வேண்டுமென்பது எனது ஆசை. ஆனால் தேர்ந்தெடுக்கப்பட்ட கவிதைகளின் தொகுதியைப் பொறுத்தவரை அந்த ஆசை பாதியே நிறைவேறியுள்ளது; கொஞ்சம் பெரியதாகிவிட்டது. இதிலிருந்து ஒரு குட்டித்தொகுதியை இன்னொருவரோ நானோ எதிர்காலத்தில் உருவாக்க வேண்டும்.

தமிழ்ப் புதுக்கவிதையில் சிறுபத்திரிகை வட்டத்திலும், பொதுவாசகர் பரப்பிலும் (தமிழர்களின் ஜனத்தொகையை ஒப்பிடும்போது அவர்கள் குறைவானவர்களாகவே இருந்தாலும்) தான் எழுதிய கவிதை வரிகளால் அதிகம் நினைவுகூரப்படுபவர் விக்ரமாதித்யனாகவே இருப்பார். தமிழ் சாதாரணனின் அறிவு, ஞானம், சமய நம்பிக்கை, உலகப் பார்வை என்னென்ன வளர்ச்சிகளையும் வரையறைகளையும் கொண்டனவோ அதுதான் விக்ரமாதித்யனின் வளர்ச்சியும் வரையறையும் வெற்றியும். என் அனுபவ அளவில் தமிழ் வாழ்க்கைதான் அதிகப் பரிச்சயம் என்பதால் இக்கூற்றைச் சொல்கிறேன். இதற்கு ஒரு உலகளாவிய தன்மையும் இருக்கலாம். அந்த அடிப்படையில் விக்ரமாதித்யன் சார்ந்து பலராலும் நினைவு கூரப்படும் கவிதைகளைக் கூடுமானவரை விட்டுவிடக்

கூடாது என்று நினைத்தேன். இதை முதல் நிபந்தனையாக வைத்துக்கொண்டேன். சேர்த்துப்பார்க்கும்போது அந்த ஆசை ஏறக்குறைய நிறைவேறியிருக்கிறது.

கோயில், ஐதிகங்கள், தலபுராணங்கள் சார்ந்துதான் விக்ரமாதித்யனின் கவிதைகள் அல்லது கவிதை வரிகள் தனித்துவம் அடைகின்றன. 'ஆகமம் ஆசாரம் தவறாத நியமம்/ தெய்வமும் ஐதிகத்தில் வாழும்' என்று அவர் முடிக்கும்போது மந்திரச் சொற்கள் ஆகிவிடுகின்றன. 'உலகுயிர்க்கெல்லாம் முலைதரும் அம்மையே/ தலைமாலை சூடித் திரியும் சுடலைக் காளியே' என்ற வரிகள் பிரார்த்தனையின் இரைஞ்சுதலை அடைந்துவிடுகின்றன. இதுபோன்ற பல மந்திர வாசகங்களை அவர் படைத்திருக்கிறார். இவருடைய குறுங்கவிதைகளைத் தனியாக ஒரு தொகுப்பாக்க வேண்டும். கிரகயுத்தம் கவிதைகள் அதற்கு உதாரணமானவை. 'தங்கத் தேருக்குத் தனி அலங்காரம் எதற்கு', 'பருவைத்த முகம் பார்க்க அழகாய்த்தான் இருக்கிறது', 'அம்மாவும் மகளும் போட்டிப் போட்டுக்கொண்டு அழகாக இருக்கிறார்கள்', 'குருமகாராஜ் ஜோதி வளர்க்க / குடும்பம் பட்டினி கிடக்க', 'சிவன் / என்றென்றும் / நர்த்தன சிங்கார ரூபன்தான்', 'வசந்தம் வருகிறது / வண்ணத்துப்பூச்சிகள் சிறகடிக்கிறது / வாழ்வரசிகள் கூடுகிறார் / ஆசைப்பட்டு' என விக்ரமாதித்யன் கண்ட அழகிய கனவுகள், அவரது குறுங்கவிதைகளும், கவிதைகளின் முடிப்புகளும்.

விக்ரமாதித்யன் கவிதை உலகம் லௌகீகமானது. லௌகீகமாகத் தொடங்கி லௌகீகமாகவே நிறைவும்கொள்பவை. அதன் வெற்றியும் தோல்வியும் உலகியலே. கவிதையின் அன்றாட உபயோகத்தன்மை குறித்து அதிகம் தன் கவிதைகளில் விசனப்பட்டவர் விக்ரமாதித்யன். ஆனால் அவர் கவிதைகள் பயன்பாட்டு மதிப்புகொண்டவைதாம்.

'வேலையில்லாதவன் / கைலியுடுத்திக் கழிக்க / வெள்ளைச் சேலையுடுத்திக் கிழிப்பாள் / கோவணமாகிறது' என நறுங்கி, நறுங்கிச் சிதையும் வாழ்க்கையைத்தான் தீராமல் எழுதுகிறார் விக்ரமாதித்யன். மிக விரக்தியுடன் பேசினாலும், மிகக் கழி விரக்கம் கொண்டாலும், மிகவும் அலைக்கழிவுற்றாலும் உயிர்ப்புக்கான பெருந்தீயை அவியவிடாமல் உள்ளோட்டத்தைத் தக்கவைத்திருப்பவை. எல்லாம் மாறும் என்ற ஞானம், அதே

வேளையில் மாறிவிட்டதைப் பற்றிய புலம்பல், மாறாத இயற்கை பற்றிய நிம்மதி என பூமியின் அத்தனை பருவங்களையும் கொண்டவை இவரது கவிதைகள். தீ என்ற படிமத்தை அவர் விதவிதமாகத் தனது கவிதைகளில் ஏன் தொடரவேண்டும்; இத்தனை வாதைகளைக் கவிதைகளில் வடித்த அவரால், 'சிட்டுக்குருவிக்கு ஜே' என்று எப்படி கோஷம் போடமுடிகிறது?

விக்ரமாதித்யன் லௌகீகத்துக்கு அப்பால் எழுதிய அபூர்வமான கவிதைகளில் ஒன்று இதுவென்று சொல்வேன்:

'அடைத்திருந்த கதவைத் தட்டி / திறக்கச் செய்தது இயல்பூக்கம்/ உட்புகுந்து பரவிநின்ற வெளிச்சத்தையும் / உடன்வந்து சிலிர்க்க வைத்த காற்றையும் / உள்வாங்கி அனுபவித்த காற்றையும்

ஒரு பசி தெரிந்து / உயிர்ப்பசி உணர்ந்து / ஓருயிர் உருகும்/ ஊழுழிக் காலமாக

ஓருயிர் / ஆருயிரென உணர்வது / பேருயிர்' என்பது வரை விக்ரமாதித்யன் பூமிக்கு மேலே சற்றுப் பறந்து தாக்குப்பிடிக்கிறார். அடுத்து 'பேருயிரின் பிரச்சினைகள் / பெரியவை / அவர்கள் பேசுவது / பகவத் கீதை / பின்னால் இருக்கிறது / பாதுகாப்பான வாழ்க்கை' என்று இறங்கிவிடுகிறார். அது அவரது இறக்கம். அவர் கவிதைகளில் வரும் பிராணிகள், பறவைகள், வண்ணத்துப்பூச்சி உருவகங்கள் எல்லாமே தனித்துவமான உயிர்கள் அல்ல. அன்றாடத்தில் மாட்டிச் செக்கிழுக்கும் சுயத்தின் ஸ்திதியைக் குறிக்கும் உருவகங்கள்தாம்.

விக்ரமாதித்யனின் கவிதைகளின் உள்ளடக்கமும் வெளிப் பாடும் பெண்குழந்தைகளைப் போல, தொடக்கத்திலேயே நெடு நெடுவென்று வளர்த்தி காட்டியவை. அவரது முதல் தொகுப்பில் எழுதிய 'கொடை' கவிதை, அவரது உலகம் பின்னர் அடைந்த முழுமையின் சகல தீற்றல்களையும் கொண்டவை. தமிழ் மரபின் ஓசை, உள்ளார்ந்த ஒலிநயம், மரபிலக்கியத்தின் வார்த்தை வளம் மற்றும் குறிப்புணர்த்தல்கள், பேச்சுத் தமிழின் துடி, தன்னெழுச்சி, பாடல் தன்மை, உள்ளோட்டம் எல்லாம் கூடிய மொழி அவருக்கு அவரது ஆரம்பகால கவிதைகளிலேயே சித்தித்துவிடுகிறது. புதுக்கவிதை அதுவரை தேய்வழக்குகள், அலங்காரம், சுமை என்று தவிர்த்து வந்த அத்தனை குணாம்சங்களையும் விக்ரமாதித்யன் தன் சௌந்தர்யங்களாகச் சூடி, தமிழ்மரபின்

தொடர்ச்சியாக ஒரு மக்கள் கவிஞனாவதற்கான அத்தனை நம்பிக்கைகளையும் இக்கவிதை மூலம் அளிக்கிறார். தமிழ் வாழ்க்கையின் சித்திரங்களும் சத்தங்களும் அபூர்வமாகப் பதிவான இயற்கைக் கவிதை அது. 'ரிப்பேர்... குடை ரிப்பேர்...' என்று தமிழ் நவீன கவிதையில் தமிழ் வாழ்க்கையின் சத்தம் அநேகமாக முதல்முறையாகக் கேட்கிறது. அதே தொகுதியில் இடம்பெற்ற, விக்ரமாதித்யன் என்றாலே நினைவில் வரும் 'சுவடுகள்' கவிதையும் அத்தகைய அழகைக் கொண்டதுதான். 'வரும் வழியில் / கண்டெடுத்த / கல்வெள்ளிக் / கொலுசு ஒண்ணு/ கற்பனையில் வரைந்த / பொற்பாதச் சித்திரத்தை / கலைக்க முடியலியே இன்னும்.' இந்தக் கவிதை, தமிழ் நவீன இலக்கியத்தைப் பொருத்தவரை அழகியல்பூர்வமாக, எந்தவிதச் சிரத்தையும் வெளித்தெரியாமல் அநாயசமாக நடந்த ஒரு சாதனை. இப்படி வேக வளர்த்தி காட்டும் விக்ரமாதித்யன், தனது ஐந்தாவது தொகுதியான 'திருஉத்திரகோசமங்கை'யில் எழுதிய 'நவபாஷாணம்' நெடுங்கவிதையில் பரிபூர்ணத்தை அடைவதோடு தன் எல்லைகளையும் உறுதியாக வரையறுத்து விடுகிறார்.

'நவபாஷாணம்' மூலமாக தன் கவிதையின் உச்சத்தை அடைந்த விக்ரமாதித்யன் அதற்குப் பிறகு தான் அடைந்த உச்சியில் வெகுகாலமாக 'மகாகவிஞன்' என்ற சுயநிர்ணயத்துடனும் இறுமாப்புடனும் ஓய்வுகொள்கிறார்.

தமிழ்க் கவிதை மரபின் நீண்ட நெடிய தொடர்ச்சியின் கடைசிக் கண்ணியாகத் தன்னைப் பாவிக்கும் புதுக்கவிஞனான விக்ரமாதித்யன், வாழ்க்கைப் பார்வை, உள்ளடக்கம் சார்ந்து நவீனத்துக்கும் மரபுக்கும் இடையிலான திரிசங்கு நிலையில் இருக்கிறார். யாத்திரையில் இருக்கும்போது வீட்டைப் பற்றிய ஞாபகம்; வீட்டிலிருக்கும்போது யாத்திரை பற்றிய ஞாபகம்; மனம் செல்லும் இடத்தில் உடல் இல்லை; உடல் செல்லும் இடத்தில் மனம் இல்லாமல் போகும் திரிசங்கு நிலைதான் விக்ரமாதித்யனின் வாழ்வும் கவிதையும். மனமும் உடலும் அபூர்வமாக ஒத்திசைந்திருக்கும்போதான கவிதைகளையும் அவர் எழுதியிருக்கிறார்.

நாடோடி, சித்தர், யாத்ரிகர் என விக்ரமாதித்யனுக்குப் பல படிமங்கள். வாழ்க்கை அவரை நாற்திசைகளிலும் தூக்கியெறிந்து

சிதறடித்திருக்கிறது. ஆனால் தனது இதயத்துக்கு அருகில் அவர் காலம்காலமாகப் பராமரித்துவரும் சுயத்தை, தனது செருப்பைப் போலவோ உடைகளைப் போலவோ தொலைக்கவே முடியாதவர் விக்ரமாதித்யன். அந்தச் சுயம்தான் விக்ரமாதித்யன் என்ற கவிஆளுமையின் சொர்க்கமும் நரகமும்.

இம்மைக்கு அம்மை, மறுமைக்கு மனைவி, வாழையடி வாழையாக வாழ்ந்து கொய்யாப் பழம் என்னும் செழுமையான வாழ்வைக் கொய்ய தன் கவிதைகள் வழியாகவும் வாழ்வின் வழியாகவும் தொடர்ந்து துடித்துக்கொண்டிருப்பவர்தான் விக்ரமாதித்யன். எந்தப் பாம்பும் முழுசாய்க் கடித்ததில்லை என்று விக்ரமாதித்யன் தன் கவிதையில் விசனித்திருக்கிறார். ஆனால் விக்ரமாதித்யனைக் கவிதை முழுமையாகக் கடித்திருக்கிறது. இல்லையெனில் ஒரே நேரத்தில் கழுத்தில்மாலையாகவும் காலைச் சுற்றும் பாம்பாகவும் அவருக்குக் கவிதை ஆகியிருந்திருக்காது.

□

7

சிரிக்கத் தொடங்கும் யாளிகள்

முன்னம் பழைமையிலிருந்தும் மீண்டும் நம்மை, நமது வாழ்வைப் பரிசீலிக்க ஆரம்பிக்கலாம். பழையதென்றும் மரபென்றும் தளையென்றும் மெய்யியலென்றும் மதமென்றும் சடங்கென்றும் நாம் ஒதுக்கியதில் இன்றை, இப்பொழுதை உயிர்ப்பிக்கும் வஸ்துகள் ஏதாவது மிஞ்சியுள்ளதா? இன்றைக்கான குணமூட்டியோ, எதிர்காலத்திற்கான தீர்வோ இருக்கிறதா என்றும் பார்க்கலாம்.

'காலடியில் ஆகாயம்' தொகுதியில் ஆனந்தின் சிறந்த கவிதைகளில் ஒன்றான 'எல்லாமும் எப்போதும்' கவிதையில் கவிதைசொல்லி மண்ணுக்குள் போகிறான். மண்ணுக்குப் போன பின்பு உளிச்சத்தம் கேட்க மேலும் அடியில் செல்கிறான். அவனது பாட்டன் ஒரு சிலையை முடிக்கும் தருவாயில் இருக்கிறார். அது அவனது சிலையாக இருக்கிறது. மேலும் கீழே செல்கிறான் கவிதைசொல்லி, அங்கே சிற்பியாக கொள்ளுப்பாட்டன் அமர்ந்திருக்கிறார். அங்கே பாதி செதுக்கப்பட்ட அவனது சிலை இருக்கிறது. மேலும் இறங்க இறங்க கடைசியில் கவிதை சொல்லியே சிலை செய்துகொண்டிருப்பதைப் பார்க்கிறான். அந்த நான், செய்து கொண்டிருந்தது கவிதை சொல்லியின் மகனுடைய சிலை.

ஆனந்த் உருவாக்கியிருக்கும் இளவரசி கவிதைகள் நம் மண்ணுக்குள் புதையுண்டு போனவற்றைத் தேடிப் போவதைப்

போல இருக்கின்றன. நவீன கவிதை உதிர்த்து விட்ட சந்தம், உணர்வெழுச்சி, பாடல் பாவம் மற்றும் பழம் படிமங்களைக் கொண்டு ஆனந்த் தனது இளவரசியைப் படைத்துள்ளார்.

இளவரசி கவிதைகளில் காணக்கிடைக்கும் நிலப்பரப்பு, இயற்கை, வாழ்க்கை, படிமங்கள் அனைத்தும் தற்காலத்தினுடையது அல்ல. ஆழ்மனத்தின் நினைவுப் படிமங்களால் நிறைந்த உலகம் என்று அதைச் சொல்லலாம். அவையெல்லாம் எப்போதாவது வெளியில் இருந்ததா? என்ற கேள்வியையும் வாசகன் கேட்கலாம். பதில் புகைமூட்டமாகவே கிடைக்கும். ஆனந்தின் கவிதையான 'வழியில் தங்கியவர்கள்' வழியாகவே உரைத்துப் பார்க்கலாம். கோயிலும் போய்விட்டது. குன்றும் போய்விட்டது. இரண்டும் போய்விட்டதை சூரியன் அறியும். கோயில் போனால் போகட்டும் எனலாம். குன்றும் அதனோடு எப்படிப் போயிற்று? என்று கேட்கலாம்தானே. குன்று பழசா என்ன?

இக்கவிதைகளில் சொல்லப்படும் இளவரசனின் தனிமையும் இளவரசி உணரும் தனிமையும் நேற்றும் இன்றும் நாளையும் எப்போதும் புதிதாக இருக்கும். இளவரசி தேடும்போது இளவரசன் தொலைந்தவனாக இருக்கிறான். இளவரசனும் தேடித் தேடி நெடுங்காலம் காத்து சலித்தவனாகத் தென்படுகிறான். உறவுகள், திடப்பொருளின் உறுதியை இழந்து எல்லாம் நீர்மமாகக் கையிடுக்கில் வழிந்துவிடும் குறுக்கும்நெடுக்குமான தகவல்தொடர்பு ஊடிழைகளுக்குள் தொலைந்து மறைந்துவிடும் காலத்தில் நாம் இருக்கிறோம்.

ஆதியில் ஒரு பெண், தன் காதலனுக்காக; ஆண், தன் காதலிக்காக; காத்திருந்த காலத்தின் இடைவெளி அதிகம். இன்று அந்தக் காத்திருப்பின் இடைவெளியை தொழில்நுட்பம் மூன்று நொடிகளாக, ஒரு நொடியாக மாற்றியிருக்கிறது. ஆனால் காத்திருப்பின் நிறையும் வலியும், அதனால் உணரநேரும் தனிமையும் பரிதவிப்பும் மாறவேயில்லை.

குன்று பழசா என்ன? என்று கேட்கலாம் தானே.

உறவுகள் ஆவியாக மாறப்போகும் காலத்திலும் அந்தக் காத்திருப்பின் நிறையும் வலியும் தொடரப்போவது உண்மை. அந்த வலியை, கூடும்போது உருவாகும் களிப்பை, ஒரு புதிய உயிரின் பிறப்பை ஒரு புதிய காலத்தின் பிறப்பை, ஒரு புதிய பிரக்ஞையை அந்தப் பிரக்ஞையால் உருவாகப் போகும் புதிய

உலகத்தைக் கனவு காணும் எதிர்காலவியல் கவிதைகள் என்று இளவரசி கவிதைகளைச் சொல்வேன். இங்கே முத்தங்கள் இருக்கின்றன. கலவி இருக்கிறது. காமம் இருக்கிறது. ஆனால் இளவரசியின் உலகில் புணர்ச்சியால் குழந்தைகள் பிறப்பதில்லை. மலரிதழ்கள் சந்தித்துப் பிரியும் கருவறையில், பச்சிலைச் சாறுகளில், பகல் போய் மாலை கவியும் நேரத்தில் பிறப்பு நிகழ்கிறது.

இக்கவிதைகளில் இளவரசி தனிமையை நிரப்புபவளாகவும் தனிமையைக் கொண்டு வருபவளாகவும் இருக்கிறாள். ஒளியை அழைத்து வருபவளாக இருளோடு இருப்பவளாக இருக்கிறாள். அனைத்தும் தெரிந்தவளாக அஞ்ஞானத்தின் வடிவாகவும் இருக்கிறாள். இயற்கையாக, எல்லாவிதத் தோற்றங்களுக்கும் அடிப்படையாக இருக்கிறாள். ஆதியிலிருந்து ஆணின் மனதில் பெண் குறித்துள்ள அச்சத்தையும் வரையறுக்க இயலாத தன்மையையும் கொண்டவளாகவும் நிச்சயத்துக்கும் அநிச்சயத்துக்கும் இடையே நீண்டபடியும் வசீகரமாகவும் அழகாகவும் அச்சமாகவும் இருக்கும் பெண் உருவம் இங்கே கொண்டாடப்படுகிறது. பிறந்தவுடன் மின்னும் விளக்கைப் பழமென்று முழுங்கிய இளவரசி ஒளிவட்டத்துடன் நடந்துவர இருளிலிருந்து அவளை வரையறை செய்ய முயலும் குரல்கள் கேட்கின்றன. நீ ஒரு... நீ ஒரு.... நீ ஒரு... என்று வரையறுக்க முயலும் குரல்கள்.

ஆதி நீதி நூல்கள், இதிகாசங்கள் முதல் இன்றைய விளம்பரம் வரை உடலாக, தீர்க்கப்பட வேண்டிய இச்சையாக வரையறுக்க வொண்ணாமல் ஆனால் வரையறுக்க முயலப்பட்டுக் கொண்டே இருக்கும் இளவரசி அவள். வாழ்வின் தோற்றம் மற்றும் நினைவுகளால் பாதிக்கப்படாமல் மீண்டும் தன் ஒளிவிரித்து தன் ஆழம் கண்டு அற்புதத்தில் நிறையும் இளவரசியைக் காண்கிறோம். ஆனந்தின் கனவும் எப்போதைக்குமான பாடுபொருளான இன்றில் இக்கணத்தில் முகிழும் இளவரசி அவள். இத்தருணத்தில் தெய்வமாகப் புனிதபடுத்தி, தாய்மையாக வழிபாட்டுப் பொருளாக்கி, காதலியாக மனைவியாக வெறும் உடைமையாக்கி, போகவஸ்துவாய் சந்தையில் ஆக்கப்படும் இளவரசி அல்ல அவள். வரையறுக்க முடியாத, எல்லையில்லாத ஆற்றலின், நினைவுகளையெல்லாம் உதிர்க்கச் செய்யும் ஒளியின்

அடையாளம்தான் இளவரசி. அவளை நிறைத்து அவனும் நிறைபவன்தான் இளவரசன்.

அவரவர் கைமணல், இரண்டு சிகரங்களின் கீழே தொடங்கி காலடியில் ஆகாயம், நான் காணாமல் போகும் கதை, காலவெளிக் காடு, அளவில்லாத மலர் என ஆனந்த் மேற்கொண்ட பயணத்தின் மிக நுட்பமான விளைவுதான் இளவரசி கவிதைகள். 'கடவுளர் மானுடருடன் பேசி மகிழும் கருகாத, நிழல் கோடுகளால் பிரிக்கப்படாத உலகம்' இளவரசியினுடையது. நினைவின் எந்தச் சுமையும் இல்லாமல் ஓடும் சிறுவனாக நாமும் நம் உலகமும் இருக்க நினைக்கும் கனவு ஆனந்தின் கனவு இது. அனைத்தும் அறிந்ததும் எதுவுமே அறியாததுமான அற்புதப் பாழ்நிலையை நோக்கிப் படிப்படியாக ஆனந்த் தொடங்கிய யாத்திரையென்று அவற்றைச் சொல்லலாம்.

அன்பு, காதல், உறவு, மேன்மை, மகிழ்ச்சி எல்லாவற்றையும் நற்பண்புகளாக திருவள்ளுவர் பேருந்தில் திருவள்ளுவர் படத்தைப் போல சமூகம் நம் மனச்சுவரில் தொங்கவிட்டுள்ளன. ஆனால் அவற்றின் உடன்நிகழ்வுகள் மற்றும் சிக்கல்களைப் புரிந்து கொள்ள நமக்கு எளிய கருவிகள் கூட சமூக அறிவுத்தளத்தில் உருவாக்கப்படவே இல்லை. நம்முள்ளேயே பெருகும், நாம் எப்போதும் உணரும் பிரிவாற்றாமை, வெறுப்பு, சிறுமை, தனிமை, பயம் ஆகியவற்றை எப்படி பகுத்தறிவது என்பதை நாம் அறிந்துகொள்ளவேயில்லை. மரணத்தையும் பிரிவின் நினைவு களையும் எப்படி எதிர்கொள்வது? அன்பைவிட உண்மையில் வலிதரும், நம் சுயத்தையே கலைத்து நசுக்கும் ஆயுதக்கருவி இவ்வுலகில் வேறு என்னவாக இருக்கமுடியும்?

மனித உயிர் வெறும் சமூக, குடும்ப, உற்பத்தி அலகு மட்டும்தானா? பெயர்கள், சாதி, மதம், இனம், தேச அடையாளங் களாலான ஆன சமூகத்தன்னிலை மட்டும்தானா? அப்படியானால் கலையும் இலக்கியமும் ஆன்மிக தத்துவ விசாரணைகளும் ஆடம்பரம்தானா? நினைவுகளின் சுமைகளைக் கொண்ட இறந்தகாலம், எத்தனை போர்களுக்கு எத்தனை மோதல்களுக்கு எத்தனை முரண்பாடுகளுக்கு இன்றும் தொடர்ந்து காரணமாகி வருகிறது? நூற்றாண்டு துக்கங்களை அவன் அல்லது அவள், ஏன் பொருக்காக விடாமல் நிணம் வழிய வழிய நக்கிக் கொண்டே இருக்க வேண்டும்? டால்ஸ்டாயின் கதையில் ரம்பத்தை நக்கி நக்கி நாக்கில் ரத்தம் வரவைக்கும் நாயைப் போல.

ஒரு காட்சி... ஒரு நிகழ்ச்சி... ஆனால் காணும் கண்களால் எத்தனையெத்தனை கதைகளாகப் பெருகுகிறது. அப்படியானால் மெய்காட்சி என்பது என்ன? மெய்யனுபவம் என்பது என்ன?

மனிதன் இன்று, இங்கே இக்கணத்தில்தான் வாழ்கிறான் என்று மேலோட்டமாகத் தான் சொல்லமுடிகிறது. திட்டவட்டமாக அல்ல. அவனால் ஏன் தமக்கு முன்னால் உள்ள எளிய அழகுகளைக் கூடக் காணமுடியவில்லை. தன் முன்னர் பூக்கும் சிறுகணங்களை பெரும்பாலான மனிதர்களுக்குஏன் ஸ்பரிசிக்கவே இயலவில்லை.

ஏனெனில் அவன் நிகழ்கணத்தில் முழுமையாக இல்லை. நிகழ்கணத்தில் இருந்தால் போர்கள் இருக்காது. அமில வீச்சுகள் இருக்காது. முரண்பாடுகள் இருக்காது.

இவையெல்லாம் மிக அழகான கனவுகள் தானே. அருமையான தீர்வுகள் தானே. ஆனால் ஆனந்த் தனது நூல்கள் வழியாக இந்தப் பிரச்சினைகளை எதிர்கொள்ளும் முறைபாட்டுகளைப் பற்றிப் பேசும்போது அவரது மொழி எளிமையாக இருந்தாலும் அவை ரகசியமானதும் மிகுந்த போராட்டத்தை வேண்டுவதுமான வழிமுறைகளாகி விடுகின்றன. அதனாலேயே அவை கவிதைகளாகி விடுகின்றன. கிட்டத்தட்ட அரசாங்கம், நிறுவனங்களுக்கு எதிரான வழிமுறைகளாகவும் ஆகிவிடுகின்றன.

அங்கே நீர் துளி பாதரசமாகிறது
மயிலிறகு மழைத்துளிகளாகின்றன

ஆனந்தின் அறையில் ஆயுதங்கள் இல்லை, தளவாடங்கள், வரைபடங்கள் இல்லை. ஆனால் போர் நடக்கிறது. அது வழக்க மாகச் சொல்லப்படும் தர்ம யுத்தமும் அல்ல. 'மனம்' என்றும் 'நான்' என்றும் சொல்லப்படும் நினைவுத்தொகுதிகளைக் கலைத்து மனச்சுயத்தை விலக்கி, இன்றில் இக்கணத்தில் திளைத்துக் கொண்டிருக்கும் உயிர்த்துவம் மிக்க 'நான்'ஐத் தேடும் யுத்தம் அது. அங்கே ஆனந்தின் எழுத்துகள் கவிதை என்ற வடிவிலும், கட்டுரை என்ற வடிவிலும் நாவல், சிறுகதை வடிவிலும் கிடக்கின்றன. ஆனால் அவற்றை ஆனந்த் மேற்கொண்ட யாத்திரையின் குறிப்புகளாகவே நான் வாசிக்க முயலுகிறேன்.

அவரது நம்பிக்கையை நானும் பகிர்கிறேன். மனிதன் மீண்டும் பிரக்ஞையில் பிறக்க வேண்டியிருக்கிறது.

□

8
தேவதச்சன் என்னும் மஞ்சள் புத்தகம்

எழுபது எண்பது வருடங்களாகிவிட்ட ஒரு கலைவடிவத்தில் செயல்படுபவர்களையும் அவர்களது படைப்புகளையும் சேர்த்துப் பார்க்கும்போது ஒரு மரபைக் காணும் விழைவும் அந்தப் படைப்புகள் அந்த மரபின் தொடரிழையாகத் தெரியவருவதுமான விசேஷ அனுபவம் ஏற்படுகிறது. 30, 40 ஆண்டுகளுக்கு மேல் புத்தூக்கத்துடனும் நம்பிக்கையுடனும் நவீன கவிதை என்னும் ஊடகத்தில் செலவழித்த தேவதச்சனின் கவிதைகளை ஒட்டுமொத்தமாகப் படிக்கும்போது அதன் வெவ்வேறு பருவங்கள், மாறும் அழகுகள், தரையிறங்கிக் கனியும் கோலங்களைப் படிப்பது தண்ணீரில் அழுத்தும்போது ஏற்படும் மூச்சுமுட்டலையும் துக்கத்தையும் இறந்து பிறந்து இறந்து இறந்து எழும் துய்ப்பையும் தருவதாக இருந்தன. தேவதச்சனின் ஆரம்பகாலக் கவிதைகளிலிருந்து சமீபத்தில் எழுதிய இருபது முப்பது கவிதைகள் வரை வாசிக்க நேர்ந்தபோதுதான், புதுக்கவிதையிலும் புதுமைப்பித்தனின் ஒரு மரபு தொடர்வதன் தடயங்கள் கிடைத்தன. அறிவும் விமர்சனமும் அழகும் உணர்ச்சியும் இயல்பாய் சேரும் பாதை என்று அந்த தடத்தைத் தற்போது குறித்துக் கொள்ளலாமா? பிரமிள், சுந்தர ராமசாமி, ஞானக்கூத்தன், கலாப்ரியா, ஆத்மாநாம் என அந்தப் பாதையிலிருக்கும் மரங்களை எண்ணிப் பார்க்கிறேன். அங்கேதான் தேவதச்சனின் துவக்கமும் உள்ளது.

வாழ்வு
சாவெனத் தன்
வேசம் மாற்றிக் கொள்ளுமுன் உன்
சீட்டைக் காலி பண்ணு
நீ பாத்திரம் அது
பார்வையாளனெனத் தலை கீழாய்
நாடகம் மாறப்போகிறது

ooo

என்றும்
சோற்றால் பசியை
ஜெயிக்கணும் என்றால்
பசியால் சோற்றை
ஜெயிக்கணும் தான்.

தேவதச்சனின் புகழ்பெற்ற தொடக்க காலக் கவிதைகளுள் ஒன்றான இந்தக் கவிதைக்குள் புதுமைப்பித்தனின் எதிரொலி இருக்கிறது. புதுமைப்பித்தனின் 'செல்லும் வழி இருட்டு' என்பதன் தொடர்ச்சிதானே... பிரமிளின்

பாலை

பார்த்த இடமெங்கும்
கண்குளிரும்
பொன்மணல்
என் பாதம் பதித்து
நடக்கும்
இடத்தில் மட்டும்
நிழல் தேடி
என்னோடு அலைந்து
எரிகிறது
ஒரு பிடி நிலம்.

ooo

கணிதம் போன்றும் தத்துவம் போன்றும் தோற்றம் கொடுக்கும் 'அவரவர் கைமணல்' கவிதைகளை முதலில் படித்திருந்தேன். சுந்தர ராமசாமி ஆசிரியராக இருந்து கொண்டு வந்த காலச்சுவடு சிறப்பு மலரில் வெளிவந்திருந்த கவிதைகளில் 'இலையைப்

பிடிக்கும்போதெல்லாம் நடனம் நின்றுவிடுகிறது என்ற வரி கொடுத்த துயரம் எனக்கு இன்னமும் ஞாபகத்தில் இருக்கிறது. இதற்குப் பின்னர் சில வருடங்கள் ஆகியிருக்கலாம்.

காலச்சுவடில் 'தீராமலர்' என்ற பெயரில் அந்தக் கவிதைகள் கிட்டத்தட்ட பத்து பக்கங்களில் வெளிவந்தன. அந்தக் கவிதைகள் தான் புதிய தலைமுறைக்குள் ஒரு புதிய முதிர்ந்த கவிஞனையும் கவிதைகளையும் அறிமுகப்படுத்தின என்று நினைக்கிறேன். அதைத் தொடர்ந்து தேவதச்சன் அவரது கவிதைகளில் வரும் எல்லாப் பொருட்களையும் போல நகர்ந்துகொண்டே இருக்கிறார்.

ஒரு இடையன்

ஒரு இடையன்
பத்துப் பனிரெண்டு ஆடுகள்
ஒரு இடையன்
பத்துப் பனிரெண்டு ஆடுகள்
ஆனால்
எண்ணிறந்த தூக்குவாளிகள்
எண்ணிலிறந்த மழைகள்
எண்ணிலிறந்த தலைப்பாகைகள்
எண்ணிலிறந்த தலைப்பாகைகள்
எண்ணிலிறந்த காற்றுகள்
எண்ணிலிறந்த தொரட்டிகள்
எண்ணிலறந்த பகல்கள்
ஒரு இடையன்
பத்துப் பனிரெண்டு ஆடுகள்
ரயில்வே கேட் அருகில்
எப்படா திறக்குமென்று

இந்தக் கவிதை எனக்கு இன்றைக்கும் கொடுக்கும் காண் அனுபவம் பெரியது. உண்மையில் அது என் போன்றவர்களிடம் செய்தது புரட்சி. எல்லாமே தெரிந்தவை. பழசும் புதுசுமாய் கலந்தவை. ஆனால் முற்றுப்புள்ளி இல்லாத இந்தக் கவிதை போலவே நமது அனுபவத்தை அந்தரத்தில் வைத்துவிடும் மாயத்தைச் செய்துவிடுகிறார் தேவதச்சன்.

கண், செவி, மூக்கு, விரல்கள், நாக்கு என ஐந்து புலன்களையும் தொடும் மகிழ்விக்கும் கவிதைகள் தேவதச்சனின் கவிதைகள் என்று சொல்லலாம். அறிவை ஒரு முகமறைப்பைப் போல

திரைச்சீலை போல மெல்லிய ஆபரணத்தைப் போல இல்லாதது போல தோன்றும் இருப்பாய் தன் கவிதைகளில் வைத்துள்ளார். தமிழ்க் கவிதையில் அதுவரை கவிதை சொல்லியாக இருந்த சமூகவயமான நானின் இடத்தை பறவை உட்காரும் கிளைகளில் தண்ணீரில் துள்ளும் தவளையின் கல்லின் இடத்தில் வைத்துவிடுகிறார். அறம் பாவம் என்னும் அருங்கயிற்றுக் கட்டிலிருந்து தமிழ்க் கவிதையை முற்றிலுமாக விடுவித்தவர் தேவதச்சன் என்று சொல்லலாம். அதனால் தான் தேவதச்சனின் கண்கள், துண்டிக்கப்பட்ட காண்நிலைகளை உணர்நிலைகளை அதன் வேதிவினை துவங்கும்போதே பார்க்கிறது.

தேவதச்சன் தரும் அனுபவம் பச்சையாக மஞ்சளாக இருக்கின்றன. மிகச் சிறிய யானைக்குட்டி மற்றும் வேப்பங்கன்றின் மேல் அந்தக் கண்களால் தான் கவனம் குவிக்கமுடிகிறது. தேவதச்சனின் கவிதைகளை பெருஞ்சமூகம் படிக்காத வேறொரு மஞ்சள் புத்தகமாகவும் படிக்கமுடியும்.

இடம் மணமாக, உணர்ச்சி பேரோலியாக மாறும் ரகசியப் புத்தகம் அது. பல்வேறு கதவுகள் திறந்து ரகசிய அறையில் கபாட புரத்தில் இருக்கும் கருநாவல் பழத்தை அவர் தொடும்போது அந்தப் பிசுபிசுப்பு நம்மையும் அதனால்தான் தழுவிக்கொள்கிறது.

நள்ளிரவில்

நள்ளிரவில்
மங்கிய மஞ்சள் ஒளி
ரயிலில்,
திடீரென்று கொட்டிப்
பரவுகிறது
நறுமணத் திரவம்
எல்லோரும் இறங்கி
எல்லோரும் ஏற
கிளம்பியது ரயில்
வாசனையூரிலிருந்து, என்றும்
தண்டவாளத்தில்
இல்லாத
வாசனை ஊர்களிலிருந்து...

○○○

இலக்கியப்பூர்வமான உரைநடையோடு பேச்சுமொழியை சரியாக வைப்பதும் தேவதச்சன் தரும் அபூர்வ புலன் அனுபவங்களில் ஒன்றே. அத்துவான வெளி என்று தென் தமிழகத்தில் சொல்லப்படுவதை அவர் அத்துவான வேளையாக தன் உலகுக்குள் செரித்து வெளிப்படுத்துகிறார். எப்படா திறக்குமென்று, எப்பவாவது, என்னவோ என எத்தனையோ நிறங்களும் உணர்வுகளும் நினைவுகளும் கொண்ட பேச்சுமொழியை இவர் ஒரு சிட்டிகை இடும்போது கரிசல் கதை சொல்லிகளில் ஒருவராக ஆகிவிடுகிறார்.

இன்னும் தாதி கழுவாத

இன்னும்
தாதி கழுவாத
இப்பொழுதுதான் பிறந்த குழந்தையின்
பழைய சட்டை என்று ஏதும் இல்லை
பழைய வீடு என்று ஏதும் இல்லை
மெல்லத் திறக்கும் கண்களால்
எந்த உலகை
புதுசாக்க வந்தாய், செல்லக்குட்டி, அதை
எப்படி ஆக்குகிறாய், என் தங்கக்கட்டி.

அறிவார்த்தமான திகைப்பு முதல் பகுதியில் இக்கவிதையில் இருக்கிறது. உண்மையும் இருக்கிறது. எந்த உலகைப் புதுசாக்க வந்தாய் செல்லக்குட்டி அதை எப்படி ஆக்குகிறாய் தங்கக்கட்டி என்னும்போது அது பாடலின் மனவிரிவை அடைந்துவிடுகிறது.

அம்மா இறந்த வீட்டில் நள்ளிரவில் கணவனுடன் புணரும் மகளைப் பற்றிய கவிதையில் மர்மமான துய்ப்பனுப வமும் அதே வேளையில் புரிபடாத தனிமையையும் சாத்தியப் படுத்துகிறார். காலிச்சேர்கள், உறங்குபவர்கள், எல்லாவற்றையும் பார்க்க சாத்தியப்பட்ட நிலவு என அது ஒரு விபரீதத்தன்மையையும் கொண்டுவிடுகிறது. புலனாகும் பெண்மை புலனாகாத பெண்மை என விதவிதமான பெண்மைகள் பல்வேறு நிறங்களில் பல்வேறு பருவங்களில் தேவதச்சனின் கவிதைகளிலேயே அதிகமாகப் பேசப்பட்டுள்ளன.

அவர் துண்டிக்கும் காட்சிகள் உரையாடல்களுக்குள் யாருக்கும் அடைபடாமல் மனிதனை அலையவைக்கும் அலைக்கழிப்பும்

இரண்டு கிளாஸ்களில் இருக்கும் பழச்சாறுகளைப் போன்ற தனிமை உணர்வும் கிடைக்கிறது.

நினைவுத் தொடர்ச்சிக்கும் கதைக்கும் காரண காரியத் தொடர்புகளுக்கும் எதிரான நிலையில் தான் கவிதைகள் இயங்குகின்றன என்ற பிரக்ஞையை நம்பிக்கையை இன்னும் தீவிரமாக வலுப்படுத்துபவை தேவதச்சனின் கவிதைகள். துண்டித்தல், பறத்தல், காலியாதல், நிரம்புதல், மீண்டும் காலி யாகுதல் என மனதைக் கீழே விட்டு விட்டுப் பறப்பவை என்று தேவதச்சனின் கவிதைகளைச் சொல்லலாம்.

புறா படபடத்துப் பறக்கும்போது மனம் விடுத்து பறக்கிறோம் நாம். தானியங்களின் மீது ஒவ்வொரு கொத்து கொத்தும்போதும் மனம் புறாவோடு சிதறுகிறது. மனம் விடுத்து தற்கணத்தைக் கொத்த அழைக்கும் தமிழ் மொழியின் அழகிய பறவைகள் என்றும் தரைக்கு மேல் சற்று பறக்கும் வண்ணத்துப் பூச்சிகள் என்றும் தேவதச்சனின் கவிதைகளைச் சொல்வேன்.

தேவதச்சனின் கவிதைகளின் துவக்க அனுபவமாக வசீகர ஒழுங்கையும் மகிழ்ச்சியையும் ருசியையும் மென்மையையும் தருவதாகவும் ஆழத்தில் பிரபஞ்சத்தில் தொடர்ந்து நிகழும் பெரும் குழப்படி, துயரம் மற்றும் காம மூர்க்கத்தைக் கொண்ட தாகவும் உள்ளது. தேவதச்சனின் சமீபத்திய கவிதைகள் தரையிறங்கி, பூமியின் அழுக்கையும் மனிதர்களின் கண்ணீரையும் ஏற்றவையாக இருக்கின்றன.

நவீன மனிதன் ஒரு அடையாள அட்டையாக, ஒரு எண்ணாக, மர்ம நபராக சுருக்கப்படும் நிலையை அதன் துயரத்தை அவர் தீராமல் எழுதத் தொடங்கியிருக்கிறார். அவரது நேர்ப்பேச்சில் ஒரு புதிய போர்வீரனாக கனிந்திருப்பது போலவே கவிதைகளும் அச்சத்திலும் நேசத்திலும் கனிந்துள்ளது. வறல் ஆறு கவிதையில் உள்ள நம்பிக்கை இப்போதைய கவிதைகளில் இல்லை. உலகத்தின் கடைசி வரிகளை அவரும் எழுத ஆரம்பித்திருக்கிறார்.

தேவதச்சனுக்கான கட்டுரைக்காக ஒட்டுமொத்தமாகக் கவிதைகளைப் படிக்கும்போது, தற்செயலாக ரெட்டியப்பட்டி சுவாமிகள் பற்றி எழுதப்பட்ட புத்தகமும் கிடைத்தது. மனம் எல்லாவற்றையும் இப்போதெல்லாம் கோத்துப் பார்க்கிறது. தேவதச்சன் வசிக்கும் கோவில்பட்டிக்கும் ரெட்டியப்பட்டிக்கும்

கொஞ்சம் தூரம் தான். அவர் நிஷ்டை அடைந்த இடம் குற்றாலம் செண்பகாதேவி அருவி பக்கத்தில் உள்ள குகை. ஒரு வருடத்துக்கும் மேல் அவர் அங்கே இருந்ததாகச் சொல்லப் படுகிறது. கோடையில் அருவியின் தேசலான கோவண வழிசலையும் மழைக்காலங்களில் பிரளயம் போல் மூர்க்கமாக அலறும் வேகத்தையும் என பகலிரவாக எத்தனை பருவங்களில் அருவியைப் பார்த்திருப்பார் என்று கற்பனை செய்தேன்.

அவ்வளவு ரகசியமான இடங்களுக்கு எந்த ரகசியத்தைத் தேடி இவர்கள் அத்தனை இருட்டுக்கும் மரணத்துக்கும் துணிகிறார்கள்?

காலத்தின் காலிடையில் எத்தனை பேரோடைகள் ஓடியிருக் கின்றன?

ஞானம் அடைவதற்கு முன்னர் இந்தக் கட்டை கொஞ்சமா அழுதது உடையவனிடத்தில் என்று சொல்கிறார் ரெட்டியப் பட்டி சுவாமிகள்.

தேவதச்சனின் கவிதைகள் அடைந்திருக்கும் அமைதி மற்றும் கனிவுக்கு முன்னர் தான் எவ்வளவு உரக்கச் சிரித்திருக்கிறார்... இந்த உலகத்தைப் பார்த்து... கருத்துகளைப் பார்த்து... கோஷங்களைப் பார்த்து... எவ்வளவு உயரப் பறந்திருக்கிறார்... லௌகீகத்துக்கு மேலே...

தேவதச்சனால் தாக்கமுறாத இத்தலைமுறைக் கவிஞர்கள் அரிதாகவே இருக்கக் கூடும். தேவதச்சனின் நகல்கள் கூட இங்கே உருவாகிவிட்டன. தேவதச்சனின் காண்நிலைகளை நெஞ் சில் சுமந்துகொண்டே நடை சென்ற ஒரு பருவம் எனக்கும் இருக்கிறது. 'அச்சம் என்றும் மரணம் என்றும் இரண்டு நாய்க் குட்டிகள்' தொகுப்பில் உள்ள கவிதைகளில் தேவதச்சன் அந்தக் கவிதைகளின் உணர்நிலையோடு இருக்கிறார்.

தேவதச்சனின் கண்ணாடியை யார் வேண்டுமானாலும் இரவல் வாங்கலாம். ஆனால் யாருக்கும் பொருந்தாது. நிஷ்டை என்னும் கண்களை யாரும் பெறமுடியாது.

□

9
நினைவில் மினுமினுக்கும் பாதரசத் தூசிகள்

'**அ**ந்த உலகம் மிகச் சமீபத்தில் தோன்றியது. அங்குள்ள பல பொருள்களுக்குப் பெயரில்லை. அவற்றைக் குறிப்பதற்கு சுட்டிக் காட்டுவதுதான் அவசியமாக இருந்தது.' இது மார்க்வெசின் 'நூற்றாண்டு காலத்தனிமை' நாவலின் தொடக்கத்தில் மக்காந்தோ ஊரைப் பற்றி வரும் சித்தரிப்பு. கவிஞர் கலாப்ரியாவின் பிராய கால நினைவுக் குறிப்புகளான 'நினைவின் தாழ்வாரங்கள்' நூலைப் படித்து முடித்தபோது அதுகுறித்த பேச்சைத் தூண்டு வதற்கு இந்த விவரணை பொருத்தமாக இருக்கக்கூடும் என்று தோன்றியது.

காலமாற்றத்தில் நிலவுடைமை சார்ந்த செல்வ வளமுள்ள ஒரு குடும்பத்தின் சிதைவுதான் 'நினைவின் தாழ்வாரங்கள்' நூலின் மையப் படிமம். படிப்படியாக சிதையும் குடும்பம் ஒன்றின் கடைசி குழந்தையாக, படிப்படியாக நேரும் இழப்புகளில் பங்கேற்பவராகவும் நுட்பமான பார்வையாளனாகவும் இந்த நினைவுக் குறிப்புகளை எழுதிச் செல்கிறார், கலாப்ரியா.

நிலங்கள் ஒவ்வொன்றாக விலையாகின்றன. குடும்பத்தின் அந்தஸ்துக்கு அடையாளமான நகைகள், பொருட்கள் விற்கப் படுகின்றன. தலைமுறை தலைமுறையாகப் புழங்கப்பட்டு குடும்ப நினைவின் ஒரு பகுதியாகவே மாறிவிட்ட, பழைய கைவினைத்

திறனுக்கு சாட்சியாக இருந்த பாத்திரங்கள், ஓவியச் சட்டகங்கள் வெளியே போகின்றன. அக்காலத்தில் செல்வ வளமையின் அடையாளமாய் பாதுகாக்கப்படும் இரும்புப் பெட்டியும் விற்கப்பட்டு அது இருந்த இடமும் வெறுமையாகிறது. இது காலப்ரியாவின் அகத்தில் நடப்பது.

கலாப்ரியா, இச்சிதைவு குறித்து எழுதிச் செல்வது இறந்தகாலம் தொடர்பான ஏக்கத்தை உருவாக்கும் நோக்கத்தில் அல்ல பழம் பெருமைகளையும் மரபையும் கிண்டலுடன் சீண்டவும் செய்கிறார். வீட்டின் இரும்புப் பெட்டியில் இருந்த வெள்ளி நாணயம் ஒன்றை நண்பனுடன் சேர்ந்து விற்றுவிட்டு, புரோட்டா சாப்பிடுவதற்காக செல்லும்போது அவரால் இப்படிச் சொல்ல முடிகிறது. இதை நான் ஒரு கவிதையாக சில வார்த்தைகளை வெட்டி மடித்திருக்கிறேன். இக்காட்சியில் வரலாற்றின் இயங்கியல் போக்கு நிதர்சனமாகப் பதிவாகியுள்ளது.

நெல்லையப்பர் கோவிலின்
மேற்குகோபுர வாசல் அது
கழுவேற்றிமுடுக்கு என்று பெயர்
அங்கே எங்கு கழு இருந்தது
எனக்குத் தெரியாது
புதிதாக ஆரம்பிக்கப்பட்டுள்ள
ஆபிரகாம் ஓட்டலில்
ரெண்டு ரொட்டியும்
சால்னாவும்
90 பைசா.

தனது பழைய வீட்டின் இடிபாடுகளை உதிர்த்தபடி சமூக கலாசார மாற்றங்கள் சுழிக்கும் முச்சந்தி வெளி அவனை வசீகரிக்கிறது. அங்கே பழையவை, கனத்த நினைவுகளுடனும் துக்கத்துடனும் தன்னுடன் சேர்ந்திருக்கும் கதைகளை மிச்சம் வைத்துவிட்டு மறைந்துகொண்டிருக்கின்றன.

கலாப்ரியா என்ற கவிதை ஆளுமையின் நிகழ்வு, தமிழகத்தில் சமூக அரசியல் கலாசாரத் தளங்களில் ஏற்பட்ட குறிப்பிட்ட எழுச்சி மற்றும் பண்பு மாற்றங்களுடன் தொடர்புடையது. நிலவுடைமை சார்ந்த மதிப்பீடுகளும் உற்பத்தி உறவுகளும் பலவீனப்பட்டு, நவீன மயமாதலும் அதுசார்ந்த மதிப்பீடுகளும் எழுச்சிபெறும் காலம் கலாப்ரியாவினுடையது. சமத்துவத்தை வலியுறுத்தி பகுத்தறிவு இயக்கம் முன்னெடுத்த வெகுமக்கள் எழுச்சியும்

அதுபெற்ற அரசியல் அதிகாரமும், சமூகப் பிரிவினைகளைத் தளர்த்தி நவீன கல்வியின் மூலம் கடைப்பட்டோரும் மேம்படும் வழிகள் திறக்கப்பட்ட சரித்திர நிகழ்வு அது. இக்காலகட்டத்தில் தான் பாகுபாடுகள் நிலவிய மரபான பொதுவெளிகள் உணவு விடுதிகள், திரையரங்குகள், பொருட்காட்சிகள், அரசியல் மேடைகள் ஆகியவை உருவாகின்றன. புதிய வண்ணங்களுடன் புதிய துக்கம் மற்றும் பிறழ்வுகளுடன் குறுக்குமறுக்கான உறவுச் சமன்பாடுகள், கொண்டாட்டங்கள், பிரத்யேகச் சடங்குகள் மற்றும் குழுக்குறிகள் தோற்றம் கொள்கின்றன. (அப்போது அறிமுகமான பொருட்களுக்கும் நம்பிக்கைகளுக்கும் திடத்தன்மை இருந்தது. விநோதத்தின் கண் சிமிட்டலுடன் அவை இருந்ததை உணரமுடிகிறது.) இந்நிகழ்வுகளில் சராசரி பங்கேற்பாளனாகவும் நுட்பமான பார்வையாளனாகவும் ஒரு சாதாரணனாக கலாப்ரியா கரைந்திருக்கிறார். அக்காலத்திய சினிமா, அரசியல், மாணவர் போராட்டம், தெரு அரட்டை தொடங்கி குடி, பெண்கள் உள்ளிட்ட சில்லறைச் சல்லித்தனங்கள் வரை தன் பிராயகால நினைவுகளாக எழுதிச்செல்லும் கலாப்ரியா, ஒரு காலகட்டத்து தமிழ் இளைஞர்களின் மனநிலையை பிரதி பலிப்பவராகிறார்.

ஒரு தேவாலயத்தில் பிரார்த்திக்கும் அனுபவத்தைப் போல், கூட்டு மன எழுச்சியையும் சந்தோஷத்தையும் அனுபவ பகிர்வையும் சாத்தியப்படுத்தி, பின்பு மொத்தமாக தமிழ் வாழ்வையே நிர்ணயிக்கும் மதமாகவே மாறிப்போன சினிமாவின் வெகுஜனக் கலாசார வரலாறை ஒருவர் இதில் வாசிக்க இயலும். இந்த கூட்டு மன எழுச்சியையும் ஞாபகங்களையும் பொருத்தமான பழைய பாடல் வரிகளினூடாக எழுப்ப முயல்கிறார், கலாப்ரியா. பொதுவாக கவனிக்கப்படாத சினிமா சுவரொட்டி வடிவமைப்பாளர்களின் பெயர்கள் முதல் ஒலிப்பதிவாளர்கள் வரை விஸ்தாரமாக இந்நூலில் சர்ச்சிக்கப்படுகின்றனர். கடந்த ஐம்பது ஆண்டுகளில் தமிழ் நினைவு மீது சினிமாவைத் தவிர வேறு எதுவும் இத்தனை தாக்கத்தை செலுத்தியிருக்குமா என்பது கேள்விக்குரியது. இந்தப் பொதுநினைவின் சாராம்சமாக விளங்கும் கலாப்ரியாவின் இந்த நூல் தமிழ் வாசகர்களை மிகவும் வசீகரிக்கக்கூடியது.

இந்தி எதிர்ப்புப் போராட்டத்தில் ஒவ்வொரு ரயில் நிலையமாகச் சென்று தாரால் இந்திப் பெயர்களை அழித்தபடி மாணவர்கள் திருநெல்வேலியிலிருந்து செங்கோட்டை நோக்கி செல்கிறார்கள்.

ஒவ்வொரு நிறுத்தத்திலும் மாணவர்கள் படிப்படியாக குறைந்து செங்கோட்டை வரும்போது கலாப்ரியாவும் அவரது நண்பர்கள் ஓரிருவர் மட்டுமே மிஞ்சுகிறார்கள். எங்கு போவது என்று இலக்கில்லாமல், நடக்கிறார்கள். தார்மீக உணர்வும் லட்சியங்களும் தோற்றுப்போய் இலக்குகளற்ற அவநம்பிக்கையின் பாதை அந்த இளைஞர்கள் முன்பு விரிவதை எந்த கூடுதல் அழுத்தமும் இல்லாமல் உணர்த்திச் செல்கிறார்.

பழைய மதிப்பீடுகளும் பழைய உணர்வுகளும் அங்கங்கு கண்ணாடித்தூசி போல் துக்கத்துடன் அனைத்தின் மீதும் ஒட்டிக்கொண்டிருக்கின்றன. அவை ஒவ்வொன்றுக்கும் ஒரு கதை உண்டு. நிலவுடைமை சார்ந்த குடும்பங்கள் சிதையும் போக்கிலேயே, பாரம்பரிய ஞானம் என்பது போஷிப்பவர்கள் இல்லாமல் விழிபிதுங்கி நிற்கிறது. அதையே வாழ்க்கை முறையாகவும் அடையாளமாகவும் கொண்ட தொழிலாளர்களும் கைவிடப்படுகின்றனர். கல்தச்சர்கள், கண்ணாடிக்கு ரசம் பூசுபவர்கள், கைமருத்துவம் பார்க்கும் குறவர்கள் தங்கள் சுயத்துவம் கூடிய படைப்பழகு துறந்து காலத்தின் பொது வெயிலில் ஆவியாகின்றனர். அவர்களுக்கேயுரிய புராணிகங்களை வரலாற்றைச் சுமப்பதுபோல் கவிஞன் இந்நூலில் சுமந்து திரிகிறான். ஆடியிலிருந்து சுரண்டி எடுக்கப்பட்ட பாதரசத் தூசிகளின் மினுமினுப்பு போல கலாப்ரியாவின் நினைவின் தாழ்வாரங்கள் நூலில் அவை சேகரமாகியிருப்பது அழகானது. ஏனெனில், துக்கம் அனைவருக்கும் பொதுவானது. சந்தோஷங்கள் தனிப்பட்டவை.

இதன் நடுவில் ஆலங்கட்டி மழை வீடுகளுக்கு இடையே பெய்கிறது. அபூர்வமாகப் பெய்யும் ஆலங்கட்டியைப் பகிர்வதில் ஸ்பரிசிக்கவே இயலாத ஆண் பெண் கைககள் தொட்டு உறவாடுகின்றன. ஆலங்கட்டியைப் போன்ற கணநேரக் காதல் புதியதா, பழையதா என்று தெரிவதற்குள் கரைந்துவிடுகிறது. மற்றாங்கே கவிதையில் முழுமையடையாத தாபமாக மழை தகரத்தில் உக்கிரமாகப் பெய்கிறது.

ஒரு புனைவில் கவிஞனின் கண்கள் எங்கு பதிந்திருக்கின்றன. அவை எதை அடிக்கோடிடுகின்றன என்பதைப் பார்ப்பது எனக்கு மிக சுவாரசியமான அனுபவமாக இருந்தது. நவீன கவிதையில் துல்லியமான நிலவியல் அடையாளத்துடன் சமகால வாழ்வின் உக்கிரமான சித்திரங்களாலான யதார்த்தத்தை தீவிர அங்கதத்துடன் முன்னுரைத்தவை கலாப்ரியாவின் கவிதைகள்.

புனைகதையில் புதுமைப்பித்தனுக்கு சமமான சாதனை இது. மற்றவர்களும் மற்றவையின் இருப்பும் துள்ளத்துடிக்க இவர் கவிதைகளில் தான் முதலில் இடம்பிடித்தன. தன்கால வாழ்வுக்கு எதிர் வினையாற்றி, ரௌத்ரம் கொண்ட தமிழ் இளைஞன் ஒருவனின் உணர்வுகளைப் பிரதிபலிக்கும் முதல் வெளிப்பாடு அது.

மாறும் காலத்தின் கோலத்தில் சகலமும் எனக்கு ஊறுவிளை விக்கலாம் என்று பசியற்ற காகங்களைத் தன் மூளையைக் கொத்த அனுமதித்தவர் கலாப்ரியா. பிறரின் துக்கம் தன் அனுபவத்தின் மீது ஏறி கலவரம் புரிய, புறக்கடைகளில் நரகலையும் புறக் கணிக்கப்பட்ட குழந்தைகளையும் மிதித்தபடி சோரங்கள், இழப்புகள், அபத்தங்களை, மறைபகுதிகளை தரிசிக்க நேர்ந்த வலியிலிருந்து ரத்தத்தால் எழுதப்பட்டவை அவர் கவிதைகள்.

நினைவுதான் மரணத்தைவிட நம்மை வெகுவாகப் பீதி யூட்டுவது, கலாப்ரியாவின் சசி குறித்த நினைவுதான் அவரது மொத்தப் படைப்புலகுக்கான முன்னிலை. சசி கிடைக்காத துக்கம், மரண பீதி போன்று அவரை வெளியே விரட்டி சகலவற்றின் மீதும் படிந்து, சகலரின் துக்கத்தையும் அவர் துக்கமாக மாற்றுகிறது. அது தோல் உரிந்த நிலை. கிட்டத்தட்ட பைத்தியத்திற்கு பக்கத்தில் உள்ள நிலை. கலாப்ரியா மிகுந்த உயிர்ப்புடன் படைப்பாக்கத்தில் ஈடுபட்டிருந்தபோது எழுதிய கவிதைகள் இப்போது வாசிக்கும் வாசகனைக்கூட நிலைகுலையச் செய்யும் வன்முறையும் தீவினையின் வேகமும் கொண்டவை.

திருநெல்வேலி என்னும் நிலவியலின் பின்புலத்தில் எழுதப் பட்டிருக்கும் 'நினைவின் தாழ்வாரங்கள்' நூலை வாசித்த அனுபவத்திலிருந்து, புதுமைப்பித்தனிலிருந்து விக்ரமாதித்யன் வரை இந்த நிலத்தின் படைப்புக் குழந்தைகளை பிணைக்கும் சரடு என்ன? இவர்களின் ஆதார மனவுலகம் எப்படி உருவாகிறது என்பதைப் பார்ப்பது முக்கியமானது.

திருநெல்வேலியின் மனநிலப் பரப்பு கோவிலுக்கும் ஆற்றுக்கும் இடையில் இருப்பது. சமயமும் தத்துவமும் சேர்ந்து வீடுகளுக்கு இடையே நெகிழாத சுவர்களை ஏற்படுத்தி, ஒருவரின் தனிமையைக் கூடத் தீவிரமாகக் கண்காணித்துக் கொண்டிருக்கின்றன. காமமும், தாபமும் புணராமல் வெயிலில் முறுகிக்கொண்டிருக்கும் இடம் அது. தன் அனுபவமோ கற்பிதமோ என்ற மயக்கத்தில் ஆறு இருக்கிறது... இல்லை...

ஷங்கர்ராமசுப்ரமணியன் ◀◀ 65

தேர் இருக்கிறது... இல்லை... வாழ்வு இருக்கிறது... இல்லை என்ற கயிற்றரவு மனநிலையிலேயே நீடிக்கிறது. லோகாயதமான கனவுகள் இல்லாத நிலையில், அந்த இடம் படைப்பு என்னும் கனவு வழியாகவே தன்னைத் தொடர்ந்து ஆற்றிக்கொள்ளவும் உரையாடவும் செய்கிறது.

சுதந்திரத்துக்குப் பிறகு தமிழகத்தில் புதிய தொழில்கள் மற்றும் பொருளாதாரம் சார்ந்து அபிவிருத்தி அடைந்த பல நகரங்களுக்கு ஈடாக அது எந்த மாற்றங்களுக்கும் உட்படவில்லை. ஆங்கிலேயர் காலத்தில் இங்கு ஏற்படுத்தப்பட்ட கிறிஸ்தவ கல்வி நிறுவனங்கள் மட்டுமே திருநெல்வேலியை நிகழ் காலத்துக்குள் வைத்திருக்கிறது. இங்கு கல்விபெற்ற இளைஞர்கள் தொடர்ந்து வெளியேறிக்கொண்டே இருக்கும் நிலையில், அது கோபுரத்தின் பழைய நிழலுக்குள்ளேயே மறைய முயற்சித்துக் கொண்டிருக்கிறது. புதுமைப்பித்தன், வண்ணநிலவன், கலாப்ரியா, விக்ரமாதித்யன் படைப்புகளில் விசாரணையாகவும் காதலாகவும் அவலதரிசனமாகவும் கழிவிரக்கமாகவும் வெளிப்படுவது திருநெல்வேலியிலிருந்து மீறத்துடிக்கும் எதிர்வினைதான்.

பண்டிகை காலங்களில் ஏகாந்தத்திற்காகவும் சில நேரம் துக்கத்துடனும் நான் தாமிரபரணி ஆற்றுக்குச் சென்றிருக்கிறேன். ஊரே பண்டிகையில் திளைத்துக்கொண்டிருக்க, நண்பகலில் குறுக்குத்துறை படித்துறையில் யாரோ ஒருவராவது தனிமையில் துணியை அடித்துத் துவைத்துக்கொண்டிருப்பார். வட்டப்பாறையில் துவைக்கும் சப்தம் கோவில் மண்டபத்தில் எதிரொலிக்கும். அங்கே யாராவது துவைத்துக்கொண்டிருந்தால் அது கிழக்கே இருக்கும் ரயில் பாலத்துக்கு எதிரொலிக்கக்கூடும். நட்டநடு வெயிலில் யாருமற்ற ஆற்றில் ஒருவர் துணி துவைக்கும் சப்தத்தில் விளக்க இயலாத தனிமை உள்ளது; அபத்தம் உள்ளது; தீவிரமான தனிமையை உணர நேரும் மரண பிரக்ஞை உள்ளது. இந்த சப்தத்தை பேராச்சி அம்மன் கோவில் படித்துறையில் அமர்ந்து புதுமைப்பித்தனும் ஒருவேளை கேட்டிருக்கக்கூடும். அவரது 'செவ்வாய் தோஷம்' கதையில் ரத்தக்காட்டேரி அடித்து இறந்துபோன நபரின் சடலம் புதைக்கப்பட்டு ஒருவாரத்துக்குப் பிறகும் ரத்தம் உறையாமல் இருக்கிறது. படைப்பென்னும் ரத்தக் காட்டேரியால் தீண்டப்பட்டது இவர்கள் தான் போலும்.

(கலாப்ரியாவின் நினைவின் தாழ்வாரங்கள் கட்டுரை நூலுக்கு எழுதப்பட்ட முன்னுரை)

10

ஆலவாயை வரையும் ஜயபாஸ்கரன்

பழைய பொருட்களுக்கு வேகமாக விடைகொடுக்கும் காலம் இது. அன்றாட வாழ்க்கையில் பழைய பொருட்கள், புழக்கத்திலிருந்து தொடர்ந்து காணாமல் போகும் நிலையில், அதே பொருட்கள் அருங்காட்சிகளாக மாறி மீண்டும் வருகை புரிகின்றன. அப்போது அவை உபரி மதிப்பாக மாறி, படிப்படியாக கைப்புழக்கம் இல்லாமல் போய் கண்ணாடி பேழைகளுக்குள் தூசிபடர்ந்து அபூர்வத்தின் அந்தஸ்தை அடைந்துவிடுகின்றன. இந்த அபூர்வ அந்தஸ்தை அடைவதற்குப் பொருட்கள் தொடர்ந்து பழமையின் அடையாளம் ஆகி, அவை நம் அன்றாட வாழ்விலிருந்தும் விரைவாக காணாமல் போகவேண்டியுள்ளது.

இப்படித்தான் பண்பாடுகள் மற்றும் மரபுகளையும், அபூர்வ அருங்காட்சியகப் பொருளாக நாம் மாற்றிவிட்டோம். என் தாய் மொழியிலேயே, ஒரு நூற்றாண்டுக்கு முன் எழுதப்பட்ட ஒரு கவிதையை வாசித்து அர்த்தம் காண்பதற்குக் கூட பயிற்சி தேவையாக உள்ளது. இப்படித்தான் பல நூற்றாண்டுகளாக பல்லாயிரம் மனிதர்கள் கூட்டாக சேர்ந்து புழங்கிய மொழி, வாழ்க்கை, கொண்டாட்டம், கதை, சமயம், பொருள் ஆகியவை சார்ந்த அறிவு மற்றும் பண்பாட்டு மரபுகளுக்கு அவசரமாக விடைகொடுத்து விட்டோம். இப்படித்தான் பண்பாடும்,

மரபும் தனது எண்ணற்ற கைகள், கோடிக்கனவுகள் மற்றும் கூட்டு ஞானத்துடன் இச்சைகளையும், அபிலாசைகளையும், வன்முறைகளையும் சேர்த்து செய்த கடவுளையும் நாம் இழந்தோம். ஆம் நமது கடவுளும் இன்று அருங்காட்சியகப் பொருள்தான்.

மரபையே பயிற்றுவிக்காத, கல்விப் பின்னணியிலிருந்து வந்து, நவீன பகுத்தறிவு சாத்தியங்களின் எல்லைகளையும், போதாமை யையும் உணரத் தலைப்படும் நவீன எழுத்தாளனாக நான் இருக்கிறேன். மரபுக்கும் எனக்கும் நடுவே ஒரு பரிசீலனையுடன் கூடிய உரையாடல் அவசியமாக உள்ளது. அப்படி மரபைத் தழுவும்போது, அங்குள்ள சத்தங்களை என் மொழி உள்வாங்கும் போது, மரபின் இருட்டில் குழைந்த சிற்பங்களாக இருக்கும் வார்த் தைகளை என் கவிதை வசப்படுத்தும்போது (நள் என்றன்றே யாமம் என்று கேட்கும்போதே பட்டிருட்டு காட்சியாக விரிகிறது.) எனது பண்பாட்டின் கடவுளையும் உடன் இணைப்பாக தழுவிக்கொள்ள வேண்டியுள்ளது.

என்னை முற்றிலும் ஒப்படைப்பதற்கு ஒரு முன்னிலை அல்லது ஒரு சர்வ வல்லமை கொண்ட சக்திக்காக எப்போதும் காத்திருப்பவனாகவே நான் இருக்கிறேன். அதனால் இந்த தெய்வத்தையும் ஏற்பதில் எனக்கு குறையொன்றும் இல்லை.

பல உருக்களை வழிபடுபவதும், அனுசரிப்பதுமாக என் வாழ்க்கை இருந்தாலும், எனது கவிதை, தெய்வம் உட்பட அனைத்துப் பெருங்கதையாடலையும் தொடர்ந்து சந்தேகப்பட்டுக் கொண்டே இருப்பதுதான். அந்த சந்தேகத்திலிருந்து தான் கவிதை தொடர்ந்து உயிர்ப்புடனும், அகந்தையுடனும், ஊக்கமுடனும் இருக்க முடியும் என்று நம்புகிறேன்.

கவிதையால், கடவுளை முழுமையாக நிராகரிக்கவும் முடியாது, அதேவேளையில் விமரிசிக்காமலும் இருக்கமுடியாது என்ற இடத்துக்கு ந.ஜயபாஸ்கரன் கவிதைகள் வாயிலாகவே துணிவுடன் வந்து சேர்ந்தேன். ஏனெனில் புறத்தில் புலப்படும் உலகத்தை விட புலப்படாத உலகிலிருந்தே தனது ஆற்றலை மொழி வாயிலாக கவிதை அள்ள முயல்கிறது. கவிதை, கடவுளை அவரின் கனபரிமாணத்தில் பாவிக்காவிட்டாலும் பலவீனமான உருவமாக, உருவகமாக அவரைத் தொடர்ந்து பரிசீலிக்கின்றன. பல நேரங்களில் பிண அறுவையாளனின் கத்தியைப் போல கடவுளைச் சிதைத்தும் பார்க்கத் துணிகிறது.

மரபையும், கடவுளையும் எப்படி அனுசரிப்பது என்ற புள்ளியில்தான் ந.ஜயபாஸ்கரனது கவிதைகள் என்னை ஈர்க்கத் தொடங்கியிருக்க வேண்டும். முழுமையான விவேகமும், பிரமாண்ட நினைவும், விமர்சனமும், எதிர்ப்புணர்வும் கொண்ட மரபு, அனுதினமும் தன் உயிரைத் தக்கவைக்க 'ஆசை'யுடன் போராடும் உடல்தான் இந்தக் கவிதைகள்.

ஆசையே மனிதனின் வரம். ஆசையே சகல வடிவங்களையும், பொருட்களையும் உருவாக்குகிறது. கலை மற்றும் அழகியலையும், குழந்தைகளையும் அதுதான் பெற்றெடுக்கிறது. ஆசைதான் பொருளைக் கடவுளாகவும், கடவுளைப் பொருளாகவும் அனுதினமும் மாற்றுகிறது. சின்ன ஆசைகளே உபயோகத்தைத் தாண்டியும் அழகிய வேலைப்பாட்டு அம்சங்களைக் கொண்ட நிரந்தரத்தின் மீதான ஏக்கம் கொண்ட புழங்குபொருள்களாகிறது. பொன்னனையாள் போன்ற பெரும் ஆசைகள், கடவுளின் பொற்சிலையாகிறது. சிலையையே வியந்து கிள்ளியதால் ஏற்படும் தழும்புமாகிறது.

ஜயபாஸ்கரன் கடவுளின் முகத்தை நமக்கு காட்டக்கூடிய கண்ணாடி நவீன கண்ணாடி அல்ல. கோவில்களில் உலோகத்தில் வைத்திருக்கும் வேலைப்பாடுகள் உள்ள புராதனக் கண்ணாடி. பூஜைகளிலும் சேவைகளிலும் பயன்படுத்தக்கூடிய பிசுக்கேறிய கண்ணாடி அது. எவ்வளவு பழைய கண்ணாடியாக இருப்பினும், பிம்பம் எவ்வளவு மங்கலாக இருப்பினும் அது தெய்வம் தன் முகத்தைப் பார்த்திருக்கும் கண்ணாடி அல்லவா.

மாடக்குழிகளும் போய், மாடக்குழி விளக்குகளும் காணாமல் போய், அவற்றின் இருமருங்கிலும் இருந்த கிளிகளை கவிதைகளில் சேர்த்துக் கொள்பவராக இருக்கிறார். ஆசையின் எண்ணற்ற கடவுளர்கள் ஜயபாஸ்கரனின் கவிதைகள்.

ஆசை என்னும் மரத்தின் கனிகள் தான் சொற்கள். எந்தக் கிளைகளில் வந்து அமர்ந்தால் என்ன? அதை ஆசையின் கிளி களாகவே இவர் உருவகிக்கிறார்.

அந்த ஆசையே அவனாகவும், அவளாகவும், அர்த்தநாரியாகவும் தடையற்றுப் பெருகி ஓடி அவர்களது வலியையும், கசகசப்பையும் தனது உடலில் சுமக்கிறது. ஆசைக்கு ஒருவர்கூட போதும் என்ப தால் காதலை மாறாத கானலாக்கி தனிமையையும் சுமக்கிறது.

ஆசையின் எண்ணற்ற நிறபேதங்களாக, நுட்பமான அலை வரிசைகளில் சொல்ல இயலாத காதல், பேசாத பேச்சு, நீட்டித்தால் நொறுங்கிவிடக் கூடிய நட்பு வெளிப்படுத்த இயலாமை,உறவின் தவிர்க்கமுடியாத ரசக்குறைவில் ஏற்பட்டுவிடும் சிறு சுருதிபேதம், காத்திருப்பு, உறவின் ஒருகட்டத்தில் ஏற்படும் திகட்டல், சிறையாகவும், கருப்பையாகவும் நாம் உருவகித்துக் கொள்ளும், வரையறுத்துக் கொள்ளும் இணையவே முடியாத அவரவரது தனி உலகங்கள் என்று உறவுகளில் உள்ள இடைவெளியை அளந்தளந்து தீரவில்லை ஜயபாஸ்கரனுக்கு..

நம்மில் வறண்டிருக்கும் அன்பைப் போல பெரும்பாலும் வறண்டிருக்கும், மண்ணில் தோன்றி மண்ணில் முடிவதாகச் சொல்லப்படும், திருவிழாவில் மட்டும் கொஞ்சூண்டு காலடியில் கசகசத்துப் போகும் இன்றைய வைகை நதியையும், பொற்றாமரைக் குளத்தையும் அடையமுடியாமையின் முடிவற்ற அலைக்கழிப்பின் படிமமாக பயன்படுத்துகிறார். (திருப்பூவணத்துப் பொன்னனையாளுக்கும்/ ஆலவாய்ச் சித்தருக்கும்/ இடையே/ கடக்க முடியாத வைகை மணல்)

கு.ப.ராஜகோபாலன், மௌனி மற்றும் லா.ச.ராவின் வரிசை யில் பிரமீள் வகுப்பது போல ஜயபாஸ்கரன் பூர்ணமான அக உலக கலைஞர். அக உலகக் கலைஞர்கள், ஊன் உண்ணும் செடியைப் போன்றவர்கள். அவர்களது உலகம் சிறியதாகத் தோற்றம் அளித்தாலும், அது புறத்தில் தன்னை நோக்கி வரும் அனுபவங்களையும், பொருட்களையும் ஈர்த்து தன் வயப்படுத்தி தன்வழியிலேயே ஒரு மெய்மையையும் படைப்புகள் வழியாக உருவாக்கிவிடக் கூடியது. அவ்வகையில் ஜெயபாஸ்கரனின் கவிதை உணர்வின் அகம் ஒரு பூரணமான பரவெளியாக இருக்கிறது.

ஜயபாஸ்கரனின் கவிதைகளில் அங்கம் வெட்டுண்ட பாணன் என்ற திருவிளையாடற் புராணத்தின் கதைப்படிமம், அவ்வப்போது முகம் காட்டக்கூடியது. குருவின் மனைவி மீது காதல் கொண்ட சித்தனை, சிவனே குருவின் உருவத்தில் வந்து நேரடிச் சண்டைக்கு இழுத்துக் கொல்கிறார். திருவிளையாடற் புராணத்தைப் பொறுத்தவரை, சித்தன் கொடியோனாகவும், கடவுள் தீங்கிழைத்தவனை தண்டிப்பவனாகவுமே பாடல் இருக்கிறது. ஆனால் இந்த வரிகளுக்கூடாக, குரு பத்தினியிடம் 'ஆசை' வைத்த சித்தனின் துயரம் மீது, அவனது துடிப்பின்

மீது ஜயபாஸ்கரனின் கண்கள் நிலைக்கின்றன. குருவின் மனைவியின் மனதில் ‘இடம் உண்டா’ என்று கேட்டு பகலில் போன சித்தனின் பால் ஜயபாஸ்கரன் மனம் சார்பு கொள்கிறது. குருவின் வேடத்தில் வந்த சிவன், சிஷ்யன் சித்தனை அங்கம் அங்கமாகத் துண்டாடிக் கொல்கிறான். குரத்தியை நினைத்த நெஞ்சைக் குறித்துரை நாவைத்/ தொட்ட கரத்தினை என தலை வரை அறுத்தறுத்துக் கொல்கிறான்.

மனிதனின் அதே மனோவிகாரங்கள் மற்றும் வன்முறையைக் கொண்டவராக கடவுளை, ஜயபாஸ்கரன் அங்கம் வெட்டுண்ட பாணன் படிமம் வழியாக இனம் காண்கிறார். எங்கெல்லாம் ஆசை தண்டிக்கப்படுகிறதோ அங்கெல்லாம் அங்கம் வெட்டப்படும் லீலைதானே இன்றும் தமிழ்நிலத்தில் நடைபெறுகிறது. ஆசை மறுக்கப்பட்ட நாம் அனைவரும் அங்கம் வெட்டுண்ட பாணர்களாக மாறும் இடம் அது.

அன்பு, காதல், பக்தி என்றெல்லாம் மரபு, புனிதத்தை உலோகமாக உருக்கி மனிதர் மேல் ஊற்றி சிலையாக்கியிருப்பதை வகிர்ந்து கிழித்து, அவர்களின் சொல்லப்படாத வலியை, ஏக்கத்தை, அவற்றின் இடைவெளிகளை, தவிப்பை ஆண், பெண் என்ற பால்பேதமின்றி குறுக்குமறுக்காக எமிலிடிக்கன்சன், வஹீதா ரஹ்மான், ஆண்டாள், கண்ணப்ப நாயனார், பொன்னனையாள், மீனாட்சி போன்றோரின் மீது, உலராத ரத்தக்கீற்றைக் கொண்டு தன் கவிதைகள் மூலம் கோடிட்டதே ஜயபாஸ்கரனின் முக்கியமான பங்களிப்பு. நவீன கவிதைகளுக்கு மட்டுமல்ல தமிழ் நினைவில் புனிதம், பக்தி, தியாகத்தின் திருவுருக்களாக ஆக்கப்பட்டிருக்கும் ஆளுமைகளை இவர் ஒருவகையில் தன் பரிவால், காதலால் மனிதாயப்படுத்தியிருக்கிறார். இதுவே நமது மரபு குறித்த உண்மையான மறுவாசிப்பும் கூட.

காரைக்கால் அம்மையார், சிவன் குறித்து அனலும், குளிருமாக தனக்கு மாறி மாறி அனுபவம் தருவதாகச் சொல்கிறார். அனல் என்பது தீமைகளை அழிக்கும் சக்தியாகவும், குளிர் என்பது அருள்நிலையைக் காட்டுவதாகவும் மரபு விளக்கம் உள்ளது.

ஆனால் சிவன் என்ற பரம்பொருளின் மீது காதல் கொண்ட காரைக்கால் அம்மையார் மீது போர்த்தப்பட்டிருக்கும் பக்தியையும், புனிதத்தையும் கலைத்து தனியொருத்தியாகப் பார்த்தால், சிவனைத் தரிசிக்க அவள் எத்தனை வெம்மையை அனுபவித்திருக்க வேண்டும் என்பது புலப்படும். உடலை

மனோவேகத்தில் செலுத்த பேயுருவாக்கி, கைலாயத்துக்குக் கால்களால் மிதித்து போவது தகாது என, தலையால் நடந்து போகும் காரைக்கால் அம்மையாரின் நேசத்துக்குப் பின்னால் உள்ள காத்திருப்பும், சரணும், தனிமையும்தான் ஜயபாஸ்கரனின் பிராந்தியம்.

இவருக்கு சிவனை ஏன் பிடிக்கிறது? காரைக்கால் அம்மையார் இத்தனை தவம்கிடந்து தேடியவன் என்பதால் என்னும்போது, மரபுக்கு அழகானதும், இயல்பானதுமாக ஒரு எதிர்வினை கிடைத்து விடுகிறது. அக்குணமே ஜயபாஸ்கரனின் கவிதைகளை நவீனமாகவும் மாற்றுகிறது.

சரித்திரத்தில் மதுரை என்னும் ஊர் மறுபடி, மறுபடி அழிந்து, பிறப்பெடுக்கும் ஊராக உள்ளது. பெருவெள்ளத்தால் அழிந்து, திரும்ப எல்லை வரையறுக்கப்படும் மதுரையாகவும், கண்ணகியின் இடதுமுலை திருகி எறியப்பட்டு எரிந்து மீண்டும் துளிர்க்கும் மதுரையாகவும் இருக்கிறது. மதுரையின் அரசியான தடாதகைப் பிராட்டியின் மூன்றாம் முலை மறைவு என்பதையே ஒரு தனித்துவம் அல்லது பெருமிதத்தின் இழப்பாக கருதமுடியும். எனவேதான் நவீனத்திலும் மதுரை ஒரு இழப்புணர்வையும், இழந்த பொருள் தொடர்பான பெருமிதத்தையும் தன் உளவியலாகக் கொண்டுள்ளது.

மதுரையை ஆசையின் எல்லையற்ற எல்லையாகவும், திருவிளையாடற் புராணத்தை ஆசையின் எண்ணற்ற படலங்களாகவும் நவீன கவிதைகளில் கையாள்கிறார் ஜயபாஸ்கரன். அவ்வகையில் வருடம் முழுவதும் திருவிழாக்களை காலம்காலமாக பாவிக்கும், வாழ்தலின் ஆசையை வண்ண, வண்ண உணவுகளாக்கிப் பரத்தியிருக்கும், புராணிகம் மற்றும் வேறு காலத்தின் பெருமிதத்தில் திளைக்கும், நரிகள் இன்றும் அடிக்கடி பரிகளாக வேடமிடும் பல அடுக்குகளிலான மதுரையை ஆசையின் நித்திய குறியீடாக அவர் மாற்றியுள்ளார்.

தன் அணிகலனான ‘ஆசையின்’ பாம்பால் மீண்டும் ஜயபாஸ்கரன், கவிதைகள் வாயிலாக ஆலவாயை அளக்க முயன்றிருக்கிறார். தமிழ் கவிதையெனும் அகன்ற சன்னதியில் மிக அழகிய, ‘சின்ன’ மோகினி உருவாக ஜயபாஸ்கரன் இருப்பார்.

(ந.ஜயபாஸ்கரனின் ‘சிறுவெளி வியாபாரியின் ஒருவழிப் பயணம்’ கவிதைத் தொகுப்புக்காக 2013ம் ஆண்டில் எழுதப்பட்ட முன்னுரை.)

11

நான்கு சகோதரிகள்

மறுகரை தெரியாமல், பிழைப்போமா என்று அறியாமல் கலைநம்பிக்கை என்னும் சமுத்திரத்தில் குதித்துப் பயணத்தைத் தொடங்கியவர்களின் கதை இது. தொலைந்துபோன ஒரு கலாசாரத்தின், ஒரு நிலவெளியின், ஒரு காலத்தின் நினைவு களைக் குறியீடுகளாக, மொழியாக, சித்திரங்களாக மாற்றியவர்கள் இவர்கள். பிறந்து, அதிகபட்சமாக முப்பது கிலோமீட்டர் சுற்றளவில் படித்து, எழுத்து, வாசிப்பு என்ற பொதுக்கனவில் சேர்ந்து, இளைஞர்களாக சந்தித்துப் பேசி பரஸ்பரம் ஈர்க்கப் பட்டவர்கள் இவர்கள். கவிதை, சிறுகதை, நாவல், விமர்சனம் என ஒரு மொழியில் சாதனையாளர்களாக இன்று திகழும் இந்த நால்வரின் வருகை, வேறு எந்த மொழியிலும் சாத்தியமாகாதது; அபூர்வத்தன்மைகொண்டதும்கூட.

தமிழ் மொழியைப் பொறுத்தவரை இலக்கியத்தைத் தங்கள் வாழ்வாதாரமாகத் தேர்ந்தெடுப்பவர்கள் இன்றைக்கும் குடும்பத்திலும் சமூகத்திலும் தனிமையையும் புறக்கணிப்பையும் எதிர்கொள்பவர்களே. நாற்பது ஆண்டுகளுக்கு முன்னர் இருந்த சூழ்நிலை இன்னும் கடுமையானது. புதுமைப்பித்தனின் வழி, தனி இருட்டுதான். இன்றுள்ள அளவுக்கு ஊடகங்களோ, பத்திரிகை, பதிப்பகப் பின்னணிகளோ, குறைந்தபட்ச கௌரவத்துக்கான வேலைவாய்ப்போ இல்லாத அக்காலகட்டத்தில், தமிழ் எழுத்தாளர்கள் தலைமறைவுப் போராளிகள் போலத்தான் செயல்பட்டிருக்கின்றனர். அவர்களின் உதிரம் குடித்துத்தான்

தமிழ் நவீன எழுத்து இன்று இத்தனை பரிமாணங்களை எட்டியுள்ளது.

1960களின் இறுதி. இந்திய சுதந்திரம் கொடுத்த கனவுகள் தொலைந்து புதிய பிராந்திய அரசியலும் அபிலாஷைகளும் அதைத் தொடர்ந்த ஏமாற்றங்களும் உக்கிரமாக இருந்த காலகட்டம். வேளாண்மை கைவிடப்பட்ட நிலையில், நவீன தொழில்களுக்கான புதிய சூழல்களும் உருவாகாமல் வாழ்வுக்காக இடம்பெயர்தலை முதல் தலைமுறையினர் தொடங்கிய காலகட்டத்துத் திருநெல்வேலியைச் சேர்ந்த நான்கு நண்பர்களின் வெற்றிக்கதை இது. வர்த்தகம், சினிமா, அரசியல், தொழில்முனைவு மாதிரியான சுயமுன்னேற்ற வெற்றிக்கதை அல்ல இது.

'தமிழின் மறுமலர்ச்சி' என்று சொல்லப்படும் காலகட்டத்தில் பதிப்பு, அறிவுச்சூழலின் மையமாக திருநெல்வேலி இருந்திருக்கிறது. தமிழ் நவீன இலக்கியத்தில் இன்னும் அணையாப் பெருஞ்சுடராகத் திகழும் புதுமைப்பித்தன் தொடங்கிவைத்த படைப்புமரபு இங்கே சத்துடன் தொடர்வதற்கான காரணம் என்ன?

சரித்திரத்தின் ஏதோவொரு கதியில் கயிற்றரவில் சிக்கிக் கொண்ட இந்த ஊரின் நிறைவேறுதலுக்கான விருப்பமும் கனவுமே தொடர்ந்து படைப்பாளிகளையும் படைப்புகளையும் தந்துகொண்டிருப்பதற்கான காரணமாக இருக்கலாம். வண்ணதாசன், விக்ரமாதித்யன், வண்ணநிலவன், கலாப்ரியா ஆகிய நான்கு பேரின் ஆரம்ப காலப் படைப்புகளை பூர்த்தியடையாத தாபத்தின், ஏக்கத்தின் வெளிப்பாடுகளாக ஒருவர் வாசிக்கலாம். மிக குறுகிய பரப்பளவிலேயே தோன்றி கடலில் சங்கமிக்கும், கோடையிலும் வற்றாது என்று கூறப்படும் தாமிரபரணிக்குதான் ஜீவநதி என்ற போதம் இருக்கக்கூடும்.

1962ல் கவிதைகளும் கதைகளும் எழுதி இளம்வயதிலேயே கவனிக்கப் பெற்று ஐம்பதாண்டுகளுக்குப் பிறகும் ஊக்கம் குறையாமல் தமிழ் சிறுகதை மரபுக்கு வளம் சேர்த்துவரும் வண்ணதாசன் என்ற கல்யாணசுந்தரம்தான் நால்வரில் மூத்தவர். எழுத்து, வாசிப்பு சார்ந்த குடும்பப் பின்னணி கொண்டவரும் இவர் ஒருவர்தான். மார்க்சிய விமர்சகரும் 'தாமரை' இதழின் ஆசிரியராக இருந்தவருமான தி.க.சிவசிங்கரன் இவரது தந்தை. '21, சுடலைமாடன் தெரு' என்று இவர் வசித்த முகவரி, மூத்த

எழுத்தாளர்கள் கி.ராஜநாராயணன் தொடங்கி தோப்பில் முகமது மீரான், கழனியூரான்வரை முக்கியமானவர்கள் கூடும் இலக்கிய மையமாக இருந்த இடம் அது. 'தனுமை', 'நிலை', 'குளிப்பதற்கு முந்தைய ஆறு', 'சின்னு முதல் சின்னு வரை' போன்றவை தமிழ் வாசக நினைவில் மறையாத படைப்புகளாக இருப்பவை. இவர் தன் மொழிவழியாக வெளிப்படுத்திய சின்னச் சின்ன நுட்பங்கள், கவனிப்புகள், அழகுகள் வெகுஜன தமிழ் இதழியல் மொழி மீது வெகுவாகத் தாக்கம் செலுத்தியுள்ளன. நேசமும் குழைவும் அந்தரங்கமும் மிக்கவை இவரது கவிதைகள்.

1970க்குப் பிறகு எழுதத் தொடங்கி பாரதி நூற்றாண்டில் 'ஆகாசம் நீல நிறம்' கவிதைத் தொகுப்பின் வழியாக தமிழ் புதுக்கவிதையில் தன் தடத்தைப் பதித்தவர் விக்கிரமாதித்யன். இயற்பெயர் நம்பிராஜன். யதார்த்த வாழ்வின் கோலங்களும் சைவப் புராணிகங்களும் சந்திக்கும் இடம் இவருடையது. முழுநேரக் கவியாக, சென்னைக்கும் ஊருக்கும் வீட்டிலும் வெளியிலுமாக இந்த வயதிலும் அலைந்து உழல்பவர். தன் புனைப்பெயரையே சிலுவையாகவும் முத்திரையாகவும் மாற்றிக்கொண்டவர். இவரது கவிதைகள் தமிழ் வாழ்வின் சாரத்தையும் சாரமற்றதையும் பிரதிபலிப்பவை. இவரது 'கவிதை ரசனை', தமிழ் புதுக்கவிதை வரலாற்றையும் உள்ளடக்க வகைமையையும் வளர்ச்சிகளையும் ஒரு இளம் வாசகரும் புரிந்துகொள்வதற்கான ஆத்மார்த்தமான ஆய்வு நூலாகத் திகழ்கிறது. அவரே சொல்வதுபோல சிறுவயதிலிருந்தே இருட்டும் சிறிது வெளிச்சமுமாக அடிப்படை வாழ்வாதாரத்துக்கே இன்றுவரை போராடிக்கொண்டிருக்கும் வாழ்க்கைதான் வாய்த்துள்ளது. வாழ்வில் தோற்று கவிதையை வெற்றியடையச் செய்தவர் இவர். பள்ளியில் இடையில் நிற்க நேர்ந்து கடைப்பையனாகப் பணியாற்றிய பழைய இரும்பு, காகிதங்கள் விற்பனைக் கடையில் கிடைத்த ந.பிச்சமூர்த்தியின் 'பெட்டிக்கடை நாராயணன்' கவிதைதான் இவரைத் தீண்டிய முதல் விஷம். தமிழ் மரபும் கண்ணதாசனும் திராவிட அரசியலின் சமத்காரமும் நவீனமும் இணைந்த வெளிப்பாடு இவர்.

புதுமைப்பித்தனுக்கு அடுத்து பல்வேறு களங்களின் பின்னணியில் விதவிதமான உள்ளடக்கங்களுடன் லட்சணமான சிறுகதைகளை இளம்வயதிலேயே சாதித்தவர் வண்ணநிலவன். இவர் எழுதிய 'எஸ்தர்', 'அயோத்தி', 'பாம்பும் பிடாரனும்' கதைகள் தமிழ் சிறுகதை வரலாற்றின் சாதனைகள் என விமர்சகர்களால் குறிப்பிடப்படுபவை. இவர் எழுதிய 'கடல்புரத்தில்', 'கம்பா நதி'

நாவல்கள் இன்றும் நினைவுகூரத்தக்கவை. இவரது இளம் வயது நாட்கள் வறுமையால் தின்னப்பட்டவை. இருப்பதற்கு ஒரு எளிய வீடுகூட இன்றி, நண்பர்களின் வீட்டிலேயே இருந்து, தனது எழுத்து வாசிப்பு வேட்கையை அணையாமல் பாதுகாத்தவர். இவர் எழுதிய 'குளத்துப்புழை ஆறு' கவிதை, தமிழின் 2000 ஆண்டு கவிதைப் பாரம்பரியத்தில் நினைவுகூரப்படும் சிறந்த கவிதையாக என்றும் திகழும். இல்லாமைக்கும் வறுமைக்கும் இடையே மூச்சுவிடும், மூச்சுமுட்டும் நேசத்தையும் நேசமின்மையையும் எழுதியவர் இவர். இயற்பெயர் உ.நா. ராமச்சந்திரன். எழுத்தாளர் வல்லிக்கண்ணனால் பெயர் மாற்றப்பட்டவர்.

பாரதிக்குக் கண்ணம்மா. நகுலனுக்கு சுசிலா. இவர்களின் தொடர்ச்சியில் சசி என்ற பெயரை என்றும் நினைவிலிருந்து நீங்காத கவிதை நாயகியாக மாற்றியவர் கலாப்ரியா. இயற்பெயர் டி.கே.சோமசுந்தரம். அரசியலும் லட்சிய உத்வேகங்களும் கைவிட்ட ஒரு கோபக்கார இளைஞனின் வன்முறையும் ஏமாற்றமும் கொந்தளிக்கும் கவிதைகள் இவருடையவை. தன் விசாரங்களும் அடங்கிய த்வனியும் புதுக்கவிதைகளாக முனகி எழுதப்பட்ட காலகட்டத்தில், கோடைமழை தடதடக்கும் தகரக்கொட்டகைபோல உக்கிரமும் காமமும் நிறைந்த அன்றாட நிகழ்வுகள் இவரது உள்ளடக்கமாகி புதுக்கவிதையை மறுவரையறை செய்தன. இவரது 'சுயம்வரம்' குறுங்காவியம் தமிழ் புதுக்கவிதை பெற்ற நிரந்தர ஆபரணங்களில் ஒன்று. சுயசரிதைபோல இவர் சில ஆண்டுகளுக்கு முன்னர் எழுதிய 'நினைவின் தாழ்வாரங்கள்', தமிழ் வாழ்வை தமிழர்களின் அரசியலை நிர்ணயித்த சினிமாவின் நுண்வரலாற்றைச் சொல்லும் நூல். இன்றும் பழைய தமிழ்ப் படங்களின் போஸ்டர்களை வடிவமைத்த கலைஞர்களின் பெயரைக்கூட நினைவுகூரும் கலாப்ரியா, வெகுஜன கலாசார நுண்தகவலாளரும்கூட. தாமிரபரணி நால்வரில் கடைக்குட்டி இவர்தான்.

ooo

எப்போதும் சரித்திரம் எளிமையான தருணங்களின் மாலையாகவே கோக்கப்படுவதுபோல, திருநெல்வேலியின் ஒரு வெயில்நாளில்தான் தாமிரபரணி நால்வரில் மூவர், ஒருவருக்கொருவர் அறிமுகமானார்கள். அந்த நாள் 1970 மார்ச் 5.

தமிழ் நவீன இலக்கியத்தைப் பொறுத்தவரை இந்த அறிமுகம் பல கொடைகளைப் பரஸ்பரம் பெற்றது. இந்த

அறிமுகங்களின் இணைப்புப்பாலமாக இருந்தவர் விக்ரமாதித்யன். விக்ரமாதித்யனும் அவர் நண்பர் சுப்பு. அரங்கநாதனும் ஒரு காலையில் திருநெல்வேலி அருகேயுள்ள ராஜவல்லிபுரத்துக்குச் சென்று வல்லிக்கண்ணனைப் பார்த்துள்ளனர். வல்லிக்கண்ணன், வந்தது வண்ணநிலவன் என்று நினைத்து, ராமச்சந்திரனா என்று கேட்டுள்ளார். இல்லை, நம்பிராஜன் என்று கூறி அறிமுகமானார் விக்ரமாதித்யன். 'தீபம்' இதழில் வெளியாகியிருந்த வண்ணதாசன் எழுதிய 'வேர்கள்' கதையை வல்லிக்கண்ணனிடம் இருவரும் சிலாகிக்க, அவரது முகவரியுடன் பின்மதியம் திருநெல்வேலி டவுன் சுடலைமாடன் தெருவுக்குப் பயணம். விக்ரமாதித்யனுக்கு அன்று வண்ணதாசன் வீட்டில் சாப்பிட்ட மிக்சரும் காபியும்கூட ஞாபகத்திலுள்ளது. பேச்சு சுவாரசியத்தில் அன்று மாலையே பாளையங்கோட்டையில் இருந்த வண்ணநிலவனையும் பார்த்த நாள் அது.

அதற்குப் பின்னர் தாமிரபரணி ஆறு எத்தனையோ வெள்ளங் களையும் வறட்சிகளையும் சந்தித்துவிட்டது. இவர்கள் சந்தித்து ஐம்பது வருடங்களைக் கடக்கப்போகும் நிலையிலும் இந்த நால்வரும் சேர்ந்து ஒரு படம்கூட எடுத்துக் கொண்டதில்லை. பார்த்து அறிமுகமாகும் முன்பே செல்ஃபி படம் சாத்தியமாகும் இந்த அவசர யுகத்தில், ஐம்பது ஆண்டுகளுக்குப் பிறகு இந்த நால்வரும் சேர்ந்து படம் எடுத்துக்கொள்ளும் தருணம் முக்கியத்துவம் வாய்ந்தது.

வண்ணதாசன், விக்ரமாதித்யன், கலாப்ரியா மூவரும் இரண்டு மணி நேரத்தில் பார்த்துவிடக்கூடிய தூரத்தில்தான் வசிக்கிறார்கள். வண்ணநிலவன் சென்னையில் இருக்கிறார். இந்தப் புகைப்படத் தருணத்துக்காக அவரைத் தொடர்புகொண்டபோது, "அதுக்கென்னய்யா, ஒங்க இஷ்டம்போலச் செய்ங்க" என்றார். விக்ரமாதித்யன் எப்போதும் வீட்டுக் கொடியிலிருந்து துண்டை எடுத்துப் போட்டு ஆற்றுக்குப் போவதுபோல வெளியே செல்லத் தயாராக இருப்பவர். வண்ணதாசனும் கலாப்ரியாவும் உடனடியாக ஒப்புக்கொண்டனர்.

அன்று காலை வெயிலேறும்போது, குறுக்குத்துறையில் தொடங்கியது பயணம். அப்பகுதியின் மருதமர நிழல்களையும் தண்டவாளச் சோகங்களையும் எழுதிய கலாப்ரியாவுடன் வண்ணதாசனுடன் நின்றுகொண்டு முருகன் கோயிலின் முன் சன்னதியில் காலபைரவருக்கு முதுகு காண்பித்து

மெலிந்தோடும் தாமிரபரணியைப் பார்த்துக்கொண்டிருந்தார்கள். சந்திப்பிள்ளையார் முக்கிலிருந்து கிளம்பி பேசிக் கொண்டிருந்துவிட்டு அகாலத்தில் முருகன்குறிச்சி வீட்டுக்கு சைக்கிளில் திரும்பும் கதையை வண்ணநிலவன் சொன்னார்.

குறுக்குத்துறை மண்டபத்திலேறி அங்கிருந்து பார்க்க இயலக்கூடிய ரயில்பாலத்தைத் தாண்டினால் புதுமைப்பித்தன் பிறந்து வளர்ந்த பேராச்சியம்மன் கோவில் படித்துறை இருக்கிறது. புதுமைப்பித்தனின் ‘சாமியாரும் சீடையும்’ கதையில் குளிப்பாட்டப்படும் பெண் குழந்தையைப் போல, நால்வரின் பாதங்களை நினைவுகளூடன் நனைத்தபடி ஓடிக்கொண்டிருந்தது தாமிரபரணி. அறுபது வயதுகளைக் கடந்த பின்னரும், குளிப்பதற்கு முன்பு ஆற்றைப் பார்க்கும் சிறுவர்களின் சிலிர்ப்பு அவர்களிடம் மிச்சமுள்ளது.

குறுக்குத்துறைப் பாலத்திலிருந்து இறங்கி வட்டப் பாறையை நோக்கி நடந்தோம். சீக்கிரத்தில் சலிப்பை வெளிப் படுத்துபவராகவும் சுருங்கிக்கொள்பவராகவும் பொதுவாக அறியப்பட்ட வண்ணநிலவன், அன்று மற்ற நண்பர்களை உற்சாகப்படுத்திக் கொண்டேயிருந்தார். ‘இரண்டு மாதங்களுக்கு முன்பாகவே இந்தத் திட்டத்தைச் சொல்லியிருந்தால் தானும் தாடி வளர்த்திருப்பேன் என்றும் ‘தாடி வைத்தால் என்னையும் ‘மகாகலைஞன்’ என்று சொல்லிடுவாங்க இல்லையா நம்பி?’ என்று விக்ரமாதித்யனை வம்புக்கு இழுத்தார். வண்ணதாசன், வண்ணநிலவனைக் கிண்டலடித்தபடிவந்தார். ‘ஊருக்குப் போவோம்யா. போட்டாவெல்லாம் போதும்யா... என்னத்துக்குய்யா இத்தனை போட்டோ... ஒரு போட்டோ போதாதா’ என்று எப்போது வண்ணநிலவன் சொல்லப் போகிறாரோ என்று அவர் மாதிரியே பேசிக் காண்பித்தார் வண்ணதாசன்.

குறுக்குத்துறை மண்டபத்தின் கூரைத் துளைகளிலிருந்து வரும் ஒளியை எப்படி புகைப்படத்தில் பயன்படுத்தலாம் என்பதை தேர்ந்த ஓவியராக புகைப்படக்காரரிடம் விளக்கினார் வண்ணதாசன். கலாப்ரியாவின் மனம் அனைத்து நுண்ணிய தகவல்களையும் ஓடிஓடிப் பொறுக்கிக்கொள்வது. தனது செல் போனை எங்களிடம் கொடுத்து சிறுவனைப் போல ஆங்காங்கே படம் எடுத்துப் பார்த்துக்கொண்டேயிருந்தார்.

வட்டப்பாறையை மூழ்கடித்தபடி ஓடும் தாமிரபரணியைப் பற்றியும் இளம் வயது நாட்களின் அங்கமாக அந்த இடம் இருந்ததையும் அவர்கள் பேசிப்பேசி மாய்ந்தனர்.

ooo

குறுக்குத்துறையிலிருந்து வரும் வழியில் எல்லாரும் அமைதியாக இருந்தனர். ஏதாவது பேச்சைக் கிளப்பலாம் என்று நினைத்தோம். ஒரு கட்டத்தில் கலாப்ரியா சொன்னார். "ஒவ்வொரு முக்கைக் கடக்கும்போதும் என்னென்னவோ ஞாபகம் வந்து நிறைச்சிடுது. என்ன பண்றது" என்று பெருமூச்சுவிட்டார். வண்ணநிலவன் எழுதிய 'கம்பா நதி' காமாட்சி அம்மன் கோயிலின் வாசலில், காரை நிறுத்தி இறங்கினோம். கம்பாநேரிதான் கம்பா நதியாக மாறிவிட்டது. இது மறைந்துபோன நதி என்று நம்பப்படுகிறது. மறைந்த கம்பாநேரியின் அடையாளமாக காமாட்சி அம்மன் கோயிலின் மண்டபத்தின் நடுவே என்றும் வற்றாத சிறு நீராளி மண்டபம் இன்றும் பாதுகாக்கப்படுகிறது. கம்பா நதி வேறு எதுவும் அல்ல. மறைந்து போன ஒரு வாழ்வுதான் என்று ஏக்கத்துடன் சொல்கிறார் வண்ணநிலவன். ரெய்னீஸ் ஐயர் தெரு குறுநாவலில் வண்ணதாசனைக் கதாபாத்திரமாக மாற்றியிருக்கிறார் வண்ணநிலவன். வண்ணநிலவனின் பாட்டியின் வீடு கம்பாநேரிக்கு அருகேதான் இருந்திருக்கிறது. பெருவாழ்வு வாழ்ந்து ஒரு காலகட்டத்தில் காணாமல் போன குடும்பங்களின் கதைதான் 'கம்பா நதி'. இன்று எல்லா ஊர்களுக்குமான பொதுக்கதைதான் இது.

கிழக்கு ரதவீதியில் ஆனித் தேரோட்டத்துக்காக தேர்களின் மூடி அகற்றப்பட்டு, சிறிய மராமத்துப் பணிகளுக்காக பிரம்மாண்டம் காட்டி நின்றுகொண்டிருந்தன. தேரைப் பார்க்கும்போதுதான் தெரிந்தது வண்ணதாசனின் அலாதியான உயரம். அவரது 'நிலை' கதையில், பக்கத்துத் தெருவில் இருந்தும் தேரோட்டத்தின் கொண்டாட்டத்தில் கலந்துகொள்ளவே முடியாமல் சாயங்காலம் வந்து பார்க்கும்போது நிலைக்குத் தள்ளப்பட்டு, அமானுஷ்யத் தனிமையில் நிற்கும் தேரை தரிசிக்கும் அந்த வேலைக்காரச் சிறுமி ஞாபகத்துக்கு வந்தாள்.

ரத்னா திரையரங்கைத் தாண்டி வாகனம் வந்துகொண்டிருந்தது. பொருட்காட்சி மைதானத்தைக் காண்பித்து கலாப்ரியா சொன்னார். 'கசடதபற' பத்திரிகையில் பிரசுரமான தன்

கவிதைகளை, "யோவ், உம்ம கவிதைகள் வந்துருக்குய்யா" என்று வண்ணநிலவன் கொண்டுவந்து காண்பித்த இடம் பொருட்காட்சி மைதானம்தான். கலாப்ரியாவும் வண்ணதாசனும் படித்த சாப்டர் பள்ளி வந்தது. கேட்டைக் கடந்து கூடைப்பந்து மைதானத்துக்கு அவர்களது கால்கள் தன்னிச்சையாகச் சென்றன. 'மைதானத்திலிருந்து வகுப்பறைகளைப் பார்க்கும்போது எவ்வளவு விடுதலையாக இருக்கிறது' என்றார் வண்ணதாசன்.

மூடிக் கிடந்த சென்ட்ரல் திரையரங்கைப் பார்த்து இங்கே புகைப்படமெடுத்துக் கொள்ள வேண்டுமென்று பிடிவாதமாக இறங்கினார் கலாப்ரியா. திருநெல்வேலியில் கட்டப்பட்ட திரையரங்குளிலேயே அதிக ஆட்கள் கொள்ளளவு கொண்ட திரையரங்கு அதுதான். 'எவ்வளவு பெரிய படத்துக்கும் அரங்கம் நிறைவது அபூர்வம்' என்றார். 1960களில் இந்த தியேட்டர் திறக்கப்பட்டபோது, குழந்தைகளைப் பாதுகாக்கும் தொட்டில் அறை ஒன்றை இந்த திரையரங்கில் பராமரித்துள்ளனர். குழந்தையுடன் வரும் தாய்மார்கள் உறங்கும் குழந்தைகளைத் தொட்டிலில் போட்டுவிட்டு நிம்மதியாகப் படம் பார்ப்பதற்கான ஏற்பாடாம். திரையரங்கு தொடங்கி இரண்டு ஆண்டுகளில் அந்த அமைப்பு தொடரவில்லை என்று குறிப்பிட்டார் கலாப்ரியா. 'சினிமா பாரடைசோ' திரைப்படத்தில் வரும் நாயகனைப் போல சென்ட்ரல் திரையரங்கின் முன் நின்று அதனுடன் பேசிக்கொண்டிருந்தார். அந்த நினைவோட்டங்கள் நாம் மொழிபெயர்க்க முடியாதவை.

வண்ணதாசனுக்கும், கலாப்ரியாவுக்கும், வண்ணநிலவனுக்கும் கனவுப்பெண்ணாக மலையாள நடிகை சாரதா இருந்திருக்கிறார். வண்ணநிலவன் தனது 'ரெய்னீஸ் ஐயர் தெரு' கைப்பிரதி நோட்டின் அட்டையில் சாரதா படத்தை ஒட்டிவைத்து, 'என் ஸகி' என்றே குறிப்பிட்டிருக்கிறார். வண்ணநிலவனின் கதைகளில் வரும் அக்காக்களின் சாயலில் சாரதா தென்படலாம்.

வண்ணதாசன் வாழ்ந்த வளவுக்கு பக்கத்திலிருந்து கலாப்ரியா, வண்ணதாசன் வரைந்த சித்திரங்களைப் பார்த்துத்தான் முதலில் கவரப்பட்டிருக்கிறார். "வண்ணதாசனும் அவர் சகோதரர் கணபதி அண்ணனும் அவர்கள் வீட்டிலுள்ள தரை, ஊஞ்சல், சுவர்கள் எதையும் விடாமல் பத்திரிகைகளில் வரும் சித்திரங்களை அப்படியே வரைந்துவிடுவார்கள். கரியும்

சாக்பீஸும்தான். 'பாசமலர்' படத்தில் சிவாஜி துப்பாக்கியை வைத்துக் கண்ணீரைத் துடைக்கும் காட்சியை அச்சு அசலாக வரைந்திருப்பார் வண்ணதாசன். நான் அவரிடம் பார்த்துத்தான் சிவாஜி முகத்தை எளிதாக எப்படி வரையலாம் என்பதைக் கற்றுக்கொண்டேன். ஒரு முறை பாவமன்னிப்பு பேனரில் வரையப்பட்ட, முகத்தில் காயம் பட்ட சிவாஜி படத்தை, கட்டுப்போட்ட அவரது முகத்தில் உள்ள ஊக்கையும் பார்த்து அதிசயித்தபடி நின்று கொண்டிருந்தேன். பின்னால் வந்த வண்ணதாசன், இந்த ஊக்கைப் பார்க்கும் கண்கள் உனக்கு வாய்த்ததே என்று என்னை அண்ணன் பாராட்டினார்" என்றார்.

"திண்டுக்கல் பூட்டை வரைந்து அதில் மூன்று ஆணிகளை புள்ளிகளாக வைத்து சற்று இழுத்தால், தாடை அமைப்பு அழகாக வந்துவிடும். அதன்மேல் பப் வைத்தால் அச்சு அசல் சிவாஜி ஆகிவிடுவார் என்று இவனிடம் சொன்னேன். விகடனில் வரும் கோபுலுவின் சித்திரங்கள் மீது அப்போது பெரிய ஈர்ப்பு இருந்தது. சேவற்கொடியோன், மணியனின் கதைகளுக்கு வரையும் சித்திரங்களை நான் அப்படியே வரைந்து பார்த்தேன்." என்று பகிர்ந்துகொண்டார் வண்ணதாசன். வண்ணதாசன் வரைந்த சித்திரங்கள் கலாப்ரியா, பூமணி போன்றவர்களின் நூல்களுக்கு அட்டை ஓவியங்களாகவும் மாறியுள்ளன. காசியபனின் 'அசடு' நாவலின் முதல் பதிப்புக்கு அட்டைப்படம் இவரே.

இருபதுகளிலேயே சென்னைக்கும் வாசுதேவநல்லூருக்குமாக தன் அலைச்சலை விக்ரமாதித்யன் தொடங்கிவிட்டதால், மற்ற மூன்று பேரைவிட நேர் சந்திப்பு அவருக்கு குறைவாகவே இருந்துள்ளது. கடிதங்கள்தான் அவர்களுக்கிடையில் அன்றாட உணவைப் போல இருந்துள்ளன. ஏழெட்டு கிலோமீட்டர் இடைவெளியில் வசித்தாலும் கல்யாணியின் தினசரிக் கடிதங்களுக்காக காத்துக் கிடப்பது வழக்கம் என்கிறார் வண்ணநிலவன். சில நேரம் காலை தபாலில் ஒரு கடிதமும் மாலை தபாலில் மற்றொரு கடிதமும் அவரிடமிருந்து வரும்போது, அத்தனை கஷ்டத்துக்கிடையிலும் கொண்டாட்டமாக இருக்கும் என்கிறார். ரசிகமணி, கி.ரா. ஆகியோர் தொடங்கிவைத்த கடித இலக்கிய மரபை, இன்னும் உயிர்ப்புடன் வைத்திருப்பவர் வண்ணதாசன் ஒருவரே. அவரது ஒட்டுமொத்த படைப்பு வாழ்க்கையின் திரட்சியான கோஷமாகவே 'எல்லாருக்கும் அன்புடன்' திகழ்கிறது.

ஒரே தெருவில் ஏழு இலக்கங்களுக்கு இடையில் வசிக்கும் கலாப்ரியாவுக்கும் கடிதங்கள் எழுதியிருக்கிறார் வண்ணதாசன்.

மற்ற மூவரைவிட பின்னரே படைப்பாளியாக அறியப் பட்டாலும், தொடக்கத்திலேயே இலக்கிய செயல்வீரராக படைப்புகள், படைப்பாளிகளுக்கான பாலமாகவும் பாலத்தைக் கட்டும் வானரப்படையாகவும் விக்ரமாதித்யன் இருந்துள்ளார். இப்போதும் ஒரு மூலையில் ஒரு நல்ல கவிதையை ஒரு இளம்கவிஞன் எழுதிவிட்டால் போதும், அவனையும் அவனது கவிதையையும் தோள் மேல் போட்டுக்கொண்டு சுமந்து செல்பவராக இவர் இருக்கிறார். தனது திருநெல்வேலி நண்பர்களுக்கு மட்டுமின்றி இளைய படைப்பாளிகளுக்கு ‘நீலகண்டப் பறவையைத் தேடி’, ‘ஆரோக்கிய நிகேதனம்’, ‘பாத்துமாவின் ஆடு’ போன்ற சிறந்த இந்திய நாவல்களை அறிமுகம் செய்தவர் இவர். ‘பாராட்டுவதாக இருந்தாலும் கண்டனமாக இருந்தாலும் உச்சஸ்தாதியில் செய்துவிடுவார் நம்பி’ என்கிறார் வண்ணநிலவன்.

வாழ்வாதாரம் தேடி திருநெல்வேலியிலிருந்து சென்னை வர வண்ணநிலவன் முடிவுசெய்தபோது, அதற்கு முன்பே நா.காமராசனின் ‘சோதனை’ பத்திரிகையில் பணியாற்றிக் கொண்டிருந்த விக்ரமாதித்யன்தான்,‘கண்ணதாசன்’ பத்திரிகையில் வண்ணநிலவன் சேரவும் தங்குவதற்கான ஏற்பாட்டையும் செய்தவர். காலையில் குளித்து தும்பைப்பூபோல மலர்ச்சியுடன் வேலைவாய்ப்பு தேடி பிரமுகர்களிடம் அழைத்துச் செல்லும் இளம்வயது விக்ரமாதித்யன், வண்ணநிலவனின் எழுத்துகளில் சித்திரமாக வருகிறார். இரவு போதையில் லம்பியபடி ரிக்ஷாவில் நண்பருடன் இறங்கும் அன்றாடத்தை விக்ரமாதித்யன் அன்றே தேர்ந்தெடுத்துவிட்டதை அறியவும் முடிகிறது. இடையிடையில் பத்திரிகைகள் நின்றுபோய் விக்ரமாதித்யன் உணவு விடுதி பரிசாரகனாகவும் இருந்திருக்கிறார். எல்லா இலக்கியக் கூட்டங் களுக்கும் நண்பர்களைத் தேடி வந்துவிடுவார்; ‘எப்போது பணம் இருந்தாலும் அதை உடனடியாக செலவழித்து விடுவார் நம்பி’ என்கிறார் வண்ணநிலவன்.

வண்ணநிலவனின் பேச்சிலும், அவரது பின்னகர்ந்த கால நினைவோடைக் குறிப்புகளிலும் விக்ரமாதித்யனின் பேச்சிலும் உணவும் தங்குமிடமும் முதன்மை இடத்தைப் பெறுகின்றன.

வண்ணநிலவனின் நினைவோட்டையில் ரவை உப்புமாவுக்குப் பெரிய இடம் இருக்கிறது. ராஜவல்லிபுரம் வல்லிக்கண்ணன் வீடு, இடைச்செவல் கி.ரா.வின் இல்லம், பாண்டிச்சேரி பிரபஞ்சன் வீடுவரை அவசரமாக வரும் விருந்தினர்களின் பசியை ஆற்று வதற்கான அமுதாக உப்புமா இருந்துள்ளது. இப்போது உப்புமா அந்த அந்தஸ்தை இழந்திருப்பதாகத் தோன்றுகிறது. செல்போன் வந்தது காரணமாக இருக்கலாம். எதிர்பாராமை என்ற அம்சம் முற்றிலுமாகவே நம் வாழ்க்கையிலிருந்து விலகிக் கொண்டிருப்பதற்கான அடையாளம் இது.

வண்ணநிலவனின் முதல் சிறுகதைத் தொகுப்பான 'எஸ்தர்' வெளியான விதமே அபூர்வமானதுதான். பதிப்புச்சூழலும், சொந்தமாகப் பதிப்பிக்க முடியாத பொருளாதார நிலையும், விற்பனை சாத்தியமின்மையும் இருந்த காலகட்டத்தில் வண்ணநிலவனின் கதைகளை மட்டுமே படித்திருந்த வாசக நண்பர்கள் பணம்போட்டு விக்ரமாதித்யனை ஒருங்கிணைப் பாளராகக் கொண்டு வெளியிடப்பட்ட புத்தகம் அது.

"எஸ்தர் தொகுப்பு நண்பர்களின் கூட்டுமுயற்சிதான். தா.மணி, லயனல், சுப்பு. அரங்கநாதன் எல்லாரும் சேர்ந்து நிகழ்த்திய அப்படியான ஒரு முயற்சி மிகவும் அற்புதமான விஷயம். நம்பிராஜன்தான் அதை முன்னெடுத்தார். உமா பிரெஸ்ஸில் அச்சு வேலைகள் நடந்தன. அச்சுக்கோப்பு, பக்கம் கட்டுதல் தொடங்கி புரூப்வரை எல்லா வேலைகளையும் கோபால்தான் (கலாப்ரியா) செய்தான். அட்டைப் படத்துக்காக 'சோவியத் லிட்டரேச்சர்' புக்கிலிருந்து ஒரு படத்தை எடுத்து, அதை நானே லேஅவுட் செய்தேன். அதன் முன்னுரையையே ஐந்து நண்பர்களின் கலந்துரையாடலாக விக்ரமாதித்யன் அழகாக மாற்றியிருப்பார். ஒரு கலைஞனை முதலில் அடையாளம் கண்டு, அவரது தொகுப்பைப் போடவேண்டும் என்று திட்டமிடுவது எல்லாம் அருமையான விஷயம். 'எஸ்தர்' என்கிற விஷயமே அற்புதம்தான். வண்ணநிலவனுக்கு எல்லாமே இயல்பாகத்தான் நடந்தது. அடுத்தவர் எழுத்தைப் புத்தகமாகப் போடவேண்டுமென்று சக கலைஞனே திட்டமிடும் மனம் அப்போது இருந்தது" என்கிறார் வண்ணதாசன் நெகிழ்வுடன். நண்பர்கள் மூவருமே கலாப்ரியாவை கோபால் என்றே கூப்பிடுகின்றனர்.

'சங்கரிமணாளன்' என்கிற புனைப்பெயரில்தான் விக்ர மாதித்யன் முதலில் எழுதியிருக்கிறார். 'சங்கரி என்பவர் இவரது

காதலி' என்று சொல்லி விக்ரமாதித்யனை வண்ணநிலவன் வெட்கப்பட வைத்தார். சென்னையில் விக்ரமாதித்யனிடம் நேசத்துடன் பழகிய ஒரு பெண்ணைப் பற்றியும் வண்ணநிலவன் சொல்ல, விக்ரமாதித்யன் குனிந்து கூச்சப்பட்டார். "இப்போ சொல்லலைன்னா... எப்பச் சொல்றதுவே.... அந்தப் பொண்ணு லட்சணமா இருப்பா... அவங்க வீடுகூட...." என்று அனைத்து விவரங்களையும் வண்ணநிலவன் சொல்லிப்போனார். அப்போது குறுக்கிட்ட வண்ணதாசன், "நம்பியை விட ராமச் சந்திரனுக்குத்தான் அவரது காதலிகளைப் பற்றி அதிகம் தெரிந்திருக்கிறது..." என்று கிண்டலடித்தார்.

"சுப்பு. அரங்கநாதனும் நம்பிராஜனும்தான் வீடு தேடிச் சந்திக்க வந்த முதல் வாசகர்கள். 'தீப'த்தில் வெளியான 'வேர்கள்' கதையைப் படித்துவிட்டு வல்லிக்கண்ணனைப் பார்த்த பிறகு என்னைப் பார்க்க வந்தார்கள். அவர்கள் மூலம்தான் ராமச்சந்திரன் எனக்கு அறிமுகமானார். எங்கள் நட்பு ஆரம்பித்தபோது வேலை இல்லாதவனாக இருந்தேன். எனக்கும் கோபாலுக்கும் (கலாப்ரியாவுக்கும்), ராமச்சந்திரனுக்கும் இடையிலான உலகம் ரொம்பவும் அருமையானது. மூன்று பேருமே அப்போது எழுதிக்கொண்டிருந்தோம்.

கலாப்ரியாவின் சிறந்த கவிதைகள் வெளிவரத் தொடங்கி யிருந்தன. கலாப்ரியாவை அன்றைய நட்சத்திர எழுத்தாளர்களான நா.பா., தி.ஜா., கி.ரா., பாலகுமாரன் என எல்லோரும் பாராட்டினார்கள். கடிதங்கள் வந்துபோய்க் கொண்டிருந்தன. வண்ணநிலவன் 'கடல்புரத்தில்' எழுதிவிட்டார். பிறகு கலாப்ரியாவின் முதல் கவிதைத் தொகுதியான 'வெள்ள'த்தைக் கொண்டுவந்த ஞாபகம் இன்னும் இருக்கிறது. உள்ளங்கை அளவுதான் புத்தகம். 'கசடதபற' கொண்டு வந்த 'புள்ளி' தொகுதியைப் பார்த்து, அந்த வடிவத்தை முடிவு செய்தோம். விநாயகா பிரஸ்ஸில்தான் வேலை நடந்தது. நான் அட்டைப்படம் வரைந்தேன்.

தினசரி காலையில் முருகன்குறிச்சியில் குளித்த பிறகு கோபாலைப் பார்த்துவிட்டு என்னைப் பார்க்க ராமச்சந்திரன் வருவார். அவர் குமாஸ்தாவாக வேலை பார்த்த சீனிவாசகம் வக்கீல் வீட்டுக்கு நான் போயிருக்கிறேன். அவர்கள் அவரை குடும்பத்தில் ஒருவராகவே வைத்திருந்தார்கள். அவரது சொக்கலிங்க சுவாமி கோயில் தெரு வீட்டுக்குப் போவேன்.

எனக்கு வேலை கிடைத்த தகவல் வந்தவுடன், வக்கீல் வீட்டுக்குப் போனேன். வண்ணநிலவனின் நண்பர் செல்வகுமார், சுகுணா ஆகியோருக்கு சாக்லேட் வாங்கிக் கொடுத்த நாளை மறக்கவே முடியாது. வேலை கிடைத்த பிறகு வங்கியில் கேஷியராக நோட்டுகளை எண்ணிக்கொண்டே நிமிர்ந்து பார்க்கும்போது ராமச்சந்திரன் நின்றுகொண்டிருப்பார்" என்று ஆத்மார்த்தமாகச் சொல்லிவிட்டு பெருமூச்சு விட்டார் வண்ணதாசன்.

1980 களில் பாரதி நூற்றாண்டையொட்டி அன்னம் வெளியிட்ட 'புலரி' கவிதைத் தொகுதி வாயிலாகவே கவனம் பெற்றாலும் கல்யாண்ஜியின் (வண்ணதாசன்) கவிதைகளில் உள்ள த்வனியையும் திருநெல்வேலித் தன்மையையும்தான் கலாப்ரியா, வண்ணநிலவன், விக்ரமாதித்யன் எல்லாருமே தொடக்கத்தில் பகிர்ந்திருக்கிறார்கள்.

தாமிரபரணி நால்வரில் மூத்தவராகவும் மற்ற அனைவருடனும் மரியாதையான விலகலைப் பராமரிப்பவராகவும் வண்ணதாசன் இருக்கிறார். நேராகப் பார்க்கும்போது கூர்மையான விமர்சனத் த்வனியையும் கொந்தளிப்பையும் வெளிப்படுத்தும் ஆளுமையாகத்தான் வண்ணதாசன் இருக்கிறார். பெரிய வீட்டுப் பையனின் அமர்த்தல் அவரிடம் உள்ளது.

திருநெல்வேலி எழுத்தாளர்களாக இந்த நான்கு பேரும் சேர்ந்து அறியப்பட்டாலும் பரஸ்பரம் மதிப்பும் அதேநேரத்தில் விமர்சனங்களை தனிப்பட்ட வகையிலும் எழுத்திலும் செய்தே வந்திருக்கிறார்கள். வண்ணநிலவன் திரும்ப உற்சாகமாக எழுத வேண்டுமென்பதை வண்ணதாசன் திரும்பத் திரும்பச் அவரிடம் சொல்லிக்கொண்டே இருந்தார். விக்ரமாதித்யனின் கவிதைகள் மற்றும் அவர் தேர்ந்து கொண்ட வாழ்வு சார்ந்து வண்ணநிலவன் தன் விமர்சனத்தை நேரடியாகவே வைக்கிறார்.

விக்ரமாதித்யனின் கவிதைகளில் முதலில் இருந்த 'லிரிக்கல் தன்மை' பின்னர் இல்லை என்று குறைபடுகிறார். அவருடைய உரைநடையைச் சிலாகித்து, தொடர்ந்து சிறுகதைகள் எழுதி யிருக்க வேண்டும் என்பதையும் கூறுகிறார்.

ஒரு திருமண வீட்டில் நான்கு சகோதரிகள் சேரும்போது அவர்களிடையே வெளிப்படும் வாஞ்சையை இந்த நால்வரின் சந்திப்பிலும் பார்க்க முடிந்தது. காலையில் விடுதியறைக்குச் சற்றுத் தாமதமாக வந்த விக்ரமாதித்யன், வண்ணதாசனின்

காலைத் தொட்டுக் கும்பிட்டுத்தான் அமர்ந்தார். சற்று நிம்மதியின்மை மற்றும் அமைதியுடன் உட்கார்ந்திருந்த வண்ணநிலவன், விக்ரமாதித்யன் வந்தபிறகுதான், "நம்பி வந்த பிறகுதான் கலகலப்பே வருது" என்றார். கொஞ்சம் தயக்கத்துடன் கலாப்ரியா, 'வாங்க நம்பி' என்று எழுந்து நிற்கிறார்.

அதேவேளையில் அவர்களுக்கிடையில் ஏற்றத்தாழ்வுகள், முரண்பாடுகள், கோபதாபங்கள், புகார்கள் அனைத்தும் மோதும் உறவாகவே அது இருக்கிறது. ஒருவருக்கொருவர் பேசிக்கொள்ளாமல்கூட இருந்த சூழ்நிலைகள் உண்டு என்பதை கலாப்ரியா பகிர்ந்துகொள்கிறார்.

அன்று இரவு விடுதியில் அத்தனையும் கலந்த மதுவைத்தான் விக்ரமாதித்யன் பருகினார். அன்றைக்கு அவர் தோளில் ஏறியது புதுமைப்பித்தன். 'புதுமைப்பித்தனை மிஞ்சிய மாஸ்டர் இல்லை' என்று சொல்லிக்கொண்டே இருந்தார். நான்கு சகோதரிகளும் பிரியும் வேளை வந்தது. வண்ணநிலவன் எழுதிய 'குளத்துப்புழை ஆறை' இந்த நான்கு சகோதரிகள் உருவாக்கிய கனவு நதியென்றும் வாசிக்க முடியும். அங்கு பிடிக்கப்படாமல் இருக்கும் மீன்களும் மீன்கள் சாப்பிடும் பொரியும் பொரி விற்கும் சிறுவர்களும் இவர்கள்தான். அந்த குளத்துப்புழை ஆறு இவர்களின் படைப்பிலும் நம் கனவிலும் இப்போதும் ஜீவித்துக்கொண்டு இருக்கிறது.

□

12
பூமா ஈஸ்வரமூர்த்தியின் காலம் அகாலம்

பூமா ஈஸ்வரமூர்த்தியின் கவிதைகளை அவை வெளிவந்த காலத்துத் தொகுப்புகளை மேய்ந்த போதும், இந்தப் புதிய தொகுப்பின் கவிதைகளைக் கிட்டத்தட்ட முழுமையாகப் படித்துமுடித்தபோதும் இந்தக் கவிதைகளின் காலம் குறித்த கேள்விதான் முதலில் தோன்றியது.

கவிதை அகாலத்தில் தானே எழுதப்படுகிறது என்ற எளிய பதிலைக் கொண்டு அந்தக் கேள்வியை முறிக்கப் பார்த்தேன். ஆமாம், அகாலத்தில் எழுதப்பட்டாலும் கவிதையின் பொருத்தப்பாடு என்பது காலத்துடன் தொடர்புடையதாகவே இருக்கிறது. கவிதையின் பொருத்தப்பாடும் பின்னணிகளும் மாறும்போது கவிதையைக் காலம் கவ்வுவதற்கு முயன்றபடி இருக்கிறது. காலம் கவ்வாத கவிதைகள் இன்றைக்கும் என்றைக்கு மானதாக எப்போதும் பொருத்தப்பாடுடையதாக அகாலத்தின் பொலிவேறி சோபை தளும்ப இருக்கின்றன.

ஒவ்வொரு கவிஞனும் தனது காலத்தின் மொழியை எடுத்துக் கொண்டு, தனது தனிச்சாயல் கொண்ட அனுபவங்களைச் சேர்த்து மொழியில் சமைக்கும்போது அவனுடைய ஆற்றல், வேகம், அவனுக்குக் கிடைக்கும் அருள் எல்லாவையும் சேர்ந்து கூடுதலோ குறைவாகவோ தன் சில கவிதைகளை அகாலத்தின்

பீடத்துக்குக் கொண்டுபோய் சேர்த்துவிடுகிறான். அருள் என்பதை மேலிருந்து, புலப்படாததிலிருந்து அப்பாலிலிருந்து வருவதாக எடுத்துக்கொள்ள வேண்டியதில்லை. எல்லாம் ஒத்திசையும் யோகம் என்று அதைச் சொல்லலாம். சுயத்துடன் தொடர்பில்லாத ஒரு வஸ்து படைப்புச் செயல்பாட்டில் கலப்பதென்று சொல்லலாம். ஆழ்மனம், கூட்டு நனவிலி என்ற நிலவறை வெளிப்படுத்தும் சிரிப்பு அல்லது பெருமூச்சு, கருணை என்று சொல்லலாம். களமும் காலமும் சேர்ந்து நிகழ்த்தும் ஆட்டம் சிறந்த படைப்புகளில் நிகழ்கிறது. அந்தப் படைப்புகள் தான் காலத்தைத் தாண்டுகின்றன. அதேவேளையில் அகாலத்தின் பொன்னிறத்தையும் சூடிக்கொள்கின்றன.

பூமா ஈஸ்வரமூர்த்தியின் கவிதைகளில் எண்பதுகள், தொண்ணூறுகள், இரண்டாயிரம், 2010ல் எழுதப்படும் கவிதைகளின் சாயல்கள் ஏறியுள்ள கவிதைகளையும் முடிப்பு களையும் பார்க்கிறேன். வண்ணதாசன், தேவதச்சன், அப்பாஸ், ஆத்மாநாம் என்று காலம் ஆளுமைகளாகவும் இந்தக் கவிதைகளில் சாயல் கொண்டுள்ளன.

பூமா ஈஸ்வரமூர்த்தியின் களமும் அவரது காலமும் சேர்ந்து ஆடிய அவரது மன அடையாளத்தை மட்டுமே கொண்ட கவிதைகளைத் துப்பறிவது எனக்குச் சுவாரசியமான அனுபவமாக இருந்தது. அந்தக் கவிதைகள் இவர் கடந்து கண்டதன் சாரத்துடன் இவர் கடந்து கண்டதன் சிரிப்புடன் இருக்கின்றன. எனக்கு அந்தக் கவிதைகளைத் தெரியும். அந்தக் கவிதைகள் வழியாக, அவர் கண்ட உலகத்தினுடனான உறவுதான் எனக்கு பூமா ஈஸ்வரமூர்த்தியினுடனான உறவும்.

இந்தத் தொகுதியில் துவக்கத்திலேயே அவரது கவிதையைக் கண்டுவிட்டேன்.

என் வன யானைகளை
வழி பிசகாமல்
அழைத்துச் செல்ல வேண்டும்
மின்மினிகள்
நான் இருக்கிறேன் என்றது.

மின்மினிகள் யாருக்குச் சொல்கிறது. யானைகளை அழைத்துச் செல்பவனையா, யானைகளிடம் சொல்கின்றனவா.

அல்லது யானையின் பாதையை மட்டுமே நோக்குபவர்களுக்கு மின்மினிகளின் இருப்பை நாம் பார்க்க வேண்டுமென்று சொல்கிறதா?

எனது உலகத்துக்கு எனது அனுபவத்துக்கு நெருக்கமாக, யானையிடம் மின்மினிகள் பேசுவதாகவே நினைப்பேன். நான் இருக்கிறேன். பார்த்துப் போங்கள். நான் இருக்கிறேன். பார்த்துக் கொள்ளலாம். போங்க இந்த மனிதனுடன். இப்படித்தான் நான் புரிந்துகொள்வேன். எனக்கும் அந்த மின்மினிகள் ஆறுதல் சொல்கின்றன. நான் இருக்கிறேன்.

இப்படி பூமா ஈஸ்வரமூர்த்தியின் தனிக் கையெழுத்தைக் கொண்ட கவிதைகள் ஒரு பகுதி இவரிடம் இருக்கின்றன.

ooo

பூமியில் சிறிய இருப்புகளை, கண்ணுக்குத் தெரியாத இருப்புகளை மின்மினிகள் சொல்வதைப் போல வெளிச்சமிட்டுக் காண்பிப்பது; சின்னச் சின்ன இருப்புகள் அவை. குழந்தை வரைந்த ஒரு சுவர் சித்திரம், ஒரு சுவர், ஒரு சிறிய செடி தொட்டி, பீரோவில் ஒட்டப்படும் சிறிய வண்ணத்துப்பூச்சி வடிவ காந்தம். சின்னப் பொருட்கள், சின்ன உணர்வுகள் மீது கவனம் குவிக்க வைப்பது பூமா ஈஸ்வரமூர்த்தியின் உலகத்தின் ஒரு குணம் என்று வகுக்கலாம். இந்தச் சிறிய அழகுகளைக் கொண்டு அழகேயற்ற, அழகு உணரப்படாத ஒரு இடத்தில் வைப்பதுதான் பூமா ஈஸ்வர மூர்த்தியின் வேலை என்று கூடச் சொல்லிவிடலாம்.

கவிஞனின் இருப்பு கூட அந்தச் சின்ன அழகைப் போன்றது தான் இந்த உலகத்துக்கு. உலகம் அவனை அழகுபடுத்துவதில்லை. அவன் இந்த உலகத்தை அழகுபடுத்துகிறான். உலகம் அவனுக்கு விருந்திடுவதில்லை அவன் விருந்துகொடுத்து மகிழ்கிறான். அவன் தன்னை தனது படைப்புப் பணியை ஒரு கலை சாதகம் என்ற பிரக்ஞையுடன் இயங்குகிறான்.

ooo

பூமா ஈஸ்வரமூர்த்தியின் இன்னொரு உலகம் அவர் வாழ்ந்த வாழ்க்கையின் கலாசாரத்தின் அவரது கனவாக இருக்கும் ஊரின் அடையாளங்களுடன் உள்ளது. சித்தப்பா,

பூச்சுற்றும் பெண் குறித்த கவிதைகளை உதாரணமாகச் சொல்லலாம். குழந்தையின் கால்கொலுசு தொலைந்த ஆற்றை, தாமிரபரணி கொலுசு அணிந்து ஓடிக்கொண்டிருக்கிறாள் என்று எழுதுகிறார். புதுமைப்பித்தன் இந்தப் படிமத்தை சற்றேறக்குறைய நெருக்கமாக ஒரு சிறுகதையில் பேராச்சியம்மன் படித்துறையில் நீர்விளையாட்டில் ஈடுபடும் குழந்தையை வைத்து எழுதியிருக்கிறார். இந்த உலகில் எழுதப்பட்ட எல்லா கவிதைகளிலும் கண்ணீர் சிறு துளியளவு இருக்கிறது.

ஈஸ்வர மூர்த்தியின் கவிதைகளில் வரும் குழந்தைகள் கனவுக்கும் எதார்த்தத்துக்கும் இடையில் அவர் கவிதைகளைப் போல மிதப்பவர்கள்.

என் கவிதையின் முதல் வரியில்
வந்து அமர்ந்து கொள்ள விரும்புகிறாள்
இவள்
மூன்றுக்கு மிகாத வயதுச் சிறுமி
மாலை சிறுவர் பூங்காவில் வந்தமர்ந்தவள்
இன்று சின்னஞ்சிறு விரிந்த நீலக் குடையோடும்
வந்திருக்கிறாள்
மழையில்லை வெயிலில்லை தூறலுமில்லை
வான்நீலக் குடையின் மேற்புறத்தில்
கண்ணாடியில் வீழும் மழைத்துளிகளை
சித்திரம் தீற்றியிருக்கிறார்கள்
சிறுமியர்கள் தொட்டுப் பார்த்து செல்கிறார்கள்
சிலரிடம் கொடுத்தும் வாங்கியும் கொள்கிறாள்
கூடவே ஒரு சிறு நாய்க்குட்டியும்
அவளோடு சேர்ந்து மற்றவர்கள்
விளையாடுவதை பார்க்கிறது
மழையில்லை வெயிலில்லை தூறலுமில்லை
விரித்த குடைக்குள் நாய்க்குட்டியை
அழைத்துக் கொள்கிறாள்
பின்னாளில் இவள் அன்பிலாப் பெண்டிரில்
தன்னை இணைத்துக் கொள்ளாள்.

இந்தக் கவிதையின் உள்ளடக்கம் எனக்குப் பிடித்தமானது. ஆனால் இந்தக் கவிதையில் காலம் ஏறியிருக்கிறது. ஏனெனில் இன்றைய கவிஞன் இந்தக் கவிதையை இப்படி முடிக்கமாட்டான். ஈஸ்வர மூர்த்தியின் கவிதை முடிவை நான் பொய்யென்று

சொல்லமாட்டேன். ஆனால், உண்மைக்கு அருகில் இல்லை. விரித்த குடைக்குள் நாய்க்குட்டியை அழைத்துக் கொள்ளும் சிறுமியின் சாத்தியத்தை அங்கே ஈஸ்வரமூர்த்தி மட்டுப்படுத்தி விடுகிறார் என்பதை மட்டும் சொல்வேன். மென்னுணர்வு, ரொமாண்டிக் என்று இந்த இடத்தைச் சொல்லிப் பார்க்கலாம். இங்கேதான் காலம் என்பது கவிதையின் மீது ஒரு இடமாக அமர்ந்திருக்கிறது. இடம் என்பது மதிப்பீடாகவும் இருக்கிறது. நான் திரும்பவும் சொல்கிறேன். பொய்யென்று சொல்லமாட்டேன். ஆனால் அது உண்மைக்கு அருகில் இல்லாமல் இருக்கிறது.. அவள் அன்பற்ற பெண்டிரில் ஒருவளாக ஆக்கவும் இந்த பூமியின் எத்தனை குறுக்குவெட்டுப் பாதைகள் காத்திருக்கின்றன.

மழை பனி குளிருக்காக
சன்னல் கீழிறக்கப்படவேண்டும்
உள்ளிருக்கும் கதகதப்பு காற்றுப் போதும்
வெளிச்சம் புதுக் காற்று வேண்டும்
உள்ளிருக்கும் அழுகல் காற்று அகல
சன்னல் மேலேற்றப்பட வேண்டும்
சொற்கள்
ரயில் பெட்டிகள்

என்ற ஒரு கவிதையை வைத்தே சொல்லிப் பார்க்கலாம். புதிய காற்று, பழைய காற்று என்பதை காலமாக விழுமியங்களாகவும் மாற்றிப் பார்க்கலாம்.

இக்கரையில் ஏறி அக்கரைக்கு
சென்றானபின்
வெற்றுப் படகை
நீருக்குள் தள்ளி விடுங்கள்
படகு கரையோரம் நின்று
நீரை ஏக்கத்துடன் பார்ப்பதை
மனதாலும் பார்க்க இயலாது

என்கிறார். இதிலும் எனக்கு முந்தைய ஒரு காலம் செயல்படுகிறது. நான் அந்தப் படகை கரையிலேயேதான் வைத்திருப்பேன். நானும் அந்தப் படகும் வேறு இல்லை, என்னைப் பொறுத்தவரை.

கடல் முற்றத்தில்
தீய்க்கும் வெய்யிலின்

சுடுமணலில்
இங்கிருந்து அங்கும்
அங்கிருந்து இங்கும்
என் பறவை நடந்து
கடல் பார்க்கிறது.

தீய்க்கும் வெய்யிலின் சுடுமணலில் இங்கிருந்து அங்கும் அங்கிருந்து இங்கும் நடக்கும் பறவை தான் பூமா ஈச்வரமூர்த்தியின் கவிதைகள். அப்படித்தான் பூமா ஈஸ்வரமூர்த்தியின் காலத்துக் கவிதைகளும் பூமா ஈஸ்வரமூர்த்தியின் அகாலத்துக் கவிதைகளும் செயல்படுகின்றன.

இந்தக் கவிதைகள் இருக்கும் காலத்தைக் கடந்து கண்ட ஒரு உலகம் எனக்கு மிகவும் பயனுள்ளது. அவருக்கும் அதுதான் நிறைவையும் கருணையையும் சுரக்கச் செய்திருக்க வேண்டும். அதுதான் மிக நெடுங்காலமாக காணாதிருந்த ஈஸ்வரமூர்த்தியை எனக்கு மிகவும் நெருக்கமாக்கவும் செய்கிறது.

அந்த இரண்டு கவிதைகளை நான் படித்து நிறைவு செய்கிறேன்...

இந்த விதைகள் என்னையும் சேர்த்தணைத்து
நிலத்தில் விதைத்துக் கொள்கிறது
இந்த மீன்கள் என்னையும் சேர்த்தணைத்து
நீரில் நீந்தி மகிழ்கிறது
இந்த எழுத்துக்கள் என்னையும் சேர்த்தணைத்து
நெருப்போடு எரிகிறது
இந்த மூச்சு என்னையும் சேர்த்தணைத்து
காற்றோடு கலந்து கொள்கிறது
இந்தப் பறவை என்னையும் சேர்த்தணைத்து
ஆகாயத்தில் மிதந்து கொள்கிறது
இந்த உயிர் என்னுயிரையும் சேர்த்தணைத்து
இன்பம் துய்க்கிறது
இந்த உயிர் என்னுயிரையும் சேர்த்தணைத்து
துன்பம் துய்க்கிறது.

இதுதான் ஈஸ்வரமூர்த்தி கண்டது என்று கருதுகிறேன். இது தான் அவர் அடைந்திருக்கும் கனிவு என்று தெரிகிறது. இதுதான் அவர் என்னுடன் என் காலத்துக்கும் சேர்த்து அகாலத்துக்கு அளித்திருக்கும் பரிசு.

நீங்கள் உங்களை உணர்ந்து கொள்ளும்போது
கடந்து போகிறீர்கள் சிறு புன்னகையுடன்
நீங்கள் உங்களை உணர்ந்து கொள்ளும்போது
அகன்று போகிறீர்கள் சிறு புன்னகையுடன்
நீங்கள் உங்களை உணர்ந்து கொள்ளும்போது
ஏற்றுக் கொள்கிறீர்கள் சிறு புன்னகையுடன்.

கடவுளைக் கண்டும் எதையுமே கேட்கத் தோன்றவில்லை என்று சொல்லும் ஆத்மாநாமின் நிறைவு கொண்ட பூரணப் புன்னகையின் எதிரொலியை இந்தக் கவிதையில் காண்கிறேன்.

ஈஸ்வரமூர்த்தி, உங்களை மிகத்தொலைவிலிருந்து காலத்தி லிருந்து இடத்திலிருந்து பார்க்கிறேன். மகிழ்ச்சி.

நீந்தி துள்ளித் துள்ளி விளையாடும்
மீன்கள் சொல்லும் இது எனது நதி
நதி சொல்லும் இவைகள் எனது மீன்கள்
மகனே கவனம் கொள்
இன்று மிக நல்ல நாள்
மீன் பிடிக்கக் கற்றுத் தரப்போகிறேன்
தேர்ச்சி கொள்
இனி உனக்குப் பசி இல்லை
இது உனது நதி இவைகள் உனது மீன்கள்
மீன் கொத்திப் பறவையும்
சொல்லும்
இது உனது நதி இவைகள் உனது மீன்கள்

மீன்கள் சொல்வதும் உண்மை. மீனைப் பிடித்துப் பசியாற்று வதற்குக் கற்றுக்கொடுக்கு மனிதத் தகப்பன் சொல்வதும் உண்மை. மீன்களைக் கொத்திச் சாப்பிடப் போகும் மீன்கொத்தி சொல்வதும் உண்மை. உனதும் எனதும் ஒன்றாகும் உண்மை. நீயும் நானும் ஒன்றாகும் உண்மை. காலத்தை விழுங்கிய கவிதையின் உண்மை.

□

13

மாறும் நிலங்களை மொழிபெயர்த்த கவிஞன்

சிறுவயதிலேயே 'வால்கா முதல் கங்கை வரை' நூலைப் படித்துவிட்டு உற்பத்தி உறவுகளின் கதையாக இந்த உலகத்தின் கதையை வாசிக்கத் தொடங்கியவர். 1990களில் ஏற்பட்ட புதிய பொருளாதாரக் கொள்கைகளால் பாரம்பரியத்தொழிலை இழந்தவர்களில் இவரும் ஒருவர். தலித் அரசியல், தலித் இலக்கியம், சோவியத் உடைவுக்குப் பின் மார்க்சியம் சந்தித்த நெருக்கடி, பின் நவீனத்துவ, அமைப்பியல் கோட்பாட்டு விவாதங்களின் நீட்சியும் தாக்கமும் பெற்ற கவிதைகள் இவருடையது.

இவர் வியாபாரத்துக்காக தனது நடுவயதில் இந்தியாவின் வடகிழக்கு மாநிலங்களில் அலையத் தொடங்கியபோது மாறும் நிலங்கள், தாவரங்கள் பின்னர் எழுதிய கவிதைகளில் செறிவூட்டப்பட்டிருக்க வேண்டும். சிறு துணி வணிகனாக கிழக்கு ஆசிய நாடுகளிலும் பயணம் செய்ய தொடங்கியபோது, ஒரு புதிய வர்த்தகக் காலனியாக உருவாகி மேல்கீழாக மாறப்போகும் இந்தியாவின் நிலங்களை, மனிதர்களை தீர்க்க தரிசனமாகப் பார்த்துவிட்டார் யவனிகா. அப்படியாக ஊகித்து உணர்ந்த அவரது கவிதைகளின் முதல் தொகுதிதான் 'இரவு என்பது உறங்க அல்ல'. இரவு என்பது வேறு எதற்கு என்று கவிதை ஆசிரியனிடமே கிண்டலாகக் கேட்கப்பட்ட காலம் ஒன்று உண்டு. புலம்பெயர் தொழிலாளர்களுக்கும், அயல்பணி, தகவல்

தொழில்நுட்ப ஊழியம் செய்பவர்களுக்கும், காதலர்களுக்கும், பெருகிவரும் மன அழுத்தக்காரர்களுக்கும் இரவு என்பது உறங்க அல்ல என்பது இன்றைய எதார்த்தமாக ஆகியிருக்கிறது.

உணவு, உடைகள், உழைப்பு, உற்பத்தி உறவுகள், காதல், இனவிருத்தி, அரசு, நிர்வாகம், நியமங்கள் எல்லாமே மாறி, முயங்கி, கலந்து கொண்டிருக்கும் மனநில வரைபடம் நம்முடையது. ஒரு தங்க நாற்கரச் சாலையின் வருகையால் தொலைந்து போன கிராமத்தைத் தேடிப் போகும் பேருந்தை நாம் யவனிகாவின் கவிதைகளில் பார்க்கிறோம். ஒரு கிழக்காசிய சிறு நகரத்தின் சாயலை, தனது சொந்த ஊரான சின்னாளப்பட்டிக்கு தன் மொழியால் ஏற்றிவிடுகிறார். பிரம்மபுத்ராவின் பள்ளத்தாக்குகளில் இயற்கையும் சாவகாசமும் அமைதியும் புகட்டி வளர்த்த ஒரு இளைஞனை சென்னையின் தகரக் கொட்டடிக்குள் 72 மணி நேரங்களில் சிறைப்படுத்தி, அவனை உருளைக்கிழங்கு தின்னும் கட்டிடத் தொழில் எந்திரமாகத் துப்பும் எதார்த்தம்தானே நம்முடையது. "யாரின் தூக்கத்திலிருந்து விடிகிறது இந்த அதிகாலைச் சூரியன்/ மாலுமிகளிடம் கட்டணம் செலுத்தி/ எந்தக் கரைகளில் இறக்கிவிடப்படுகிறது பல நூற்றாண்டுத் துயரம்" (தெய்வங்களில் படியும் உப்புக்காற்று பக்கம் 241) என்று எழுதுகிறார்.

இங்கேதான் யவனிகா, நிலங்களையும் மனிதர்களையும் அவர்களது துயரங்களையும் காதலையும், பாடலையும் தண்ணீரில் தெரியும் பிம்பங்களைப் போல கொஞ்சம் திசை மாற்றி விடுகிறார். ஒரு நாகரிகத்தின் கரையில் அமர்ந்து கொண்டு மாற்றங்களால் பறிக்கப்பட்ட, துக்கித்த, வலித்த, நரையேறிய உடலைக் கொண்ட ஒரு நாடோடியின், தோல்வியுற்ற பௌராணிகனின் பாடல் என்று இந்தக் கவிதைகளைச் சொல்லலாம்.

யவனிகா ஸ்ரீராமின் கவிதைகளில் வரும் கடவுள் சம்பிர தாயமான உருவம் அல்லர்; இருந்ததாக நம்பப்படும் ஒரு ஒழுங்கின் இயற்கையின் முதிர்ந்த, தன்னைக் கூட காப்பாற்றிக் கொள்ள முடியாத கதாபாத்திரம்தான் அவர். யவனிகா கடவுளின் இடத்தில் கோட்பாட்டையும் கார்ல் மார்க்சையும் வைக்கிறார். கடந்த இருபது ஆண்டுகளாக நவீன தமிழ் கவிதைகளில் புழங்கப்படும் கடவுளை யவனிகா தான் முன்நிர்ணயம் செய்கிறார். அப்படிப் பார்க்கையில் யவனிகாவும்

கடவுள் நம்பிக்கையாளன்தான். சொர்க்கமாய் இல்லாத ஒன்றைக் கடவுள் படைக்கும் திறன் பெற்றிருந்தார் என யவனிகாவும் நம்பியிருக்கவில்லை என்பது கவிதைகளில் தொனிக்கும் மன்றாடலிலிருந்து தெரியவருகிறது. வரலாற்றின் பெருஞ் சுமையை தான் மட்டுமே சுமக்கும் பொறுப்பை ஏற்றுக் கொண்ட பிரக்ஞையும் பிரமையும் கற்பிதமும் கொண்ட மனிதர்களின் பிரதிநிதியாக கார்ல்மார்க்சை காண்கிறார் யவனிகா. 'ஒரு மனித உயிரின் ஞாபகம்' கவிதை மார்க்சியர்களால் கொண்டாப்பட வேண்டிய கவிதையாகும்.

90களுக்கு முன்னர் தமிழில் எழுதப்பட்ட புதுக்கவிதைக்கும் 90களுக்குப் பிறகு நவீன கவிதை என்று சொல்லத் தொடங்கப்பட்டதற்கு உள்ளடக்கம், பண்பு ரீதியான வித்தியாசம் உள்ளதா? அதற்கான பதிலை யவனிகா ஸ்ரீராம் கவிதைகளின் வாயிலாகப் தெரிந்துகொள்வது கூடுதல் அனுகூலமானது. புதுக்கவிதைகள் அத்வைத நோக்கும் அதன் அம்சங்களான தன் விசாரணையையும், சலிக்கும் பண்பையும் கொண்டவை என்று கூறமுடியும். நவீன கவிதைகள் அத்வைதம் என்னும் ஒருமையிலிருந்து விலகி, இருமை, பன்மை, பெருக்கம் என்ற கூறுகளைப் பெறுகின்றன. அங்குதான் பெண்ணரசிகள் கவிதைகள் எழுதுகிறார்கள். கவிதையே வாளாகட்டும் என்ற லட்சியத்துடன் தலித் அரசியல் கவிதைகள் பிறக்கின்றன. ஒரு புனைகதையின் இடுபொருட்களையும் அழகியலையும் சேர்த்து நவீன கவிதை தோற்றம் கொள்கிறது. பூமியிலுள்ள தாவரங்கள், பாலூட்டிகள், மெல்லுடலிகள், வெவ்வேறு மன, நிலப் பிரதேசத்து மனிதர்கள், உணர்வுநிலைகள், பால்நிலைகள், பாலியல் நிலைகள் என பல்லுயிர்கள் வாழும் பிரபஞ்சமாக யவனிகாவின் கவிதைகள் துடித்துக்கொண்டிருக்கின்றன; நவீன கவிதை, பொருட்களுக்கும் உயிரையும் உணர்வையும் கொடுத்துவிட்டது.

உடலின் துக்கத்தை மட்டுமல்ல மனத்தின் வலியையும் உடல்தான் இங்கே சுமக்கிறது. ஒளிரும் நகரங்களின் முன்னிரவில் ஒரு மீமெய்மை நிலையை உணர்வது போல, நவீன கவிஞர்கள் உடல்வழியாகவே மீமெய்மைத் தன்மையை அடைகிறார்கள். அங்கே உழைப்பதும், விழித்திருப்பதும், கனவு காண்பதும், காதலிப்பதும், நோய்ப்படுவதும் உடல்தான். நினைவுகளையும் லட்சியங்களையும் சுமப்பது உடல்தான், உடல்தான்.

○○○

வலியும் சந்தோஷமும் கொண்ட எந்திரமாக மனிதனைப் பாடுவதைப் போலவே இயற்கையையும் எந்திரமாகவே பாவிக்கிறார் யவனிகா. இயற்கையை தனி வாழ்வு கொண்ட ஒன்றாகவோ நிர்க்குணத்துடனோ அழகுடனுடனோ பார்ப்பதில்லை. விவரணைகள் சலிப்புறும்போது சொல்லப்படும் நிலம் காட்சியாகாமல் மலட்டுச் சோர்வையும் தருகின்றன. அனைத்து வலிகளுடனும் நினைவின் சுமைகளுடனும் ஏமாற்றத்தின் முனைகளில் வாழ்ந்து தீர்க்கும் மானுட உயிர்களுக்கு போதையும் காமமும் மட்டுமே தப்பிக்கும் வழிகளாக இவர் உலகத்தில் உள்ளன. ஆனால் உபரிச்சந்தையின் விலைவாசி வரைபடத்தில் போதை எளிதில் வாங்கப்படக் கூடியதாகவும் காமம் விலை மிகுந்ததாகவும் உள்ளதையும் தீராமல் சொல்கின்றன யவனிகாவின் கவிதைகள் கூடவே சொல்கின்றன.

பெண்ணுடன் பேச, உறவு கொள்வற்கான விழைவோடு பெண்ணாகவே ஆகும் விழைவு இவர் கவிதைகளில் புதிய தன்மையாக உள்ளது. உலகம் மாறுவதை பெண்களின், பாலியல் பழக்கவழக்கங்களின் மாறுதல் வழியாக பயத்துடன் இந்தக் கவிதைகள் காண்கின்றன.

இயற்கையை நிர்க்குணத்துடன் ஒரு விவசாயியால் பார்க்க முடியாது போலும். பெண்களையும் காமத்தையும் பயங்கரத் தன்மையின்றி இந்த இந்திய தமிழ் கிராமத்துக் கவிதை சொல்லியால் பார்க்க முடியாதா யவனிகா? என்றும் கேட்கத் தோன்றுகிறது.

அதேவேளையில் ஒடுக்கியவர்களையும் பழிதீர்க்கக் குறி பார்த்துக் கொண்டிருக்கும் ஒரு காலத்தின் வருகையை ஏற்கவும் செய்கிறது. (என்னைப் பொய்யனாக்கும் நிகழ்விற்கிடையே/ ஒரு நாளை அடையாளம் காட்டி இறகுகள்/ விட்டுப் போன ஈசலாய் மட்டும் இருக்கச் சம்மதம்/ நண்பா சாக்கடைகளைத் திறப்பவனிடம் இனியாவது பேசு/ பெண்களிடத்து இருக்கலாம் பூமியின் மீதிச் சுற்று)

உயிரை நீட்டித்து வைத்திருக்க நப்பாசையாக ஒரு ராத்தல் மைதாமாவைக் கூட வாங்குவதற்கு ஏலாத ஓட்டை நாணயங் களாக உடல்பையில் கிணுகிணுக்கிறது காமம். அது ஒன்றே ஆறுதலாக கனவாக அவனது கவிதைப் பிரபஞ்சத்தில் வசிக்கும்

உயிர்களுக்கு உள்ளது. (இந்நாட்களில் ஒருவனை/ காதல் மட்டுமே அர்த்தப்படுத்திவிடக்கூடும்/ மேலும் ஒரு பெண்ணின் தேர்வுதான்/ இந்நகரத்தின் அலங்காரமும் கூட.)

அறிவின் நம்பிக்கையில் எழுந்து அறிவின் பயனின்மையைப் பாடுவது; கருத்தியல் நம்பிக்கையுடன் மேலே போய், கருத்தியலின் தோல்வியைப் பாடுவது; கோட்பாட்டின் பாட்டையில் பயணித்து கோட்பாட்டின் வியர்த்தத்தை எழுதுவது; உடலின் விடுதலையில் தற்காலிகமாகச் சுகித்து உடலின் எல்லைக்குள் துக்கித்துப் பகிர்வது; என்று இவன் கவிதைகளின் எழுதல், பறத்தல், அமர்தல் அமைகிறது.

புறாவின் அழுகை போலத் தொனிக்கும் ஒப்பாரித் தன்மை, பெண்ணின் குத்தல் தொனிக்கும் சாடைப் பேச்சு, வக்கணை, முச்சந்தியில் நின்று சாபமிடும் பைத்தியத்தின் உளறல், காதலின் களி உரையாடல், நடு இரவில் குறிசொல்பவனின் தரிசனம், வரலாற்றையும் தத்துவத்தையும் இடைவெட்டி உரைக்கும் கதை சொல்லி என்ற வெளிப்பாடுகளைக் கொண்டிருக்கிறது யவனிகாவின் கவிதைகள். சாண்டில்யன், ஞானக்கூத்தன், ரஷ்ய மொழிபெயர்ப்பு இலக்கியங்கள், கோட்பாட்டு கட்டுரைகளிலிருந்து யவனிகா ஸ்ரீராம், மரபற்றதும் அந்நியமானதாகவும் தோற்றமளிக்கும் ஒருவகை கவிதை மொழியை உருவாக்கியிருக்கிறார். யவனிகாவின் கவிதைகள் போர்ஹே உருவாக்காமல் போன கற்பனை விலங்குகளின் உடலை ஒத்தனவாக உள்ளன. பல கலாசார அடையாளங்கள், கோட்பாடுகள், கதைகள், குழந்தைகளின் சொலவடைகள் ஒட்டிப்பிறந்த உலகளாவிய தன்மை கொண்ட உயிர்கள் அவை. தமிழ் பண்பாட்டுக்கு நெருக்கமான ஒரு அனுபவத்தைக்கூட, உலகின் வேறு விளிம்பில் உள்ள குடிமகன் ஒருவனுக்கு நடப்பதாக, வேறொரு கால, நில, வாழ்வுப்புலத்தில் பேசும் 'அந்நிய பாவத்தை' ஏற்படுத்தி விடுகிறார் யவனிகா. ஒரு நாவலின் பகுதிகளாக, யவனிகா ஸ்ரீராம் தேர்ந்தெடுத்த கவிதைகள் மொத்தத் தொகுதியின் 256 கவிதைகளையும் வாசிக்க முடியும்.

'தலைமறைவுக் காலம்' கவிதைத் தொகுப்பில் 'ஒளி எழுப்பும் தேசம்' கவிதையில் யுகங்களுக்கிடையே ஓடும் பேருந்தில் தேசத்தின் நீதிவாசகம் எழுதப்பட்டுள்ளது. அந்த நீதிவாசகத்தை நாம் திருக்குறளாகவும், அந்தப் பேருந்தை திருவள்ளுவராகவும் படிக்கலாம் யவனிகா. பூர்வ நிலத்திலிருந்து வெளியேறி

நினைவுகளைக் கந்தல் பையாகச் சோகத்துடன் எங்கோ ஒரு அந்நிய நிலத்தில் சுமந்து திரியும் மூன்றாம் உலக அரசியல் உயிரியின் பாடல்கள் இவை.

சிவந்த அபிப்ராயங்களோடு மூலவிரோதம் எதுவும் இல்லை என்று கூறும் கவிஞர் யவனிகா ஸ்ரீராம், பீடித் தொழிலாளர்களுக்கு தன் கவிதை ஈடாகாது என்றும் தெரிந்து வைத்திருக்கிறார். சமகால நிலைமைகள் மீதான சிறந்த இடையீடாக ஆகியிருக்கும் சிறந்த கவிதைகளென ஒரு பட்டியலை ஒவ்வொரு வாசகரும் பராமரிக்கலாம். (ஆசியப் பகுதியில் வசிப்பது, ஏறத்தாழ நரேன் சொன்ன கதை, புல் தைலம், நமது பார்வையாளர், பறக்கும் கம்பளம், தேய்ந்த ஆசாமி, அபிப்ராயங்கள், வாசனைத் திரவியம் தயாரிக்கும் வழிகள், சொல்வது நமது ஆனந்த், ஆறுமுகா காபி ஒர்க்ஸ், ஒரு மனித ஞாபகம், உலகம் இசக்கியை உழைக்கவே வைக்கிறது). இறகுகளைக் கொண்டதும் புனிதமானதும் லேசானதுமான வஸ்து என்று கவிதையை வரையறுக்கிறார் ப்ளேட்டோ. யவனிகாவின் கவிதைகளை முன்வைத்து இறகுகளைக் கொண்ட புனிதம் துறந்த பொறுப்புகள் கனக்கும் வஸ்து என்று நான் சொல்கிறேன். அவர் இறந்த மண்டையோட்டின் பல்வலி என்றும் வரலாற்றிலிருந்து தானியக்கூடங்களைப் பாதுகாக்கும் செயல்பாடு என்றும் வரையறுக்கிறார்.

முதலாளித்துவம் துவங்கிய காலகட்டத்தில் எந்திரங்கள் மனிதனை அவனது உற்பத்தியிலிருந்து அந்நியமாக்கினாலும் ஓரளவு தன்னிறைவுக்கும் வாழ்வாதாரத்துக்குமான வழிகளை யாவது விட்டுவைத்திருந்தன. ஆனால் தாராளமயமாக்கலுக்குப் பிறகு மனிதர்கள் ஈடுபடுவதற்கு எந்திரங்கள் கூடப் பறிக்கப்பட்டுவிட்டன. பூர்வ நிலங்களிலிருந்தும் பிடுங்கி எறியப்பட்ட மக்கள் உலக வரைபடத்தில் குறுக்கும் நெடுக்குமாகப் பயணிக்கும் காலம் இது. அந்த நிலைமைகளை கவிஞன் யவனிகா ஸ்ரீராமைப் போலத் தமிழில் கலையழகுடனும் தீர்க்க தரிசனத்துடனும் உரைத்த ஒரு மார்க்சியக் கவிஞன் யாருமில்லை. அவரது கவிதைகளுக்கு நகல்களும் உருவாகி விட்டன. ஆனால் இதுவரை அவரை நமது தமிழ் மார்க்சியர்கள் திரும்பிக்கூடப் பார்க்காதது அப்படி ஒன்றும் ஆச்சரியப்பட முடியாத நிகழ்வுதான்.

□

14

இப்பாலில் அப்பால் இல்லையா யவனிகா

சமீபகாலமாக துருக்கிய சினிமா இயக்குனர் நூரி பில்கே ஜெலான் திரைப்படங்களைத் தொடர்ந்து பார்த்து வருகிறேன். அகிரா குரசவா, பெர்க்மன், அந்த்ரேய் தார்க்கோவ்ஸ்கி வரிசையில் சினிமாவை ஒரு மாபெரும் விசாரணை ஊடகமாக்கும் அரிய கலைஞர்களில் ஒருவர் அவர். தற்போது அவரது 'விண்டர் ஸ்லீப்' படத்தைப் பார்த்து முடித்தபோது, நூரி பில்கே ஜெலான், இயற்கைக்கு அருகில் பெண்களையும் ஏழைகளையும் வைக்கிறார் என்பது புரிந்தது. பியோதர் தஸ்தயெவ்ஸ்கியின் 'கரமசோவ் சகோதரர்கள்' நாவலின் ஒரு பகுதியையும் ஆண்டன் செகாவின் ஒரு சிறுகதையையும் தழுவி எடுக்கப்பட்ட இத்திரைப்படத்திலும் அவரது மற்ற திரைப்படங்களைப் போன்றே ஆண் மீது அழுத்தமான விமர்சனத்தை எழுதிச் செல்கிறார்.

ஆழம் மேலா, கீழா என்பதல்ல; ஆனால் ஆணிடம் ஆழத்தில் இருக்கும் அம்சம் இல்லை. ஆழத்தில் தாக்குப்பிடிப்பதற்கான தகவமைப்போ உறுப்புகளோ பரிணாமத்தில் அவனிடம் உருவாக இல்லை. எங்கோ அவன் தட்டிக்கொண்டே இருக்கிறான். ஒரு மேலோட்டமான இடத்தில்தான் அவன் தலை தட்டிக்கொண்டிருக்கிறது. அறிவு அவனைக் கைவிடும் இடம் அது.

கருத்தியல் ஆணினுடையது; வரலாறு அவனுடையது; அவன் தன் கலையாலும் அறிவாலும் உருவாக்கிய கோட்பாடுகளும் சமயங்களும் ஆலயங்களும் அவனுடையது. பத்மநாபபுரம் ஆலயத்தின் பாதாளத்திலுள்ளது போன்ற மாபெரும் பொக்கிஷங்கள் அவன் சேர்த்தவை... அதற்கு மேல் பாம்பணையில் படுத்திருக்கும் விஷ்ணுவும் அவனால் உருவாக்கப்பட்டவரே.

ஆனாலும், அவன் இயற்கையாக இல்லை. இயற்கையோடு இல்லை. அவனுக்கு அடைக்கலம் கொள்ள ஒரு வீடொன்றை அவன் இன்னும் உருவாக்கவேயில்லை.

அதனால்தான் இயற்கை அவனைக் குட்டிக்கொண்டே இருக்கிறது. பெண் அவனைக் குட்டிக்கொண்டே இருக்கிறாள்...

விண்டர் ஸ்லீப்பில் வரும் ஒரு கிழவரின் உரையாடலை யவனிகா ஸ்ரீராம் கவிதைகளை அறிமுகம் செய்வதற்கான சாவியாக ஒரு கவிதையாக எழுதி எடுத்துள்ளேன். அந்தக் கிழவர், வனத்தின் நடுவே ஒரு பண்ணை வீட்டில் வசிப்பவர். அவருக்கு இப்போது யாரும் இல்லை. அவர் தன்னைப் பார்க்க வரும் நண்பரிடம் மதுவருந்திக்கொண்டே பேசத் தொடங்குகிறார்.

நான் குழந்தைப் பருவத்தில்
தோட்டத்தில் விளையாடுவதுண்டு
அப்பா அம்மாவோடு இப்படியே காலம் இருக்குமென்ற
ஒரு உணர்வுதான் அப்போது இருந்தது
ஆனால் இப்போதைய என் நிலை என்ன
சில சமயங்களில் எனக்கு ஆச்சரியமாக இருக்கும்
இந்த வீடு எப்போது இப்படி காலியானதென்று
தோட்டத்தில் விளையாடிக்கொண்டிருந்த
அந்த அம்மாவின் சின்னப்பையன்
எங்கே போனான்
அவன் எப்போது தனியாக வசிக்கும் குடிகாரக் கிழவனானான்
எனக்குத் திருமணமானது
குழந்தை பிறந்தது
அவர்கள் எங்கே போனார்கள்
என் மனைவி கல்லறையில் இருக்கிறாள்
மகளோ பல மைல்களுக்கப்பால் போய்விட்டாள்
மாற்றவே முடியாத சில விஷயங்களுக்கு சற்று வளைந்து

கொடுக்கத்தான்
வேண்டுமென்று இப்போது தோன்றுகிறது

மனிதர்களை அதீதமாக எடைபோட்டுத் தீர்ப்பு சொல்ல வேண்டியதில்லை. எப்படி நடக்கிறதோ அவற்றை அப்படியே ஏற்றுக்கொண்டு விடவேண்டியதுதான்.

சரித்திரம் முழுவதும் ஆண் வளைந்து கொடுக்கவேயில்லை. தனது தீர்ப்புகளின் பயனின்மையையும் உணரவேயில்லை. அவன் பெண்ணைப் போல இயற்கை போல எதையும் தாங்கி ஏற்றுக் கடக்கவேயில்லை. அதனால் அவனுக்கு அடைக்கலமென்று கால்களுக்குக் கீழே துளி நிலமும் இல்லை. அதனால் தான் கற்பனாதீதத்தின் அந்தரக் கோளத்தில் வாழ்ந்த பிரமிளுக்கு இந்த நிலம் காலடி படும்போதெல்லாம் எரிந்தது. யவனிகாவுக்கோ தரை நழுவிக்கொண்டே இருக்கிறது.

பிரமிளும் யவனிகாவும் ஒரு மொழியில் சற்றே முன்பின்னாக தமிழ் மொழியில் எழுதிய கவிஞர்கள் என்ற ஒற்றுமையைத் தவிர வேறெதுவும் அவர்களுக்குள் கிடையாது.

யவனிகா அடிப்படையில் மறுத்து புறக்கணித்து கடுமையாக விமர்சிக்கத் துணியும் அப்பால் சமாசாரங்களோடு தொடர்புடைய ஒரு 'பழைய' கவிஞர் அவர். ஆனால் வேறு வேறு பாதைகளில் அலைந்து ஓய்ந்து சலித்து வந்து கால் நீட்டி அமரும் பாறை ஒன்றாகவே இருவருக்கும் இருக்கிறது.

தமிழில் இப்பால் சமாசாரங்களோடு புரண்டுருண்ட கவிஞன் என்று யவனிகா ஸ்ரீராமை வகுக்க முடியும்.

அப்பால் என்பது என்னவென்பதை தற்போது சற்று தொகுத்துக் கொள்ளலாம் என்று கருதுகிறேன். அழகு, உண்மை, கடவுள் என்ற வரிசையில் அப்பால் உலகத்தோடு தொடர்பு கொள்ளாத தமிழ் புதுக் கவிஞர்களே இல்லை என்று நான் சொல்லத் துணிகிறேன். மரபைப் பொறுத்தவரை கடவுள், உண்மை, அழகு என்ற வரிசையில் கவிதை தொழிற்பட்டிருக்கிறது.

அழகு, உண்மை, கடவுள் ஆகிய அம்சங்களின் பழைய மகத்துவங்களை, பழைய புனிதங்களை, பழைய அதிகாரங்களைக் களைந்தவர்களென்று ஒச்சப்படுத்தியவர்களென்று புதுக் கவிஞர்களைச் சொல்லலாம். அங்கே தான் பிரபஞ்சத்தின்

நடனத்தை ஆடிய நடராஜர், மேஜை நடராஜராக ஞானக் கூத்தனில் ஆகிறார்.

ஆனால், அவர்கள் அந்த அம்சங்களை நோக்கி உரையாடியதன் மூலமாகத்தான் கவிதையின் அமைதியும் கவிஞனுக்கான அமைதியும் அவர்களுக்கு ஆசிர்வதிக்கப்பட்டன.

ooo

மதத்தை கவிதை இடம்பெயர்க்கும் என்று உண்மையாகவே கருதிய ஆத்மாநாமுக்கு எதிர்நிலையில் தன்னை வைத்துக் கொண்டவன் யவனிகா. கவிதை லௌகீக மதிப்பீட்டின் அடிப்படையிலான விலைசொல்வதற்கு அப்பாற்பட்ட மதிப்பு மிக்கது என்ற பிரமிளின் எண்ணத்தை யவனிகா மறுக்கிறான். எறும்புகள் போல, பாம்பைப் போல, ஊரும் மனத்தை வெளியில் அலைவதைப் போல வேடிக்கை பார்த்து சில கணங்களில் சொரூப நிலையைத் தேடும் நகுலனின் அறிதல் முறையையும் மறுக்கும் கவிதை யவனிகாவுடையது.

அவனைப் பொறுத்தவரை ரொட்டி சுடுபவனின் ரொட்டிக்கு எத்தனை மதிப்போ அத்தனை மதிப்புதான் கவிதைக்கும். அப்பாலை மறுத்தபடியே அதன் அழகியலை மறுத்தபடியே அப்பால் பிறப்பித்த கவிதையை மறுத்தபடியே அதனால் அப்பாலை சதா நினைத்தபடியே அப்பாலுடன் குடித்தனம் நடத்தியபடி குத்தலாகவும் பேசியபடியே உடன் வாழும் பெண்ணைப் போல இப்பாலிலும் தரிக்க முடியாமல் முயங்கியும் முரண்பட்டும் இயங்குகின்றன யவனிகாவின் கவிதைகள்.

ooo

முடியவில்லை, இயலவில்லை, சகிக்கவில்லை, சுலபமில்லை, சலனமில்லை என இவர்கள் கவிதைகளில் இல்லை இல்லை என்ற பதில் கேட்டுக்கொண்டே இருக்கிறது. இருப்பது என்று சொல்லப்படுவது குறித்த எல்லாவற்றின் மீதும் எப்போதும் சந்தேகமே இருக்கிறது யவனிகாவுக்கு. இருக்கக் கூடும், இருக்கலாம் என்றே உரைக்கப்படுகிறது. இருந்தது, இருந்திருப்பதாக நம்பக் கூடியது இல்லை இப்போது இல்லை என்ற அறிவிப்பை செய்யும் நள்ளிரவுக் கோடாங்கிதான் யவனிகாவோ என்றும் தோன்றுகிறது.

இருந்த நிலம் இல்லை. இருந்த பசுமை இல்லை. இருந்த வாழ்வு இல்லை. இருந்த கிராமம் இல்லை. இருந்த மரங்கள் இல்லை. இருந்த தாய்மை இல்லை. இருப்பாள் என்று நம்பிய பெண் இல்லை. கைப்பிடித்து நம்பிய கருத்தியலும் இல்லை. இந்தச் சூழ்நிலையில்தான் கவிதை என்று எதுவெல்லாமோ அதுவெல்லாம் இல்லை இல்லை என்று சொல்பவனாகி விட்டான் யவனிகா.

ஒருவகையில் அரிஸ்டாட்டில் சொல்லும் அவலச்சுவை தான் யவனிகா கவிதைகளின் தனித்தன்மையாக இருக்கிறது. புதிய கோலம் கண்டிருக்கும் இந்த நூற்றாண்டின் வாழ்க்கையை அதன் குரூரம், அவலம், அசிங்கம், வலி, முரண்நகையை மூர்க்க மற்ற மொழியில் புறாவின் முனகல் போல முகமில்லாமல் வெளிப் படுத்திய கவிதைகள் இவை. ஒரு தத்துவவாதி, ஒரு லாரி டிரைவர், ஒரு பாலியல் தொழிலாளி, ஒரு சிறுவியாபாரி, பன்னாட்டுப் பயணிகள் வரும் சுற்றுலா விடுதியின் சமையல்காரன், தலைமைச் செயல் அதிகாரியாக வாய்ப்புள்ளவன் என பலகுரல்கள் சஞ்சரிக்கும் நிலப்பகுதி யவனிகாவினுடையது. எனினும் அவனது கவிதைகள் துயரத்தில் தொடங்கி இல்லாமையில் தொடங்கி முரண்பாட்டில் தொடங்கி அங்கேயே முடிபவை. அங்கே அரிஸ்டாட்டில் உத்தேசித்தது போல ஆன்மசுத்தியோ, துயர்மீட்போ பார்வையாளனுக்கோ வாசகனுக்கோ யவனிகாவில் உத்தேசமுண்டா அதற்கு உத்தரவாதமும் உண்டா என்று எனக்குத் தெரியவில்லை.

○○○

யவனிகா கவிதை எழுதத் தொடங்கிய காலத்திலிருந்து கவிதை எழுதத் தொடங்கியவன் நான். எனக்கு யவனிகா இல்லை இல்லை என்று சொல்லச் சொல்ல, இருக்கிறது இருக்கிறது என்ற நம்பிக்கை கூடிக்கொண்டு வருகிறது. அவன் இப்பாலிலேயே நம்பிக்கையை வைத்துக் காலூன்றியவன். அதுசார்ந்த துயரத் தையும் சலிப்பையும் அதற்குரிய பொறுப்போடு சுமக்கிறான்.

நான் இப்பாலுக்குள் அப்பாலை சிருஷ்டிக்க முயல்வதில் நம்பிக்கை கொண்டவனாக இருக்கிறேன். யவனிகாவின் கண்கள் உறைந்திருக்கும், அவன் கவிதைகளின் எதார்த்தமும், கற்பிதமோ என்றும் சந்தேகப்படும் எல்லையில் நான் இருக்கிறேன். இப்பாலில் அப்பாலுக்கான நிம்மதிச் சந்துகளை அழகியல்

வழியாக, அழகின் வழியாகத் தேடிக்கொண்டிருப்பவன் நான்.

நிகழ்காலத்துக்கும் எதிர்காலத்துக்குமிடையே இறந்தகாலத்தில் கொண்டு சேர்க்கும் கவிதைக் குதிரை ஒன்றை யவனிகா போஷித்து வளர்க்கிறான். இந்தக் குதிரைதான் அவனது நிலங்களையும் மனிதர்களையும் பல்லுயிர்க் கூட்டத்தையும் அவர்களது வலி இன்பம் காமத்தையும் ஒன்று சேர்க்கிறது போலும்.

மார்பைன் நிரம்பிய பலாச்சுளை
கவிதையில்
எனது மூளையில் ஒரு நீர்இறைக்கும் எந்திரம்
அல்லது
களைக்கொல்லிகளுக்கான ரசாயனக்கூட்டு
அல்லது
ஒரு பளுதூக்கியின் நெம்புகோல் திறன்
கொழுப்புச் சத்துடன்
ஒரு தின்பண்டம்
மார்பைன் நிரப்பிய பலாச்சுளை
அரைகிராம் பிளாட்டினம்

என்று மூளையைப் பிரித்துப் பிரித்துப் பார்க்கிறான் யவனிகா. அவனது மூளை அப்படி.

அக்ரூட் பருப்பை படைத்த பின்னர் மனித மூளை படைக்கப்பட்டதா? மனித மூளையின் சிறுபிம்பமாக அக்ரூட் படைக்கப்பட்டதா என்ற வியப்பில் என் கவிதையின் விந்தை அமர்ந்திருக்கிறது.

இந்தத் துருவத்திலிருந்து அவன் கவிதைகளை எனக்குப் பார்க்க நேர்ந்திருக்கிறது.

நாம் கூட்டம் நடத்தும் ஊருக்கு மிக அருகில் வடலூரில் இருக்கும் வள்ளலார், உணவைத் தவிர வேறு எதுவுமே அவசிய மில்லை என்று உரைத்திருக்கிறார். அந்த இல்லையை தமிழ் கவிதையும் கலைஞர்களும் ஒரு நூற்றாண்டுக்குப் பிறகாவது மீண்டும் பரிசீலிக்க வேண்டும்.

(கடலூரில் கவிஞர் கனிமொழி.ஜி, 'ஆம்பல்' சார்பில் ஒருங்கிணைத்த யவனிகா ஸ்ரீராம் படைப்புகள் தொடர்பான கூட்ட நிகழ்வில் வாசிக்கப்பட்ட கட்டுரை இது.)

15

மகாநினைவு கொண்டது தோல்வி கண்டராதித்தன் அவர்களே

இரண்டாயிரத்துக்குப் பிறகு தமிழ் நவீன கவிதை பெற்றிருக்கும் அலாதியான வகைமைகள், மொழிபுகள் மற்றும் பல்லுயிர்த் தன்மையைப் பார்க்கும் போது அவற்றைக் கற்பனை உயிரியான நவகுஞ்சரம் பறவையுடன் ஒப்பிட முடியும். தமிழின் தற்காலக் கவிதைகளை ஓருருவமாக வரைந்துப் பார்க்க நாம் முயன்றால், சேவலின் தலை, மயிலின் கழுத்து, எருதின் திமில், சிங்கத்தின் இடுப்பு, பாம்பின் வால், யானை, மான் மற்றும் புலியின் கால் என அது வடிவு கொள்ளலாம்.

இப்பின்னணியில் தனியானத் த்வனி மற்றும் பருவங் களோடு இடிபாடுகளின் வசீகரத்தைக் கொண்ட தனிமொழி கண்டராதித்தனுடையது. உறவுகளின் இடிபாடுகள், ஆளுமை களின் இடிபாடுகள், பால்நிலைகளின் இடிபாடுகள், காதல் மற்றும் காமத்தின் இடிபாடுகளைச் சிதைந்த மரபின் கோபுரத்திலிருந்து எழுதும் பிரக்ஞை கொண்ட கவிதைகள் அவை. நவீனத்துக்கும் சமகாலத்துக்கும் முதுகுகாட்டுவது போன்ற தோற்றத்தைக் கொடுக்கின்றன இவரது கவிதைகள்.

கண்டராதித்தன் என்ற பெயரையும் அவரது கவிதைகளையும் அனிச்சையாகப் பிரித்துபோட்டு வழக்கம்போலக் கடந்துவிட

முடியாது நகுலன் என்ற பெயரை வெறும் பெயர்தான் என்று கடக்க முடியாததைப் போல. பெயர் கொண்டிருக்கும் நினைவுகளையும், காலத்தையும், சிதைவுகளையும் சேர்த்தே தன் கவிதைகள் வழி மீட்டுகிறார் தற்போதைய கண்டராதித்தன். அவர் வாழும் கண்டாச்சிபுரம், கண்டராதித்த சோழபுரத்தின் மருவிய பெயர்.

கண்டராதித்த சோழன் காலத்தில்தான் சோழப் பேரரசு மிகப் பெரிய வீழ்ச்சியை அடைகிறது. போர் செய்து ராஜ்ஜியத்தை விஸ்தரிப்பதில் ஈடுபாடின்றி சமாதானம் நாடியவர் என்று இணையத் தகவல்கள் சொல்கின்றன. இவரது காலத்தில்தான் ராஷ்டிரகூடர்கள் பலம்பெற்று தஞ்சை வரை வந்து தாக்கி அழித்தனர். கண்டராதித்தரும், அவர் மனைவி செம்பியன் மாதேவியும் அரசு நிர்வாகம் மற்றும் அதிகாரத்தின் மீது கவனம் செலுத்துவதை விட சிவபக்தியில் ஈடுபட்டவர்கள். கண்டராதித்தர் சிவனுக்காகப் பாடிய 'திருவிசைப்பா' பதிகம் ஒன்பதாம் திருமறையில் உள்ளது. அரசன் என்ற முக மூடிக்குள் தில்லை அம்பலவாணனின் பாதங்களைத் தேடி அலைந்திருக்கிறார். அவரது நிலையில் எதிரிகளே இல்லை.

கண்டராதித்தன் கவிதைகளிலும் எதிரிகள் வருகிறார்கள். அவர்களுக்கு விரோதியென்றோ வைரியெனவோ பெயர் சூட்டக்கூடாது என்கிறார். அவர்களை அதிரூபங்களாகப் பார்க்கிறார். காலத்தின் நல்லெண்ணத் தூதுவர்கள் என்கிறார் 'நீண்டகால எதிரிகள்' கவிதையில். சாமர்த்தியம், அதிகாரம், அற்பத்தனம், தற்புகழ்ச்சி மற்றும் பெருமிதங்களைக் கண்டு விமரிசிக்கும்போது கண்டராதித்தனின் முகமூடியைத் தாண்டி கண்கள் வெடிமருந்தின் பளபளப்புடன் மின்னுகின்றன. சமகால இலக்கிய அரசியல் அகங்காரங்கள் மற்றும் டாம்பீகங்கள் நூற்றாண்டுகளுக்குப் பின்னால் இழுத்துச் செல்லப்பட்டு நையப்புடைக்கப்படுகின்றன.

கண்டராதித்தனின் கவிதைகளைக் காதால் வாசிக்கமுடியும். கண்டராதித்தன் கவிதைகளுக்கு குரல் இருக்கிறது. காலம் பிறழ்ந்த இடத்திற்கு வந்துநிற்கும் தோற்றுப்போன வீரனின் அடங்கிய சமத்காரம், பயம், தயக்கம், பொருமல், அங்கதம் எல்லாம் உண்டு. காதல் கவிதைகளில் பெண் வேடமிடுகிறார் கண்டராதித்தன். கண்டராதித்தன் கவிதைகளுக்குத் தமிழ் புதுக்கவிதையில் மரபு

இருக்கிறதா? உண்டு. நகுலன், கலாப்ரியா, ந.ஜயபாஸ்கரன் என்று தொடரும் மரபில் கண்டராதித்தன் பழங்கவிதைகள் மற்றும் புராணிகங்கள் மீது சாய்வையோ எதிர்வினையையோ புரிவதில்லை.

மகாபாரதம், கம்பராமாயணம், திருவாசகம், தலபுராணங்கள், திருத்தலங்களின் பெயர்கள் மற்றும் புராணங்களின் மொழி நினைவுகளைத் தூண்டியபடி, கிள்ளி, மழவன் போன்ற கதாபாத்திரங்கள் வழியாக கண்டராதித்தன் தன் கவிதைகளைப் பழங்கதைகள் மற்றும் விடுபுதிர்களின் இருட்டிலும் இசைமையிலும் நீலப்புரவியில் ஏற்றுகிறார். அவர் கவிதைகளில் இன்று நிகழ்வதைத் தொன்மையான அன்றின் பாதாளத்துக்குள் அநாயசமாக எறிந்துவிடுகிறார். அந்த வகையில் கண்டராதித்தன், புராதனத்தன்மையை ஒரு திரைச்சீலைப் போலக் கையாள்கிறார் எனலாம். மனதை இங்குள்ளது போல அங்கும் மிக நேர்த்தியாக அலையவிடும் திறன் கண்டராதித்தனின் கவிதைகளில் சாத்தியமாகியுள்ளது. அந்த வகையில் கண்டராதித்தனின் கவியுலகம் தனித்த உயிர்ப்பைக் கொண்டது. அவரது கவிதை சொல்வது போலவே இறந்தகாலத்தை நோக்கி அவர் செல்வது முன்னோக்கியது.

ஆணிடமிருந்து பெண்ணுக்கும், அழகிலிருந்து துயரத்துக்கும் சமத்காரத்திலிருந்து மென்மைக்கும் காதலிலிருந்து இறைமைக்கும் கீழ் உலகத்திலிருந்து மேலுலகத்திற்கும் இடையில் ஆடும் இயல்பான ஊஞ்சலாக இவரது கவிதையுலகம் இருக்கிறது. அங்கேதான் 'அம்சம்' போன்ற ஒரு கவிதை சாத்தியமாகிறது.

தேவதைகளைக் காவியமாக்கும் பெண்ணொருத்தி
நிழலுருவாய் அருகில் நின்று
அய்யா சற்று தள்ளிச் செல்லுங்கள்
இது பெண்கள் செல்லும் பாதையல்லவா
என்றழைக்கவும் நகர்ந்தான்
பிறகு பிருஷ்டத்தில்பட்டு ஆடிய கூந்தலை
வலக்கையால் அள்ளி வரப்புகளைத் தாண்டி
வயல்களை விட்டு மட்டைவழிச் சிதறிய
கதிர்களைப்பற்றி வானம்வரை சென்று
வளர்மதியானாள்.

சௌந்தர்யமும், காதலும், மானுடத்தின் மீதான அன்பும் துரதிர்ஷ்டத்தை நோக்கி, துயரத்தை நோக்கி, பைத்தியத்தை

நோக்கிச் செல்லும் சரிந்த பாதை கண்டராதித்தனுடையது. அவரது உலகில் எல்லாமே பிரிக்கவியலாத ஞாபகத்தின் பிரக்ஞையில் பிணைந்து கிடக்கிறது. அந்தவுலகிலேயே உழலும் கண்டராதித்தனின் கவிதைத் தன்னிலை பல உருமாற்றங்களை அனுபவிக்கிறது. அங்கே சந்தோஷமும் துக்கமும் பயங்கரமும் வசீகரமும் நல்லூழும் துரதிர்ஷ்டமும் வேறு வேறு உயிர்நிலைகள் அல்ல.

கவிதைக்கும் வரலாற்றுக்கும் ஞாபகம்தான் பிரச்சினை. நகுலனுக்குப் பிறகு தன் மரபில் தோய்ந்து ஞாபகத்தின் பிரச்சினைகளை அழகிய கவிதைகளாக மாற்றியுள்ளார் கண்டராதித்தன்.

'நான்குகட்டு ஓடுவேய்ந்த
ஏகாம்பரம் இல்லாத வீட்டில்
ஏகாம்பரம் ஏகாம்பரம் என்றேன்
ஏகாம்பரம் இல்லாத
வீட்டிலெல்லாம் மூதேவி
உன் கட்டைக் குரல்தான் முட்டுகிறது
கேடு ஏகாம்பரத்திற்காக ஏகாந்தத்திற்கா
என்றது உள்ளிருந்து ஒரு குரல்'

நகுலனின் ராமச்சந்திரன் கவிதையின் எதிரொலியை கண்டராதித்தனின் இக்கவிதையில் உணரமுடியும்.

கண்டராதித்தன் கவிதைகளில் துப்பாக்கி போன்ற நவீன ஆயுதங்களைக் காண இயலாது. மழு மற்றும் சில்லாக்கோல் தான். கண்டராதித்தன் கவிதைகளைத் தவிர வேறெங்கும் பழைய ஆயுதங்கள் பாவிக்கப்படுவதேயில்லையென்று, இந்த இருபத்தியோராம் நூற்றாண்டில், இப்போதைய ஜனநாயக இந்தியாவில், அதுவும் தமிழ்நாட்டில், கண்டராதித் தன் வாழ்ந்துவரும் வடமாவட்டம் ஒன்றிலிருந்து சொல்லிவிட முடியுமா? இத்தொகுப்பில் 'மகளின் கண்ணீர்', 'பந்துகள் இல்லாதவன்', 'வாரச்சந்தைக்கு காய்கறி வாங்க வந்த பெண்ணிற்கு நான்கைந்து பிள்ளைகள்' போன்ற கவிதைகள் எனது மன உலகத்திற்கு நெருக்கமானவை. என்னைப் போல அடிக்கடி குழந்தைகளைத் தொலைக்கும் வாய்ப்புள்ளவனே இக்கவிதைகளை எழுதமுடியும்.

ஷங்கர்ராமசுப்ரமணியன்

கண்டராதித்தனின் கவிதைகள் புதிர்களையும் ரகசிய மொழிகளையும் சங்கேதங்களையும் கொண்டவை. மரபில் பரிச்சயமில்லாத எனக்கு கண்டராதித்தனின் கவிதைகளைத் திறப்பதில் போதாமையையே உணர்கிறேன். பழங்கவிதைகளில் பயிற்சியுள்ள ந.ஜயபாஸ்கரன், விக்ரமாதித்யன், ஸ்ரீநேசன் யாராவது முயன்றால் கண்டராதித்தன் கவிதைகளை தமிழ் வாசகர்களுக்கு மேலும் அணுக்கமாகத் துலக்கப்படுத்த முடியும்.

போதாமைகளை உணர்ந்தாலும் கண்டராதித்தனின் கவிதைகளை நெருக்கமாக வாசிப்பதற்கு இந்த முன்னுரை எழுதும் காரியம் உதவியிருக்கிறது. அந்த வகையில் ஒரு தீவிரமான கவிதை வாசகனாக, கவிதை எழுதுபவனாகச் சொல்கிறேன்; கண்டராதித்தன் கவிதைகள் எளிமையாகக் கடந்துவிட முடியாதவை. ஈடுபடுதலையும் காத்திருப்பையும் வேண்டி நிற்பவை.

மரபும் நவீனமும் தீவிரமாய் விளையாடி உரையாடும் திருச்சாழலுக்கு உங்களை என் போதாமைகளுடன் நெறிப் படுத்துவதில் நிறைவை அடைகிறேன்.

(கண்டராதித்தனின் திருச்சாழல் தொகுதிக்கு எழுதிய முன்னுரை.)

16

குணமோ ரணமோ பிரான்சிஸ்

ஒற்றை இதயத்தின்
வாசனையை நாடாதே
அதன் ஆறுதலில் வாழாதே
அங்கே தனிமை பின்னிய
அச்சம் குடி கொண்டுள்ளது
நான் அழுதேன் ஏனெனில்
நான் கண்டது
ஒற்றை அன்பின் தனிமையை
நிழல்களின் நடிப்பில்
வதங்கிக் கிடந்தது மலர்.

இந்தக் கவிதையை எழுதியவனை முழுமையாகக் கவிஞன் என்று சொல்ல முடியாது. அவனது அடையாளம் நம் காலத்தில் வாழ்ந்த மெய்யியலாளன். அவன் ஜே. கிருஷ்ணமூர்த்தி. உலகத்தின் அத்தனை மருத்துவ வசதிகளையும் பெறும் நிலையி லிருந்தும் தன் சகோதரனைத் தவறவிட்ட தன் அனுபவத் திலிருந்து இந்தக் கவிதையை எழுதியிருக்கிறார்.

பிரான்சிஸ் கிருபாவோ மெய்யியலாளன் அல்ல. தொலைத்த வளிடமே தொலைக்கப்பட்டவனாக மண்டியிட்டு மன்றாடுபவன். 'உன்னை உன்னிடம் கேட்பேன் ஏழு முறையல்ல எழுபது முறையல்ல எல்லா முறையிலும் உன்னை உன்னிடம் கேட்டு மன்றாடுவேன்' என்பதுதான் அவனது எல்லாக் கவிதைகளிலும்

வைக்கும் பொதுவான முறையீடு. அது பைத்தியமாக துயரமாக நோய்மையாகத் தெரிகிறது. அறிந்ததின் நிலையத்தில் நின்று சொல்லும் உண்மையாக கிருஷ்ணமூர்த்தியுடையது அமர்ந்திருக்கிறது. பிரான்சிஸ் கிருபாவின் கவிதை நிற்கும் நிலையமும் இன்னொரு உண்மைதான். அது சிறிய ரயில் நிலையமாக இருக்கலாம்.

ஜே.கிருஷ்ணமூர்த்தியிடம் குணப்பட்டதன் தெளிவு தெரிகிறது. பிரான்சிஸ் கிருபாவின் கவிதையில் வெளிப்படுவது ஆறாத ரணமாக எரிந்து கொண்டுள்ளது.

மெய்யியலாளனும் கவிஞனும் சேர்ந்த ஒருவன் சொல்வதை இப்போது பார்ப்போம்.

ரணம் எங்கிருக்கிறதோ
அதுவே ஒளி நுழையும் இடம்
இவன் ஜலாலுதீன் ரூமி.

ooo

'சக்தியின் கூத்தில் ஒளியொரு தாளம்' கவிதைத் தொகுதியை ஒருமுறை படித்துமுடித்து வைத்த இரவில் நோய்மைகளையும் சிதைவுகளையும் வரலாற்று இடிபாடுகளையும் ஒரு உடலில் அடையாளம் கண்ட மருத்துவனின் தொலைவிலிருந்து சங்கடத்துடன் அதிருப்தியுடன் தான் நான் உறங்கப் போனேன். நள்ளிரவில் நான் பழங்குப்பையென்று வாழ்வுக்கு எதிரானதென்றும் இருளென்றும் உணர்ந்து ஒதுக்கியதெல்லாமே ஜீவனுள்ள உயிரினங்களாக மின்னத் தொடங்கின. அந்த ஜீவன் தான் பிரான்சிஸின் துயரம் போலத் தொனிக்கும் கவிதைப் பிரபஞ்சத்திலிருந்து வாசகர்களுக்குக் கிடைக்கும் ஒளி அல்லது ஆற்றல்.

தொலைந்த காதல், உறவுக்கான விழைவு, அது தொடர்பான நினைவுகளைப் பேசும் கவிதைகள் பாடல் தன்மை கொண்டு ஒரு ஈரநிலத்தில் நிகழ்கின்றன.

இன்னொரு உலகமோ பகல், யதார்த்தம், அறிவு அனைத்தையும் கைவிட்ட, அனைத்தாலும் கைவிடப்பட்ட இடமாக உள்ளது. அவனது பிரபஞ்சத்தில் பல்லிகள் பள்ளிக்குச் செல்லும் வேறு எதார்த்தம் உருக்கொள்கிறது. வடபழனி சிக்னலாக இருக்கலாம்;

அமரர் ஊர்தியில் மயானத்துக்குப் போகும் ஒருவர் எழுந்து அமர்ந்து கவிஞனைப் பார்த்துப் புன்னகைக்கிறார். அமங்கலம், பின்னம், கோரம், நோய்மை, மரணம், துயரம், வன்முறை ஆகியவை சுவற்றிலும் தரையிலும் ஊர்ந்து படரும் விடியாத இரவுகளில் கவிஞன் விழித்தபடியே காணும் தீங்கனவுகளாக இன்னொருவகைக் கவிதைகள் எழுதப்பட்டுள்ளன. அவை இசைமையும் ஓசையும் சம்பிரதாய நேர்த்தியும் துறந்தவை. இங்கேதான் பிரான்சிஸ் புதிய உலகமொன்றைக் கிழித்துத் திறந்திருக்கிறார்.

பிரான்சிஸின் கவிதைகளில் வரும் பெண்கள், முத்தம், குழந்தைகள் எல்லாமும் எல்லோரும் இங்குள்ளவர்கள் போலத் தோன்றுகிறார்கள். ஆனால், இங்குள்ளவர்கள் இல்லை. கவிஞனது ஜீவிதமும் இங்கிருப்பதுபோலத் தோன்றுகிறது. ஆனால், கவிஞனும் கவிதையும் உருவாக்கும் ஆற்றல் நிச்சயமாக நம்முடையது; நம் மொழியினுடையது. பிரான்சிஸ் அதைத் தனது கற்பனை உச்சம் கொண்ட புனைவால் வெளியீட்டால் சாதித்துள்ளார்.

பிரான்சிஸின் சிறந்த கவிதைகளில் ஒன்றான 'பேருந்து பூக்காரி' கவிதையில் இருளுக்குள் கிட்டத்தட்ட உறக்கத்தில் இறந்தே விட்ட பயணிகளுக்கிடையே பூக்கட்டிக் கொண்டிருக்கும் பெண்ணைப் போலத் தான் கவிஞன், ஒரு சமூகத்துக்கு ஆற்றலைக் கொடுத்துக் கொண்டிருக்கிறான். அந்தக் கவிதையில் அவளது பூக்கட்டும் விரல்களில் காட்டுமான்கள் கொம்பைச் சிலும்புகின்றன. இந்த உலகத்தில் அமர்ந்து இங்கு வசிக்கும் பெண்ணின் தலைக்குத்தான் அவள் பூக்கட்டிக் கொண்டிருக்கிறாள். ஆனால் அவள் இந்தப் பூமி இயங்கும் லௌகிகக் கணிதத்துக்குள் இல்லை. அங்கே அளவீடு மாறிவிடுகிறது. அங்கே, காலம் வெளிக் கணக்கு களையும் மாற்றுகிறார் பிரான்சிஸ். ஒரு முழம் பூவுக்கு எத்தனை கிலோமீட்டர் வேகத்தில் இந்தப் பேருந்து செல்கிறது என்று பூக்காரியிடம் கேட்கப்படுகிறது.

பூக்காரியின் கைவிரல்களில் பிரசவமாகும் காட்டு மான்களுக்கான வரலாற்றை நான் தேடினேன். கவிஞர் தேவதச்சனின் கவிதையில் வரும் மானின் சாயல் அந்தக் காட்டு மானுக்கு இருக்கிறது. பிரம்மகத்தி தோஷம் பிடித்து அனைத்தையும் துறந்து தனது சிவத்தையும் துறந்து தெருவில்

திரிந்த பிட்சாடனரின் கையில் உள்ள அருகம்புல்லைக் கடிக்கத் துள்ளும் மானின் சாயல் அதற்கு இருக்கிறது. பைரவரின் கையிலுள்ள மனிதச் சதைக்காகத் துள்ளி வரும் நாயின் சாயல் அதற்கு உள்ளது.

கவிஞன் இறைவனை முழுமையாகப் பற்ற விரும்பாதவன். அவனுக்கு இறைவன் கையிலிருக்கும் உணவுதான் வேண்டும். அதன் புரதம் வேண்டும். அந்த அந்தரத்தில் கவிஞன் பிறந்தும் மரித்தும் விடுகிறான். அது பசியிலிருந்து துள்ளலாம். தாபத்திலிருந்து துள்ளலாம். பிரிவிலிருந்து தனிமையிலிருந்து துன்பத்திலிருந்து துள்ளலாம்.

ஆனால் அங்கே கவிதையென்னும் கலையென்னும் உயிர், ஆற்றல் மானுடத்துக்கு விநியோகிக்கப்பட்டு விடுகிறது.

ooo

குணமோ ரணமோ பிரான்சிஸ். எது துயரம்? எது நிறைவு? எது மகிழ்ச்சி? நம்மை ரணப்படுத்தியதையெல்லாம் திரும்பிப் பார்க்கும்போது அதுவே நம்மை உயிர்பித்தும் வைத்திருந்துள்ளது. துன்பமும் வன்மமும் வலியும் நோய்மையும் கூட உயிர்ப்பைக் கொடுக்கிறதென்றால், சந்தோஷம் என்பதற்கு சமூகமும் ஊடகங்களும் வைத்திருக்கும் பொது வரையறையை நாம் ஏற்கமுடியுமா?.

குணமும் ரணமுமாகப் பிரிந்து மொழிக்கு அப்பாலும், மொழிக்கு முன்னாலும் என்ன இருக்கிறது? அந்த வியர்த்தத்தையும் அதிகம் உணர்பவன் கவிஞன் தானே பிரான்சிஸ்.

ஒற்றை இதயத்தின் வாசனையை நாடிய ரணத்திலிருந்து, பைத்தியத்திலிருந்து, நோய்மையிலிருந்து உனது கவிதைகளை நான் நெருக்கமாக்கிக் கொண்டேன். ரணத்தின் இடத்தில் ஒளிக்காகக் காத்திருக்கும் இடத்தில் இப்போது அமர்ந்திருக்கிறேன். அந்த அனுபவத்திலிருந்தும் அந்த உலகத்திலிருந்தும் உன்னை உள்ளன்போடு வாழ்த்துகிறேன்.

உன் பிரபஞ்சத்தில் உனக்கு எது நிறைவைத் தருகிறதோ அதைச் செய்துகொண்டிரு. அங்கே நிகழ்வது வேறு வரலாறு. அது மகிழ்ச்சியென்றோ துயரமென்றோ வெளியிலே மொழி பெயர்க்கப்படலாம்.

□

17
சாகிப்கிரானின் தருண புத்தன்

'அரோரா' என்றால் வைகறை என்று அர்த்தம் சொல் கிறது. சூரியனின் மின்னூட்டம் பெற்ற துகள்கள் உயர் வளி மண்டலத்திலிருக்கும் அணுக்களோடு மோதுவதால் வட, தென் துருவப்பகுதிகளில் சிவப்பாகவும் பச்சையாகவும் வானில் ஏற்படுத்தும் கதிர்வீச்சு அரோரா என்று அழைக்கப்படுகிறது.

இயற்கையும், அதன் நெறியும் தன்னிடமுள்ள புதிரை அதிசயத்தை, சில வேளைகளில் மாற்று விடைகளை, மனிதன் வழியாக வெளியிடுகிறது. அப்படி வெளியிடும் சிறந்த கலை ஊடகங்களில் ஒன்றாகக் கவிதை இருக்கலாமென்று சாகிப்கிரான் கவிதைகளைப் படிக்கும்போது தோன்றுகிறது. நிகழ்ச்சிகள், அனுபவங்கள், அதன் மாறுதல்களை, தனிச்சுயத்தின் கண்கள் வழி, விளக்கங்கள் வழிப் பகுக்காமல் இயற்கை, வெளி, காலத்தின் நீண்ட வெளியில் வைத்துக் காணும் பார்வை, விளையாட்டு அல்லது ஞானம் இவரது கவிதைகளில் நிகழ்கிறது. அப்படி நிகழும்போது தெரியும் விடியல் அல்லது துருவமுனை சோதியைத் தான் சாகிப்கிரான் அரோரா என்கிறாரோ?

சாகிப்கிரான் கவிதையில் நிகழ்ச்சியும் அனுபவமும் தொடர்வதில்லை; கதையாவதற்கு முன்னரே துண்டிக்கப்படுகிறது. கவிதை என்பது சொல் ஆல் ஆனது; கவிதை என்பது வார்த்தை ஆல் ஆனது என்பதை சாகிப்கிரான் மறுபடியும் வெகு

காலத்துக்குப் பின்னர் நினைவூட்டுகிறார். சிறகிலிருந்து பிரிந்த இறகுதான் பறவையின் சரித்திரத்தைத் தீட்டுகிறது.

ஆற்றின் இயற்கையை கால்கள் உணர்வதற்கு பாறைகளைத் தான் தாண்ட வேண்டும். அதுவே மொழியின் சிறந்த அனுபவம். பாலம் கட்டப்படும் போது அது கருத்து அனுபவமாக மாறிவிடுகிறது. அந்தப் பாலத்தில் சமூகம் நடக்கட்டும். துடிக்கும் சின்னஞ்சிறு சொற்கள் தரும் அனுபவம் 'அரோரா'.

அன்பு
அமைதியோ பேரமைதியோ
ஒரு கடுகு இரைந்து ஓடிக் கொண்டேதானிருக்கும்
அன்போ பேரன்போ
ஒரு சொல் மிகச் சின்னஞ்சிறு
சொல் துடித்தபடியே தானிருக்கிறது.
ஒரு சின்னஞ்சிறு பறவை
கொத்தும் வரை
நிகழும் இரைச்சலில்
மெல்ல ஆடிக் கொண்டிருக்கிறது
பொறி..

௦௦௦

மாநகரின் வீதி வழியே
நாய் ஓடிக்கொண்டிருக்கிறது
கொட்டி வழியும்
மழையை மீண்டும் மீண்டும்
சிலிர்த்தபடி விரைகிறது
சாலை
இருமருங்கிலும் ஆயிரம் கண்கள்.
இப்படித்தான்
மழையைக் கடந்துவிடும்போல
ஓடி.

௦௦௦

'அரோரா' தொகுப்பில் ஆரம்பத்தில் உள்ள இரண்டு கவிதைகள் இவை. இரைந்து ஓடிக் கொண்டிருக்கும் கடுகும், மழையை மீண்டும் மீண்டும் சிலிர்த்தபடி மழைக்கு ஊடாக மழையைக் கடக்கும் நாயும் வேறு வேறு இல்லை. நாம்

வாழும் உலகத்தை நாசம் செய்யவல்ல, அனுபவம் என்று நாம் வைத்திருக்கும் கதை வரிசைகளைக் குலைத்துப் போடும், அணுகுண்டின் ஆற்றலுடன் கடுகும் நாயும் இரைந்தோடிக் கொண்டிருக்கிறது. நாயும் கடுகும் வைத்திருக்கும் வேலையோ கடமையோ நெறியோ இந்த உலகத்தால் ஏவப்பட்டது அல்ல.

நாய்க்கும் கடுகுக்கும் இந்த உலகத்துக்கும் தொடர்பு இருக் கிறதா?

இருமருங்கிலும் வரலாற்றின் ஆயிரம் கண்கள் வெறித்துப் பார்க்க தேசத்தின் குறுக்குவெட்டு நெடுஞ்சாலைகளில் புலம்பெயர் தொழிலாளர்கள் இப்படித்தான் கடக்கின்றனர். நமக்கும் அவர்களுக்கும் தொடர்பு உண்டா?

கோடிக்கணக்கான மக்களின் பசிக்கு அரசு நிர்வகிக்கும் தானிய சேமிப்புக் கிடங்குகள் திறக்கப்படாதபோது, நானூறு மடங்கு கூடுதலாக இந்த ஆண்டு மழைக்காலத்தில் இனப் பெருக்கம் செய்த பாலைவன வெட்டுக்கிளிகள் வட இந்திய வயல்களைத் தாக்கி நாசம் செய்கின்றன. வெட்டுக்கிளிகளின் படையெடுப்புக்கும் திறக்கப்படாத தானியக் கிடங்குகளுக்கும் தொடர்பு உண்டா?

வரலாறு என்றும் சமயம் என்றும் தத்துவம் என்றும் அறிவு என்றும் அரசு என்றும் காப்பியங்களென்றும் கொடுங் கோன்மையுடன் நீண்டிருக்கும் மாநகரின் வீதி வழியே, வரலாறு என்றும் சமயம் என்றும் தத்துவம் என்றும் அறிவு என்றும் அரசு என்றும் காப்பியங்களென்றும் கொடுங்கோன்மை படிந்திருக்கும் ஆயிரம் கண்கள் பார்க்க, மழையை அதன் ஒவ்வொரு துளியையும் சிலிர்த்தபடி விரைந்து மழையை நாய் ஓடிக் கடக்கும். கவிதையும்தான் அந்த நாய்.

ooo

இசையின் நிழல்

நெடிய
கடல் ஏழு
மலை ஏழு
கடந்தந்த
சமவெளியடைந்தேன்.

என் நுழைவை
வீழ்த்த முனைந்து
நகமுடைந்து வீழ்ந்த
அச்சிங்கம்
மிகப் பழகியதாகத் தோன்றியது.
பிறகு
மெல்ல நெகிழ்த்திக்கொள்கிறது
ஒரு பழுப்பு
இடையே
நெளிந்தது பேராறு.
தனித்த கரையில்
இளமர நிழலில்
பிடரி கோதும்
அவ்வெளியில் எப்போதும்
இருந்துகொண்டிருக்கிறது
ஒரு மிருகம்
கடிகையின் ஒவ்வொரு
மணலும்
ஒரு மானைக் கொல்கிறதா?
ஓர் அரசனைக் கொல்கிறதா?
அல்லது
தன்னை மேலும்
கீழும் இசைவாக்கிக் கொள்கிறதா?
மூங்கில் புதர்
காற்றை
உள் வாங்கிக் கொண்டந்த
இசை.

○○○

புதையல் பயணமெனத் திகழ்கிறது கவிதை. நெடிய கடல் ஏழு மழை ஏழு எது, சமவெளி எது, நகமுடைந்து வீழ்ந்த பழகிய சிங்கம் எது? பழுத்த இலை நெகிழத் தெளியும் பேராறு எது? மானும் அரசனும் கொல்லப்படும் போது இம்சை தெரியவில்லையே.

கவிதை தோற்றுவிக்கும் நிலவெளி பொன்னெனப் புதிதாக ஒளிர்கிறது. பரிச்சய உலகத்தின் சாயலே இல்லை. ஓவியமாக, இசையாக திரவ உருக்கொண்டு மாறி மாறிக் கோலங்கள் காண் பிக்கிறது கவிதை.

எங்கிருந்து இவையெல்லாம் அங்கே தோன்றுகின்றன? இதற்குப் பதில் அடுத்த கவிதையில் கிடைக்கிறது. அது இங்குள்ள வாழ்வின் ரகசியத்தையும் திறக்கிறது.

வானவில்

உணவு சுவைக்காக
உடை ரசனைக்காக
இப்படி
காதல் ஒரு ரகசியம்.
தருணம் கைக்கொள்ள
தவிப்பு கண்டடைய
எனவே
வாழ்வு ஒரு அதிசயம்.
எதிரி வெற்றி கொள்ள
உறவு பங்கிட்டுக் கொள்ள
அதனால்
பகை ஒரு நிரந்தரம்.
தத்துவம் ஒரு சமவெளி
குழப்பம் மலையுச்சி
இது
சிகரங்களை மெச்சுகிறது.
ஞானம் பகிர முடியாத வெளி
தீவிரம் எளிய தொற்று
படைப்பு
தீராத வெற்று.
என் புத்தகங்கள்
எரிந்த ஒளி
அழகு
உன் முகம் அவ்வளவு.
இது எப்படி வேண்டுமானாலும்
இருக்கலாம்
ஆனால்
ஒளியின் வேகம்
ஒரு
நிலை.
நிலைத்த நிலை.

ooo

இந்தக் கவிதை, அறிவு எரிந்த ஒளியில் தோன்றும் அழகை, தீர்ந்துவிடாத எப்போதுமிருக்கும் காலிக் கருப்பையை அங்கிருந்து பிறப்பெடுத்துக்கொண்டேயிருக்கும் உயிரின் துடிப்பை, வேகத்தைப் பார்த்துவிடுகிறது.

சாகிப்கிரானின் முந்தைய கவிதைத் தொகுதியைப் படிக்க எனக்குச் சந்தர்ப்பம் கிடைக்கவில்லை. அரோரா கவிதைத் தொகுப்பின் கவிதைகளில் புத்தர் நபராகவும் குணமாகவும் தென்பட்டுக் கொண்டேயிருக்கிறார். அன்பின் நிழல் கவிதையில் நீதிபதியாகவும் தீர்ப்பு சொல்லப்படும் அப்பாவியாகவும் நபராகத் தென்படுகிறார்.

'அரோரா' கவிதைகளில் விவரிக்கப்படும் நிகழ்ச்சிகள், தோற்றங்கள் அடுத்தடுத்து மாறுதல், துண்டிப்பு மற்றும் புதுத் தன்மையைக் கொள்ளும்போது குணமாகவும் புத்தர் தோன்றிக் கொண்டிருக்கிறார்.

'அரோரா' தொகுதியின் இரண்டு சிறந்த கவிதைகளில் புத்தர் குணப்பருண்மை கொள்கிறார். தருண புத்தர் என்று அவரை அழைக்கலாம்.

நற்குணம்

உனக்கு இது
எதுவும்
தெரிவதில்லை.
தெரிந்ததெல்லாம்
மரமும்
அதன் நிழலும்தான்.
நிழலைக் கொண்டாடுகின்றாய்
நிழலை ஆச்சரியப்படுகிறாய்
நிழலின் குரல் வழியே
அந்த மரத்தைத் தழுவிக் கொள்கிறாய்.
வெளியும் ஒளியும்
நீ கவனிக்கத் தவறியவை.
அந்த இரவு
நீ பதறிப் போனாய்
நிழலற்ற
அம்மரம் உனக்கு
அந்நியமாயிருந்தது.

பிரபஞ்ச நிழலை
உன்னால் கொண்டாட முடியாதுதான்
பரந்து விரிந்த
அதன் கரங்கள்
உன் கண்களிலிருந்து தொடங்குகிறது.
வெளிறிய பால்வெளி
கோடானு கோடி
சொற்களில் மிதங்குகிறது.
உன்னால் நம்ப முடியாதுதான்
நீ மீண்டும் மீண்டும்
அந்த மரத்தையே நம்புகிறாய்
அது இலைகளை உதிர்த்து
உன்னைச் சருகாக்குகிறது.
நீ நம்புகிறாய்
நம்பிக்கைதான் மரத்தின் வேராக
ஒரு விடியலுக்காகக் காத்திருக்கிறாய்.
வெள்ளி முளைத்துவிட்டது
இனி அற்புதம்தான்
அந்த இடுங்கிய செடியின் நிழலுக்காய்
ஓர் எறும்பு தன் கொம்புகளை நீட்டி
இந்தப் பிரபஞ்ச நிழலை
ஏந்தி தொலைவோ தொலைவில்
வீச எத்தனிக்கும் கணம்வரை
நானும் நம்புகிறேன்.
என்றாவது ஒருநாள்
குளிர்ந்த ஒரு இரவு
உன்னைப் புடம் பண்ணும்
அப்போது நான் நம்புவேன்.
கிழவன் சுமந்தலையும்
மணற்கடிகையில்
இன்னும் கொஞ்சந்தான்
நொடிகள் மீந்ததாக ஒரு
விண்மீன் எரிந்து வீழ்கிறது.
கடிகையின்
ஒற்றைச் சுழற்றலில்
கிழவன் குழந்தையாகிறான்.
ஆனால்
எல்லாவற்றையும் நம்பிவிடுகிறது

ஷங்கர்ராமசுப்ரமணியன்

எறும்பு.
நீ
நிழல்
நான்
ஒரு மணற்கடிகை.
இப்படித்தான்
ஒரு நிகழ்வை
வெறித்துப் பார்க்கும்
அரூபச் சொல்லொன்றின்
நற்குணம்.

ooo

எனக்கு இந்தக் கவிதை முழுமையாகப் புரியவில்லை. ஆனால், முழுக்கப் புரியாமலேயே இந்தக் கவிதை ருசியாக உள்ளது. இதில் சொல்லப்படும் காட்சிகள் கண் முன்னர் விரியும்போது அமைதியும் பிரமாண்ட உணர்வும் ஏற்படுகிறது. கவிதை சொல்லி, எனக்குத் தெரியாததை அறிந்தவராக உள்ளார். அவர் பார்க்கும் விஸ்தீரணத்தில் உலகை, நிகழ்ச்சிகளை நான் பார்க்கவில்லை. ஆனால் பார்க்க முடியாத பிரபஞ்சத்தின் நிழலும் அதன் கரங்களும் வாசிப்பவரின் கண்களிலிருந்துதான் தொடங்குகின்றன என்கிறார். மரம் எதைக் குறிக்கிறது. தனது கொம்புகளால் பிரபஞ்ச நிழலை வீச எத்தனிக்கும் அந்த எறும்பு என்ன? எல்லாவற்றையும் ஏன் அந்த எறும்பு நம்புகிறது?

சொற்களின் சம்பந்தத்தில் சொற்கள் மீதான நம்பிக்கையில் இருத்தல் கொள்ளும் பால்வெளி வெளிறதானே செய்யும். இப்படித்தான் சொல்லாகச் சொல்லப்படுவதற்கு முன்னர், வெறித்துப் பார்க்கும் அரூபச் சொல் நற்குணம் கொண்டதாக ஆகமுடியும்.

ooo

வலசை

காக்கையின் ஒடிந்த காலுக்கு
மருத்துவம் பார்க்கும்
தீனதயாளன்
புறக்கடையில் வைத்திருக்கும்
உண்டிவில்லை யாரும்
பார்த்ததில்லை.

எல்லோரும் நம்புவது
அது பறந்து போகும்போது
தங்கம் கனக்கு சுரை விதையுடன்
திரும்பும் என்பதே.
தயாளனும் இப்படித்தான்
காக்கையின் மறதியை
பெரிதும் நம்பியிருக்கிறார்.
ஆனால்
பறவை தன்கால்
நன்றாகட்டும் என்றிருக்கிறது.
ஏனென்றால்
பறவைக்கிருப்பது தனித்தியங்கும்
கூட்டுமனம்.
எனது இறக்கைகளை
தோலுக்கடியில்
மறைத்து வைத்திருப்பதை
சுண்டிவில்லைப் போலவே
யாரும் கண்டு கொள்ளவில்லை.
அடையாளமற்ற
பிரதேசங்களின் நெடிய
ரகசியங்களை மிகத்
தொலைவிலிருந்தே நான்
அறிவேன்.
நீங்கள் நினைப்பதுபோல இல்லை.
நானொரு
குருடன்
செவிடன்
ஊமை.
இதுவே
அதன் சாத்தியம்.

ooo

சாகிப்கிரானின் கவிதைகளில் தென்படும் புத்தர் வெளியே ஏற்கெனவே அறியப்பட்டிருக்கும் புத்தர் அல்ல. கவிதைக்கு அருகே இருக்கும் ஒரு தருண புத்தரை சாகிப்கிரான் படைத்திருக்கிறார். அங்கே எதுவும் தனியாக இல்லை. எல்லாம் எல்லாவற்றோடும் இணைந்திருக்கிறது. மரம் இலைகளை உதிர்க்கும்போது, அதை நம்பியிருந்தவன் அதனாலேயே சருகாகிறான். பறவைக்கு

இருக்கும் தனித்தியங்கும் கூட்டுமனம் என்பதை அந்தப் புத்தரால் பார்க்க முடிகிறது.

கண்டங்களைத் தாண்டிப் பயணிக்கும் பட்டாம்பூச்சிகளுக்கும் வெட்டுக்கிளிகளுக்கும் இருப்பது தனித்தியங்கும் கூட்டுமனம் தானே.

அடையாளமற்ற பிரதேசங்களின் நெடிய ரகசியங்களை மிகத் தொலைவிலிருந்தே கவிதைக்கு நெருங்கிய அந்தப் புத்தனால் அறிய முடியும். தொலைவில் நடப்பதை முகர முடிந்த, தொலைவில் இருப்பதைத் தொட முடிந்த கவிதைக்கு நெருக்கமான புத்தன், அதனாலேயே பார்க்காதவனாக கேட்காதவனாக பேசாதவனாக, குறைவாய் நுகரும் புத்தனாகத் தென்படுகிறான்.

ஆனால் அவன் இன்னொன்றைப் பார்க்கிறான்; வேறு ஒன்றைக் கேட்கிறான்; பேச முடியாததைப் பேச முயற்சித்துக் கொண்டிருக்கிறான்.

❍❍❍

புலன்களுக்கும் மனத்துக்கும் புலப்படாத, அப்பாற்பட்ட, ஆனால் நமது வாழ்க்கை இயங்குவதற்கு ஆதாரமாக உள்ள உலகங்கள் மற்றும் அவற்றின் இயக்கங்களையும் அங்ககமாக இணைத்துக் கொண்ட சாகிப்கிரானின் கவிதையுலகம் தமிழுக்குப் புதிது அல்ல. பிரமிள், அபி, தேவதச்சன், ஆனந்த், ஷா அ, எம். யுவன் என்று நீளும் மரபில் வருபவர் சாகிப்கிரான் என்று வகுக்க முடியும். அறிவியல் மற்றும் தத்துவத்தின் கரையில் நிற்கும் விந்தை இவர்கள் ஏற்படுத்தும் பொது அனுபவம். சி. மணியின் நேரடிப் பரிச்சயமும், அவர் மொழிபெயர்த்த தாவோ தேஜிங்கின் அடிப்படைகளும் சாகிப்கிரானின் மேல் தாக்கத்தைச் செலுத்தியிருப்பதை உணரமுடிகிறது.

அறிவின் பயனின்மையும், அறிவு எரிந்த பிறகே தோன்றும் அழகு குறித்த துக்கமும், எல்லையற்றதன் மீதான திகைப்பும் சாகிப்கிரானின் கவிதையில் தென்படுகிறது. சில சமயங்களில் அனைத்தையும் உதறிவிட்டு இயற்கையின் நீதியுணர்வில் அழகில் உண்மையில் நம்பிக்கையுடன் அமர்கிறது. அங்கே அறிவது வேறு. அது அமைதி. கடுகு இரைவது போல, ஆயிரம் கண்களுக்கு இடையே நாய் ஓடுவது போல ஒரு அமைதி சாகிப்கிரானில்

கவிதையில் சாதிக்கப்பட்டுள்ளது. இது சமீபகாலத்தில் சாத்தியப் படாத அமைதி.

அதியமான் என்றொரு இரவு

ஒரு கனி பங்கிடப்படும் போது
வழமையான கத்தியின் கூர்
பனியைப் போல் சிரிக்கிறது.
ஒரு துண்டாட்டத்தில்
பழம் மட்டுமல்ல கொட்டையும்
சிதைகிறது.
இரண்டு மூன்று நான்கு ஐந்து என
பனி வீசிச் சிரிக்கும் போது
நூற்றாண்டு மரமொன்றோ
சித்தன் போற்றும் செடியோ
ஒரு துளி மழையோ
அல்ல
பங்கு மிகச் சிறியதாகப்
பிரிக்கப்படுகிறது.
முழுமையான பங்கீடும் அதுதான்
பங்கிடுதல் மிக நுட்பமானது.

□

18

பறவைகள் வெறும் பழமங்களாக இருந்தபோது

புத்தகப் பதிப்பில் நேர்த்தியையும் தொழில்முறை ஒழுங்கையும் கொண்டுவந்த க்ரியா பதிப்பகத்தில் பத்தாண்டுகளுக்கு மேலாகப் பணியாற்றியவர் கவிஞர் ஆசை. க்ரியாவின் புகழ்பெற்ற தற்காலத் தமிழ் அகராதிப் பணியிலும், பதிப்புப் பணிகளிலும் மிகுந்த அனுபவம் பெற்றவர். க்ரியா வெளியிட்ட உமர் கய்யாம் கவிதைகளை தங்க.ஜெயராமனுடன் இணைந்து இவர் மொழிபெயர்த்துள்ளார்.

இவரது முதல் கவிதைத் தொகுதியான சித்து நூலில் உள்ள கவிதைகள், தமிழ் புதுக்கவிதை மரபின் பல்வேறு கூறல்முறைகளை வரித்துக்கொண்டு, நேர்த்தியான மொழியில் தத்துவ விசார நோக்குடன் அமைதியான த்வனியுடன் எழுதப்பட்டவை. 90 களின் இறுதியில் விசாரம் துறந்த, புனைவுத்தன்மை அதிகம் கொண்டு சமகால வாழ்வின் பல்வேறு சித்திரங்கள் கொண்டு வெளிப்பட்ட நவீன கவிதைகளின் புதிய தன்மையையும், உக்கிர உணர்வையும் ஆசையின் கவிதைகளில் பார்க்க முடியவில்லை. ஒரு பழைய மனம், ஒரு பழைய கவிதையோடு உரையாடும் அனுபவம்தான் எனக்கு வாய்த்தது. இப்போது ஒருசேரப் படிக்கும்போதும் அந்த எண்ணப்பதிவு மாறவில்லை.

விதம்விதமான பறவைகளின் புகைப்படங்களுடன், ஒவ்வொரு பறவைக்குமான இயல்போடு ஒட்டி உறவாடும் கவிதைகளுடன் வெளிவந்த கொண்டலாத்தி என்ற கவிதைத் தொகுப்பு என்னை மிகவும் ஈர்த்தது. வெவ்வேறு பறவைகள் பற்றிய வெவ்வேறு விவரணைகள் என்பது எனக்கு மிகுந்த உற்சாகத்தை அளித்ததும் நினைவில் உள்ளது. கவிஞனைப் பொருத்தவரை பூனையையும், பறவையையும் பாம்பையும் தொட்டுவிட்டால் அது நிச்சயமாக கவிதையாகிவிடும் என்ற நம்பிக்கை எனக்கு உள்ளது.

பொதுவாக நாம் காணும் காகம், குருவி, தவிட்டுக்குருவி, குயில், ஆந்தை போன்ற பறவைகளைத் தவிர வேறு பறவைகளை அதிகம் பார்த்தறியாத, பார்த்தாலும் அதன் பெயர் சொல்லி உரையாட முடியாத கோடிக்கணக்கான பேர்களில் நானும் ஒருவன். ஆனால் கவிதை என்ற வடிவத்துடன் இயங்குபவனாக எனக்கு நிறைய பறவைகளின் பெயர் தெரியாதது குறித்து வருத்தம் இருக்கிறது. ஆனால் இதற்காக வெட்கப்பட இயலாது. இந்த அறியாமை நமது காலத்தின் பிரதிபலிப்பு. நமக்கு துப்பாக்கிகளின் பல வடிவங்கள் தெரிந்திருக்கின்றன. கொத்து வெடிகுண்டுகள் என்கிறோம். கையெறி குண்டு என்கிறோம். கண்ணிவெடி என்கிறோம்.

பொதுவாக தமிழ் புதுக்கவிதையில் பறவைகள் சுதந்திரத்தின் படிமமாக, விடுதலை ஏக்கத்திற்கான படிமமாகவே பெரும்பாலும் சென்ற நூற்றாண்டில் எழுதப்பட்டன. அவை ஆசையின் கவிதைகளைப் போல பல வண்ணச் சிறகுகள், அலகுகள், பழக்கங்கள், குஞ்சுகளுடன் சிறிய, பெரிய, குட்டியான அளவுகளில் இடம்பெறவே இல்லை.

ஒருவகையில் இயற்கையும், பறவைகளும் அருகிவரும் நிலையில்தான் அவற்றை கலையிலும், புகைப்படங்களிலும் ஆவணப்படுத்தும் முயற்சிகள் பதற்றத்துடன் நடைபெறுகின்றன. பறவைகள் வெறும் படிமங்களாக இருந்தபோது வேறு வேறு அளவுகளில் வேறு வேறு பெயருள்ள பறவைகள் அவற்றின் பிரபஞ்சத்தில் மனித இடையூறு இல்லாமல் வாழ்ந்துகொண்டுதான் இருந்தன.

ஒருவகையில் ஆசையின் கொண்டலாத்தியும் பறவைகளைத் தொலைத்து விடுவோம் என்ற பதற்றத்தில் எழுதப்பட்டவைதான். மனிதர்களுக்குதான் இயற்கை வேண்டும். மனிதர்களுக்குத்தான்

பறவைகள் வேண்டும் என்ற பணிவிலிருந்தும், ஆதூரத்திலிருந்து எழுதப்பட்ட கவிதைகள் அவை. பறவைகள் வழியாக எனது வாழ்வை அழகானதாகவும், நீதியுணர்வு கொண்டதாகவும், மகிழ்ச்சியாகவும், ஞானமாகவும் ஆக்கமுடியும் என்ற நம்பிக்கையில் எழுதப்பட்ட கவிதைகளாக இவை இருக்கின்றன. கொண்டலாத்தியின் கவிதைகள் குழந்தைகளை விட பெரியவர்களுக்குத்தான் அதிகம் பயனுள்ளது. ஏனெனில் இயற்கையாகவே குழந்தைகள் பறவைகளுக்கு அருகிலோ, பறவைகளாகவோதான் இருக்கின்றன.

கவிஞர் ஆசை நவீன தமிழ் கவிஞர்களுக்கான மூலவளத்தை, விதை வங்கியை பறவைகளின் பெயர்களாலும், அவை தொடர்பான சித்தரிப்புகள், விசாரணைகளாலும் நிரப்பியுள்ளார். அதற்கு அவருக்கு நாம் முதலில் நன்றி சொல்லவேண்டும்.

கவிஞர்கள் எல்லாருக்குமே அவர்கள் எழுதும் எல்லா கவிதைகளும் தேன்சிட்டைப் போலப் பறக்கவேண்டும் என்ற ஆசை உண்டு. ஆசையின் கொண்டலாத்தியில் பறவைகளுடனேயே பறக்கும் கவிதைகள் நிறைய உண்டு.

சிறிய உடல் கொண்ட ஒரு பறவையின் சுறுசுறுப்பைப் பார்க்கும் போது, ஒரு பட்டாம்பூச்சியின் பறத்தலைப் பார்க்கும்போது, இந்தச் சின்ன உடலுக்குள் எங்கே உயிர் இருக்கிறது, அதன் நிகழ்ச்சி நிரல் எந்தப் புள்ளியில் பதியப்பட்டுள்ளது என்ற ஆச்சரியமே ஆசையின் கவிதைகளுக்கான அடிப்படை. வாழ்வியக்கமும், மகிழ்ச்சியும் தனித்தனியாக இல்லாத நிலையில் உள்ள பறவைகளைப் பார்த்து வியப்பு தீரவில்லை அவருக்கு.

ஒருநிலையில் நமக்கு பரிச்சயமான ஆனால் கிட்டத்தட்ட பரிச்சயமே ஆகாத ஒரு உயிரைக் கடவுளின் இடத்தில் வைத்து வியக்கிறார் ஆசை.

மனிதர்கள் சிறியதைப் பார்த்து, சிறியதை வியந்து, சிறியதாக வாழவேண்டும் என்பதை நினைவுறுத்துகிறது கொண்டலாத்தி.

◻

19

நிலங்கள் மீது நீந்திக் கடக்கும் 'சிச்சிலி'

சுதந்திரம், பாவனை, சாகசவிழைவு, வெளிப்படையான தன்முனைப்பு, திமிறல், முரண்பாடுகள் இப்படியாக லீனாவின் கவிதைகளையும் அவரது ஆளுமையையும் நான் அடையாளப்படுத்தவும் வரையறை செய்வதற்கு முயற்சி செய்யவும் விரும்புகிறேன். லீனா மணிமேகலை, தனது ஆளுமை குறித்தும் தன் கவிதைகளுடனான பிரச்சினைப்பாடுகள் குறித்தும் பேசும் நேர்காணல் நூலான 'மொழி எனது எதிரி' நூலைப் படிக்கும்போது அவர் குறித்து உருவாகும் மனப்பதிவு இது. லீனாவின் கவிதைகளை ஏற்கனவே அவ்வப்போது படித்திருந்தாலும் முழுமையான தொகுதியாகப் 'சிச்சிலி'யைத் தான் படிக்கிறேன். தமிழ் கவிதைகளில் ஆண் நவீன கவிகள், பெண் நவீன கவிஞர்கள் இருவருக்கும் அதிகம் வாய்க்காத பகடி மற்றும் தீவிரபாவத்தைக் கவிழ்க்கும் கேலிப்பண்பு, லீனாவிடம் இயல்பாக அமைந்துள்ளது. அந்த இயல்பைக் கொஞ்சம் கூர்ந்து கவனித்து லீனா தொடரவேண்டும் தனது படைப்புகளில்.

இந்த இரண்டு புத்தகங்கள் வாயிலாகவும், லீனா என்ற படைப்பு அகத்தைப் புரிந்துகொள்ள முயற்சிப்பதற்கு மேலும் ஒரு தூண்டிலை இடுகிறேன்.

குழந்தையின் பேதைமையும், எல்லாம் தெரிந்த தன்மையும் மூர்க்கமான சேட்டைக்கார ரெட்டைகளாகச் சண்டையிடும்

இடமென்று லீனாவைச் சொல்வேன். அங்கிருந்து தான் லீனாவின் எந்தச் செயலும், கவிதைகளும் பிரகடனத் தொனியை அடைகின்றன. அவர் விசனப்பட்டாலும், அந்தப் பிரகடன அழுத்தம்தான், லீனா எழுதும் கவிதையின் உள்ளடக்கத்தை அவரது அனுபவமாக உடையைத் தூக்கிப் பார்க்க (அவரே இப்படியான ஒரு கூற்றை சொல்லியிருக்கிறார்) வைக்கிறது.

அந்த அடிப்படையில்தான் பயன்படுத்தும் மொழி என் உலகத்தை விஸ்தரிக்கும் அதேவேளையில் வரையறை செய்யவும் முயல்கிறது என்றே தயங்கிக் கூறுபவனாகவும் பல மூடநம்பிக்கைகளைப் பராமரிப்பவனுமாகவே நான் இருக்கிறேன். மொழி எனது எதிரி என்று சும்மா சொல்லிப் பார்ப்பது கூட என்னைப் பொறுத்தவரை தர்மசங்கடமானது. நான் எழுதும் தமிழ் மொழியை புனித வஸ்துவாகவெல்லாம் நான் பார்க்கவில்லை. எனக்கு முன்னும், என் சமகாலத்திலும் மொழியை நவீனமாக விஸ்தரித்த கலைஞர்களின் முன் 'மொழி எனது எதிரி' என்று சொல்லும் வலிமை என்னிடமில்லை என்பதே அந்த தர்மசங்கடத்திற்குக் காரணம்.

லீனா மணிமேகலையோ 'மொழி எனது எதிரி' என்ற மோதல் களத்தை உருவாக்கித்தான் தன் உரையாடலையே தொடங்குகிறார். அவருக்கு முன்னர் எழுதப்பட்ட பெண் கவிதைகள் குறித்துக் கேட்கும்போது, சரித்திரத்தைத் துண்டிச்சிட்டு நிக்கணும்னு நினைக்கிறேன் என்று பெரிய பாறாங்கல் வாக்கியத்தை அநாயசமாகத் தூக்கிப் போடுகிறார்.

○○○

லீனா மணிமேகலையின் கொஞ்சம் பெரிய நேர்காணல் ஒன்றை தீராநதியில் ஏற்கனவே படித்திருக்கிறேன். ஒரு நேர்காணல் ஒரு பெரிய curriculum vitea போன்ற அர்த்தத்தை அளிக்க முடியும் என்பது எனக்கு அப்போது பெரிய கலாசார அதிர்ச்சியாக இருந்தது. ஒரு எழுத்தாளரின் பேட்டி என்பது குறித்து எனக்கு இருக்கும் எதிர்பார்ப்புகள் வேறு. படைப்பு தொடர்பாக தனது மரபு, தான் இயங்கும் மொழியில் அவன் அல்லது அவளது தொடர்ச்சி, சிந்தனைகள், கனவுகள், அகமுரண்கள், தத்தளிப்புகள் அபிலாஷைகள், வரையறைகள் ஆகியவற்றை ஒரு பேட்டி அல்லது நேர்காணல் பகிர்ந்துகொள்ள முடியும் என்பது எனது நம்பிக்கை.

ஒரு தொழில்முனைவு ஆளுமையின் திட்டநிரல் போல மலையாளத்திலிருந்து மொழிபெயர்க்கப்பட்டிருந்த அந்த நேர்காணல் எனக்குத் தோன்றியது. இப்போது எனக்கு அது அதிர்ச்சியாக இல்லை.

லீனா தன் குறித்த, நம் காலமும் குறித்த அருமையான ஒரு வரையறையை செய்யும் போது எனக்கு அது ஒரு தற்காலப் பண்பாகத் தோன்றுகிறது. அவர், தன்னை போஸ்ட் ஐடியாலஜிஸ்ட் என்று சொல்கிறார். அவர் சொல்லும் அடையாளத்துடன் நானும் என்னையும் என் படைப்புகளையும் பொருத்திப் பார்த்துக் கொள்கிறேன். அப்படியான வகையில் சகதொழிலாளனாக எஸ்.சண்முகம் மற்றும் பாலசுப்ரமணியன் பொன்ராஜ் நேர்காணல் செய்து தொகுத்திருக்கும் இந்தப் புத்தகம் எனக்கு அனுபவக்கொள்முதலாகவே இருந்தது. பிறர், பிற படைப்புகள் தொடர்பான இவரது கருத்துகளில் சுயமான கண்டுபிடிப்புகளோ, புலமையோ இல்லை.

அரசியல் சரிநிலைகள், அபொலிட்டிக்கல் தன்மை, கடந்த இருபது ஆண்டுகளாக தமிழில் நடந்த இலக்கிய விமர்சனக் கோட்பாட்டாளர்களின் விவாதங்களிலிருந்து உருவான அறிவுத்தளத் திண்ணைப் பேச்சுகள் வழியாக தொகுக்கப்பட்டிருக்கும் கற்பிதங்கள், பிரகடனங்களை இவர் தனது கருத்துகளாக வெளிப்படுத்துகிறார். அவற்றைத் தாண்டி தனது வாழ்க்கை, தனது இருப்புக்கும் படைப்புக்குமான முரண்கள், தத்தளிப்புகள், கவிதையாக்கம், சுயகேலி ஆகியவற்றையும் இந்த நேர்காணல் கொண்டுள்ளது.

ஒரு மனுஷியாக ஒரு பெண்ணாக என்னுடன் வாழும் உயிர் குறித்து மிகக்குறைந்த அறிவும் அனுபவமுமே நேர்ந்துவிட்ட எனக்கு பெண் என்ற உயிரி குறித்து அத்தியாவசியமான சில அறிதல்களை இந்த நூலில் எனக்கு லீனா பகிர்ந்திருக்கிறார். திரவநிலைக்கு நெருக்கமாகக் கவிதையைச் சொல்வது என்னை யோசிக்கச் செய்யக்கூடிய கண்டுபிடிப்பாக இருக்கிறது.

சென்ற நூற்றாண்டில் உருவான தமிழ் சிறுபத்திரிகை மரபின் தொடர்ச்சியாக லீனா மணிமேகலையைப் பார்க்கவியலாது. புதுமைப்பித்தனின் வழிவந்த தனி இருட்டில் பிறந்தவர் அல்ல லீனா. பாட்டு, பரதம், இளம்பருவத்திலேயே பேச இடம் தந்த முற்போக்கு மேடைகள், வெகுஜன சினிமா ஆளுமைகளுடனான பரிச்சயம் என ஊடக வெளிச்சத்திலேயே வளர்ந்த தாவரம் லீனா.

இன்றுவரைக்கும் அந்த வெளிச்சம் அவரைத் தொடர்கிறது. அவரே ஒரு மையமாகவும் தன்னை ஸ்தாபித்துள்ளார்.

அதிகாரம் துறப்பு, சுதந்திர வேட்கை, பால் கடந்த மொழி என்று மிகப்பெரிய கருத்தியல்களை சமத்காரமாகப் பேசும் அதேவேளையில் லீனா, தனது ஆளுமை உருவாக்கத்தில் பங்குவகித்தவர்களைப் பேசும்போது மிகவும் அடக்கமாகவே அவர்களைப் பற்றி பேசுகிறார். அம்ஷன் குமார் மற்றும் விகடன் பாலசுப்ரமணியனை அய்யா என்றே கூறுகிறார். உலக சினிமா, ஆவணப்பட ஆளுமைகளையெல்லாம் வெள்ளிடைமலையென உணர்ந்திருக்கும் லீனா, பாரதிராஜா, பாலுமகேந்திரா ஆகிய தமிழ் பிரபலங்களைப் பற்றிப் பேசும்போது குறைந்தபட்ச விமர்சனத் தொனி கூட அவர்கள் பற்றியோ, அவர்களது படைப்புகள் பற்றியோ சிறிதளவு விமர்சனங்கள் அவரிடம் வெளிப்படவில்லை. லீனா கடுமையாக எதிர்க்கும் தமிழ் சமூகத்தின் ஆதிக்க கருத்தியல்கள், மனோபாவங்களை உருவாக்கியதில் விகடன் பாலசுப்ரமணியனுக்கும் பாரதிராஜாவுக்கும் இருக்கும் பங்களிப்பை லீனா, மௌனமாகவே கடக்கிறார். இந்த முரண்கள் அவரது கவிதைகளிலும் இருக்கிறது.

பக்தி இலக்கியப் பரிச்சயம், பாடல், நடனம் சார்ந்த மரபின் தாக்கம் லீனாவுக்கு இருந்திருக்கிறது. ஆனால் அவை எதுவும் லீனாவின் கவிதைகளில் பிரதிபலிக்கப்படவில்லை. சிறுவயதிலேயே அவருக்கு ஆழமாகப் பரிச்சயமாகிய ரஷ்ய இலக்கியங்களின் தாக்கத்தையும் அவரது கவிதை மொழியில் பார்க்கமுடியவில்லை. ஆங்கிலத்திலும் பிற மொழிகளிலும் மொழிபெயர்ப்பதற்கு ஏற்ற, பொது உரைநடையொன்றையே லீனா மணிமேகலை பராமரிக்கிறார். மனோதர்மம் மற்றும் அவரது எழுதும் களம் உக்கிரம் கொள்ளும் போது அவை அருமையான கவிதைகளாகின்றன. கவிப்பொருள் சார்ந்தும், தொடர்ச்சி சார்ந்தும், மொழிபுகள் தொடர்பாகவும் பிரக்ஞைப்பூர்வமான கவி என்றும் லீனாவைச் சொல்லமாட்டேன். அவரது சிறந்த கவிதைகளுக்கு அருகிலேயே ப்ளஸ் டூ சிறுமி எழுதுவது போன்ற ஆனந்த விகடன் சொல்வனம் பகுதியில் வெளியாகும் தன்மை கொண்ட கடிதக் கவிதைகளும் இருக்கின்றன. ('ஈர்ப்புவிசை ஆப்பிள் விழுவதில் அல்ல... நியூட்டன் காதலித்திருக்கவில்லை) என்று எழுதி நவீன கவிதைக்குள் வைரமுத்துவையும் அதிர்ச்சி யூட்டும்படி ஞாபகப்படுத்துகிறார்.

சிச்சிலி கவிதைத் தொகுப்பின் சிறந்த கவிதைகள் என்று சுயகுறிப்பு, இருபத்தெட்டு இலைகள், ஓ காதல் கண்மணி, உலர்ந்தவை உலராதவை, இடைவெளி, டெகீலா, குட்டைப் பாவாடை, மழை போன்றவற்றைச் சொல்வேன்.

லீனாவின் இந்தப் புத்தகங்கள் வெளியாகும் இத்தருணத்தை யொட்டி இந்த இரண்டு புத்தகங்களைப் படிப்பது எனக்கு விசேஷமான ஒரு செயல்முறையைச் செய்து பார்ப்பதற்கு அனுகூலமாக இருந்தது. வாழ்க்கை தொடர்பாக கவிதைகள் தொடர்பாக அவரது செயல்திட்டங்கள் தொடர்பாக விடுக்கும் அறைகூவல்களுக்குப் பக்கத்தில் அவரது கவிதைகளை வைத்துப் பார்ப்பது தான் அந்த செயல்முறை. லீனா தனக்கும் தன் படைப்புகளுக்கும் தன் ஆளுமைக்கும் போடப் பார்க்கும் புரட்சிகர உறைகளைக் கழற்றிவிட்டு அவை சுதந்திரமாகவும், பழந்தன்மை கொண்ட தனிமையிலும் இருக்கின்றன. உறவுவிழைதலுக்கான ஏக்கத்தோடு எளிமையாக விளையாடிக் கொண்டிருக்கும் குழந்தைகள் அவை.

அவரது கவிதைகளைப் பெண்மொழியின் வருகை என்று சுகுமாரன் குறிப்பிடுகிறார். அதன் உள்ளடக்கம் மற்றும் கருப்பொருள் சார்ந்துதான் அவர் அப்படிச் சொல்கிறார் என்று நான் அவதானிக்கிறேன். என் அறிவையொட்டி ஆண்மொழி, பெண்மொழி என்று பிரிப்பதற்கான தரவுகள் இதுவரை மொழி வெளிப்பாடு அடிப்படையில் கிட்டவில்லை.

‘உண்ணுஞ் சோறு பருகுநீர் தின்னும்வெற் றிலையுமெல்லாம்

கண்ணன் எம் பெருமான் என்றென்றே கண்கள் நீர்மல்கும்’ போது அதை உரைப்பவன் ஆணென்றாலும் அவன் பெண்ணாகவே என்னைப் பொறுத்தவரை இருக்கிறான்.

எனக்கு ஆண்களைவிடப் பெண்களைக் குறைந்தளவே தெரியுமாதலால், அவர்களைவிடப் பிராணிகளிடம் அதிகம் சிநேகமும் பரிச்சயமும் என்பதால் தமிழ் கவிதைகளை குதிரைக் கவிதை, தவளைக் கவிதை, பறவைக் கவிதை என்று மூன்றாகப் பிரிக்கலாம் என்று நினைக்கிறேன். பறவைக் கவிதை ஒவ்வொரு கவிஞருக்கும் லட்சிய நிலையாக உள்ளது.

குதிரையும் குதிக்கிறது. தவளையும் குதிக்கிறது. இரண்டுமே பறப்பதற்குக் குதிக்கின்றன. அந்த வகையில் உருவகமோ, காவியச் சாயலோ, மொழியிறுக்கமோ, பாடல் தன்மையோ

இல்லாத உரைநடைக் கவிதைகளை தவளைக் கவிதைகள் என்று கொள்ளலாம் என்று நினைக்கிறேன்.

குதிரைக் கவிதைகளுக்கு உதாரணமாக பிரமிள் தொடங்கி யூமா வாசுகி வரை உதாரணம் சொல்லலாம். ஆத்மாநாம், சுகுமாரன், யவனிகா, லீனா மணிமேகலை எழுதும் கவிதைகளை தவளைக் கவிதைகள் என்று சொல்லலாம். குதிரை உயர்ந்த உயிர், தவளை சிற்றுயிர் என்ற தரநிர்ணயம் என்னிடம் இல்லை என்பதை இப்போதும் விளக்க வேண்டியிருப்பதை துரதிர்ஷ்டம் என்றே நினைக்கிறேன். இரண்டும் என்னைப் பொருத்தவரை சம நியாயம் கொண்ட உயிர்கள்தான்.

லீனாவின் புத்தகங்கள் வாயிலாக, அவரது நேர்காணல் நூலிலும் கூட அவரது வயது குறிப்பிடப்படவில்லை. 12,13 வயதில் சோவியத் ரஷ்யாவுக்குச் சென்ற ஆண்டை வைத்துக் கணக்குப் பார்க்கும் போது அவர் என் வயதுக்குச் சற்று அருகில் இருக்கலாம் என்று கணிக்கிறேன்.

அந்த இடத்திலிருந்து பார்க்கும் போது, லீனா தனது சுதந்திரம் ருசிக்கும் படைப்புகளையும் வாழ்க்கையையும் உருவாக்க பல்வேறு போராட்டங்களையும் அனுபவங்களையும் தவறுகளையும் கடந்து அவரே சொல்வது போல 'இந்த' இடத்துக்கு வந்திருப்பதாகச் சொல்கிறார். அவருக்கு அவர் வந்திருக்கும் இடம் தெரிகிறது.

ஒரு சிறுபத்திரிகை மரபில் வந்த எழுத்தாளனைப் பொறுத்தவரை பத்தாண்டுகளுக்கு முன்புவரை ஒரு எழுத்துக்கலைஞருக்கு 'இந்த' இடமும் கிடையாது. 'அந்த' இடமும் கிடையாது. அந்த இடத்திற்கும் இந்த இடத்திற்குமிடையே இருந்த எல்லைச்சுவர் மிகவும் வலுவானது. ஊடறுக்க இயலாதது.

இடம் அழிந்தபிறகுதான் அவர் இங்கே வருவார். இல்லையெனில், வந்தபிறகு அவரது 'இடம்' இல்லாமல் போகும்.

தமிழில் மீன்கொத்தி என்றும் ஆங்கிலத்தில் கிங்பிஷர் என்றும் அழைக்கப்படும் பறவை அது. கிங்பிஷர் என்ற பெயரும், அதன் லட்சினையும் அடிப்படை மதிப்பீடுகள் கூட இல்லாமல் போன புதிய இந்திய முதலாளித்துவ முகத்தின் குறியீடும் கூட. அதன் இன்னொரு பெயரைத்தான் 'சிச்சிலி' என்று லீனா மணிமேகலை தன் கவிதைத் தொகுப்புக்கு வைத்துள்ளார்.

விதவிதமான நிலப்பரப்புகளைக் கடக்கும் சிச்சிலியாக என்றும் இருக்க அவருக்கு எனது வாழ்த்துகள். உங்களது அனுபவங்களும் அறிவும் மேலும் அரிய கவிதைகளையும், உங்களையே பரிசீலித்து, உங்கள் முரண்பாடுகளை ஒன்றுக்கொன்று உரையாடச் செய்து, உடைத்து உடைத்துப் புத்துருவாக்கம் செய்யும் ஆற்றலையும் வழங்கும் லீனா.

(லீனா மணிமேகலையின் புத்தக வெளியீட்டு விழாவில் வாசிக்கப்பட்ட கட்டுரை, அம்ருதா, ஆகஸ்ட் 2016 இதழில் வெளியானது.)

20

நகுலனிடமிருந்து பிரிந்த இறகு

நவீன கவிதையில் நகுலனுக்குத் தொடர்ச்சி இருக்குமா? என்ற கேள்விக்குப் பதிலாக, நகுலனின் குணமுள்ள கவிதைகளுடன் வே.நி. சூர்யா 'கரப்பானியம்' தொகுப்பிலேயே தென்பட்டார். அந்த முதல் தொகுப்புக்குப் பிறகு எழுதிவரும் கவிதைகளில் நகுலனின் பழைய தத்துவப் பாலத்தை அ தத்துவம், புனைவு, அதிலிருந்து பிறக்கும் தனி விசாரத்தால் கடந்து சுலபமாகப் போவதைப் பார்க்க முடிகிறது.

தாயுமானவரும், பாரதியும் தப்பமுடியாத வேதாந்தச் சுமை கொண்ட மனிதனை, நவீனன் சந்திக்கும் இடம்தான் நகுலன். அதனால்தான், நித்தியப் புதுமையும் நித்தியப் பழமையுமாகத் தெரியும் மகனை அம்மா ஸ்பரிசித்துத் தடவும் தருணத்தை விவரிக்கும்போதும், 'மறுபடியும் அந்தக் குரல் கேட்கிறது, நண்பா, அவள் எந்தச் சுவரில் எந்தச் சித்திரத்தைத் தேடுகிறாள்?' என்று.

அது அரதப்பழசான அறிவொன்று, திண்ணையிருட்டில் அமர்ந்து கேட்கும் கேள்வி. அந்தக் கேள்விக்கு முன்னால் உள்ளதுதான் கவிதை. அந்தக் கேள்வியைச் சந்தித்து, அதை தனது படைப்புகளில் உலவ விட்டு, பழையதையும் புதியதையும் விசாரித்து புதுக்கவிஞனுக்கே உரிய சுயமான புனைவுப் பிரதேசத்தை நகுலன் தனது படைப்புகள் வழியாக உருவாக்கியிருக்கிறார்.

இருப்பு, நான் என்பது குறித்த விசாரம் வே.நி. சூர்யாவில் உள்ளது; அறிந்த தத்துவத்தின் அடிப்படையிலிருந்தல்ல, ஒருவிதமாகத் தத்துவம் அற்றதிலிருந்து அவர் விசாரணையை ஆரம்பிக்கும்போது நகுலனின் பாலத்தைக் கடந்து நகுலனின் இறகிலிருந்து பிரிகிறார். பிரமிளின் கவிதையில் பிரியும் இறகுக்கு பிரக்ஞை கிடையாது. வே. நி. சூர்யா என்னும் கவிதை இறகுக்கு இதுவரை நடந்தது குறித்த பிரக்ஞை உள்ளது. அதனால் பிரிவு அழகாகவும் துக்கமாகவும் உள்ளது.

பிரம்மராஜன் மொழிபெயர்த்து 'கேள்விகளின் புத்தகம்' என்ற பெயரில் வந்திருக்கும் பாப்லோ நெரூதாவின் பெருந்தொகுதிக் கவிதைகளைப் படிக்கும்போது தமிழ் கவிஞனுக்கும் நெரூதாவுக்கும் உள்ள துலக்கமான வித்தியாசம் ஒன்று தெரிந்தது. பாப்லோ நெரூதா போன்ற மகாசம்பவம், அவனது இருப்பும் அவனது நான் என்ற சுயமும் அகண்டம் கொள்வதால் நிகழ்கிறது.

தமிழ் புதுக்கவிதையில், நவீன கவிதையிலும் சரி, இருப்பையும் நானையும் சுருக்கி, சிறியதாக்கி, இல்லாமல் கரையச் செய்யும் எத்தனம் பெரும்போக்குளில் ஒன்றாகத் தொடர்ந்து கொண்டிருக்கிறது.

பாப்லோ நெரூதா, தனது கைகளாலும் தினசரித்தன்மையாலும் கவிதைகள் கறைபடிந்திருக்க விரும்புபவராக இருக்கிறார். இது இன்றைய தமிழ்க் கவிஞனை அவரோடு நெருங்கச் செய்யக்கூடிய உவப்புமிக்க அம்சம்தான்.

ஆனால், பாப்லோ நெரூதா சாமான்யமாக எழுதும் ஒரு காதல் கவிதையில் கூட, அவரது காலகட்டம், வரலாறு, பண்பாடு, பொருள்சார் பண்பாட்டின் காட்சிகள், சப்தங்கள், தனித்தனி என்று நம்பிப் புனிதமாய்ப் பாதுகாக்கும் ரகசியத்துடன், அதனாலேயே உயிர்ப்புடன் ஒவ்வொரு மனிதரும் கீழேவிடாமல் பாதுகாக்கும் துக்கங்கள் அவரது கவிதைகளில் குடிகொண்டு விடுகின்றன. அப்போது ஒரு கடலின் மேல் பறக்கும் கழுகுபோல அகண்டம் கொண்டுவிடுகிறது அவரது கவிதை.

தனது உடலைவிட நான்கைந்து மடங்கு பெரிய, எடைகூடிய குப்பைக்கூளத்தை இணைத்து தெருவில் இழுத்துச் செல்லும் பைத்தியக்காரனைப் போல வசீகர கலாசாரத் தாதுக்கள், பெருமூச்சுகளுடன் தன் கவிதையை இழுத்துச் செல்பவனாக நெரூதா தோன்றுகிறார்.

ஆனால், தமிழ் புதுக்கவிதையும் நவீனகவிதையும் இருபதாண்டுகளுக்கு ஒருமுறை சற்றே விரிந்து சற்றே பெரிய கவிஞர்களையும் சற்றே பெரிய உலகங்களையும் அனுமதிக்கிறது. பின்னர் அது திரும்ப சுருக்கம் கொண்டுவிடுகிறது. சுருக்கம்தான் தமிழ் புதுக்கவிதையின் பண்போ என்றும் தோன்றவைக்கிறது. சுருக்கம் என்று இங்கே குறிப்பிடப்படுவது வடிவம், அளவை மட்டும் அல்ல; அது காணும் கனவு, அது அரவணைக்க வேண்டிய குணங்கள், அது அடையவேண்டிய அகண்டம் குறித்தது.

ஒரு கலாசாரத்தில் ஒரு மொழியில் ஒரு சமூகத்தில் பாப்லோ நெரூதா போன்ற ஒரு நிகழ்ச்சி நடக்க கவிஞர்களை மட்டும் பொறுப்பாக்க முடியுமாவென்ற கேளவியும் தவிர்க்க முடியாதது.

தன்னைத் தவிர்த்து தனது இருப்பின் தோட்டம் வேறெங்காவது இருக்கலாம் என்று காயாபுரிக் கோட்டை வழியாகக் கனவுகண்ட வே.நி. சூர்யா, இருப்பின் சுமை இல்லாத ஒரு இருப்புக்குள் ஏகாந்தமாக நுழைவதை அவரது சமீபத்திய ‘கனலி’ கவிதைகளில் பார்த்தேன். அவரது ‘கரப்பானியம்’ கவிதைகள் முதலில் அவரை எனக்கு அடையாளப்படுத்தவில்லை. நவீன கவிதை மோஸ்தர் என்று உறுதிப்பட்டுவிட்ட பாவனைகளுடன் எழுதிக் குவிக்கப்படும் ஏமாற்றுக் குவியல்களுக்கு மத்தியில், அந்தப் புழுதியின் சாயல்களுடனேயே உருக்கொண்ட வே. நி. சூர்யாவின் தனிப்பட்ட உலகத்தை என்னால் நிதானமாக அவதானிக்கவும் முடியவில்லை.

ஒரு வருடத்துக்கு முன்பாக, காலச்சுவடு இதழில் வெளியான மூன்று கவிதைகள் வழியாக தனிக்குரல் ஒன்று பிறந்திருக்கிறது என்று உணர்ந்தேன். வெளியில், இயற்கையில், புழங்குபொருட்கள், பருவம், சொற்கள் என அனைத்து வர்ணங்களும் உயிர்ப்போடு வே.நி. சூர்யாவின் கவிதைகளில் புழங்குகின்றன. சூரியனையும் கடவுளையும் வானத்தையும் அவரது அகம் நோக்கி மேய்த்து ஓட்டி அடைத்து விடுகிறார்; அதுதான் வித்தியாசம். ஒரு அடங்கிய கசந்த எள்ளலும் தொனிக்கிறது. அதுவும் இங்கே மரபுதான்.

‘மாபெரும் அஸ்தமனம்’ கவிதையில் பழைய தவிப்பைத் தெளிவாகக் கூறிவிடுகிறார். என்னைத் தவிர வேறெங்காவது

நிம்மதியாக இரு என்று அக்கரையில் இருக்கும் நானுக்கு வாழ்த்தனுப்புகிறார்.

'சந்திப்பு' கவிதை அத்தனை மோனத்துடன் சாயங்காலத்தைப் பார்க்கிறது. இனிய துக்கம் என்னும் உணர்வு தமிழில் திரும்பத் திரும்ப எழுதிப் பார்க்கப்படுகிறது. தாங்க முடியாத இனிமையும் தாங்க முடியாத துக்கமும் இந்தக் கவிதையிலும் தெரிகிறது. மலைச்சாமியும் சமயவேலும் நட்சத்திரன் செவ்விந்தியனும் இந்த மோ பொதுத் துக்கம் கொண்ட மாலையைக் கடந்திருக்கிறார்கள். மௌனியின் பிரபஞ்சத்தில் மாறாத பொழுதும் உணர்வும் அது.

நீண்ட வயல்கரையில் நடந்துகொண்டிருக்கிறேன்
உள்ளுணர்வுக்கெட்டிய தொலைவுவரை எவருமில்லை
புள்ளினங்கள் கூடுதிரும்புகின்றன
பைய்ய பைய்ய மறைகிறது ராட்சச ஒளி
எங்கும் புற்களாய் அசைகிறது மானுடத்துயர்.

பொதுமையும் நித்தியமும் கொண்ட உணர்வு இது. மலர்களுக்குள் ஓடும் மோட்டார் இரையும்போது மட்டும் காலத்தின் சப்தம் கேட்கிறது.

மருத்துவமும் கவிதை வடிவில் எழுதப்பட்ட தமிழில், மனம் என்னும் கண்காணாத காயத்துக்கு, குணம் தேடி எழுதப்பட்ட கவிதைகளின் மரபு நெடியது. சமீபகாலம் வரைகூட, தாயுமானவர், வள்ளலார், பாரதி என்று அதன் நடமாட்டங்களைப் பார்க்கமுடிகிறது.

நோயென்று கண்டுபிடிப்பவன் தானே குணத்தைத் தேடிப் போகமுடியும். அப்படி குணத்தைத் தேடிக் கிளம்பிய புதுக்கவிஞனான நகுலனின் தொடர்ச்சி இப்போதும் தேவையாக உள்ளதாலேயே வே.நி. சூர்யா இப்போது இங்கே வந்து நிற்கிறார். அப்படியென்றால் நோய் இன்றும் தொடர்கிறது. இருபதாம் நூற்றாண்டில் உருவான அலுவலகம், அதிகாரத்துவம் என்ற நோயை தனது படைப்புகளில் பரிசீலித்த காஃப்காவின் மாபெரும் படிமமான கரப்பான் பூச்சியைத் தானே வே. நி. சூர்யாவும் தலைப்பாகவே தேர்கிறார். தன்னைச் சூழ்ந்திருக்கும் நவீன அமைப்புகளின் பொறிக்கு மத்தியில் அசைவின்மையை உணர்த்தும் சுதந்திர விருப்புறுதியின்மையைச் சித்தரிக்கும் படிமம் அல்லவா கரப்பான்.

நகுலனுக்குத் தொடர்ச்சி தேவையா?

கவிதையில் குணம் தேடும் அம்சம் இருக்கும் வரைக்கும் நோய் இருக்கும் வரைக்கும் நகுலனும் தென்பட்டுக் கொண்டேதான் இருப்பார் என்பதுதான் நியாயமான பதிலாகவும் இருக்கும்.

என்னுடையது அந்த ஒரு நிழல் மட்டுமே
மற்றபடி இச்சுவர் ஏந்தியிருக்கும்
இருக்கைகளின் நிழல்களோ
அதிலொன்றில்
கன்னத்தில் கைவைத்தபடி அமர்ந்திருக்கும் நிழலுருவமோ
என்னுடையதில்லை
என்னுடையது இல்லவே இல்லை
எவருடைய சாயையாகக்கூட இருக்கட்டுமே
எனக்குப் பிரச்சினையும் இல்லை
அந்நிழலுக்குப் பக்கத்தில்
ஒரு நிழல் போல் அமர்கிறேன்
அனைத்தும் குணமாகிவிட்டதைப் போலிருக்கிறது.

எவற்றின் நடமாடும் நிழல்கள் நாம் என்ற கேள்விக்கு சமத்காரமான, தெளிவான பதில் இருக்கிறது. ஆமாம், அதுவொரு பிரச்சினையும் இல்லைதான் இப்போது. ஒரு நிழல் போல் அமர்கிறேன் என்று சொல்லும்போது உறுதி தென்பட்டுவிடுகிறது. 'போல' அமர்கிறேன் என்று அவர் சொல்லவில்லை.

அனைத்தும் குணமாகிவிட்டதைப் போலிருக்கிறது என்று சொல்லும்போது உறுதி மயங்குகிறது. ஏனெனில் குணம், எப்போதும் குதிரை முன்னால் தொங்கிக் கொண்டிருக்கும், ஆனால் எட்டாமல் துரத்தப்பட்டுக் கொண்டேயிருக்கும் கேரட் அல்லவா. அமைதி என்பது மரணத்தருவாயோ என்று இரைஞ்சலுடன் கேட்கும் தேவதேவனின் குரலும் ஞாபகத்துக்கு வருகிறது.

உலகில் நோயுள்ள அளவு, நகுலனும் காஃப்காவும் பொருத்தமானவர்களாகவே இருப்பார்கள். நோய் என்னவென்று அறியும் புதிய கண்களால் அவர்கள் தகவமைக்கப்பட்டிருக்க வேண்டும். இல்லாவிட்டால் அந்தக் கலைஞர்கள் வெறும் நோயாளிகளாகவே தெரிவார்கள்.

□

21

சஹானா கவிதைகள்

'**க**ணத்தின் மொக்கவிழ்ந்தால் காலாதீதம்' என்பது பிரமிளின் கவிதை வரி. அந்தக் கண்டுபிடிப்பை கவிதைக் கணங்களாக நிகழ்த்துபவை சஹானாவின் கவிதைகள். இறந்த உலகங்கள், இறந்த அனுபவங்கள் மோதிக் கொண்டேயிருக்கும் சித்தத்தைக் கிழித்து தற்கணத்தில் வேரூன்ற சஹானா சொல்லும் தேவதைக் கதைகளாக அவரது கவிதைகள் இருக்கின்றன. தனக்கும் தன்னைச் சுற்றியுள்ள இயற்கைக்கும் பேதமின்மையை உணரும் புள்ளிகளில் தன் கவிதைகளை எழுதிப் பார்த்துள்ளார் சஹானா. பள்ளி பீரியட் இடைவெளியில் கழிப்பறை சுவரில் தேங்கியிருக்கும் நீரில் கும்மாளமிடும் குருவியை தன் மனதில் பாதியாக சஹானாவுக்குப் பார்க்கத் தெரிகிறது.

இயல்பாகவே கற்பனைக்கும் நிஜத்துக்குமான திரைச்சீலை கிழிந்த உலகம் சஹானாவுடையது. "சிறு துளியில் எனது குடம் பொங்கி வழிகிறது' என்னும் அறிதல் அப்படித்தான் சத்தியமாகிறது. இந்த உலகில் எங்கோ ஓரிடத்தில் சிறுதுளியில் பொங்கும் குடத்தின் சாத்திய இருப்பை அந்தக் கவிதை உறுதி செய்துவிடுகிறது. குழந்தை தாய்க்குப் பாலூட்டுகிறது என்ற வரியும் உண்மையாகும் இடம் அது.

சம்பிரதாயப் பள்ளிப் படிப்பிலிருந்து வெளியேறி விட்ட சஹானா குழந்தை, ஞானி, சிறுமி, மகள் என்னும் கட்டங்களில்

தாண்டித் தாண்டி விளையாடியபடி அடைந்திருக்கும் சுயகல்வியாக இந்தக் கவிதைகள் தெரிகின்றன. குழந்தை, பெண் என்ற நிலையில் கவிஞன் என்ற தொழில்நெறியாளன் அபூர்வமாகச் சென்று சேரும் இடங்களை கவிதையின் தாதுநிலையில் சஹானா பிடித்திருக்கிறாள். பிரமிள் எழுதிய சிறந்த கவிதைகளில் ஒன்றான 'வண்ணத்துப்பூச்சியும் கடலும்' கவிதையிலாவது வண்ணத்துப்பூச்சி இறந்த பிறகு கடலின் தித்திப்பை உணர்கிறது. ஆனால், சஹானாவின் பட்டாம்பூச்சியோ, மிகப்பெரிய பூவில் தேன் குடித்து முடித்த பின்னும் வாய்க்குள் சுவை தீர்ந்துவிடவில்லை. ஆழம், நிசப்தம் தரும் இனிப்பைச் சிறுவயதிலேயே சுவைத்திருக்கிறாள்.

சஹானாவின் கவிதைகளைப் படிக்கும்போதுதான், பெண்கள் ஏன் பூச்சூடுகிறார்கள் என்பதற்கான பதிலை நான் தெரிந்துகொண்டேன். அவர்கள் தாவரங்கள் என்று அவர்களது உயிருக்குத் தெரிந்திருக்கிறது; அதனால் சூடுகிறார்கள் என்ற உண்மை மிகத்தாமதமாக எனக்கு உறைத்தது. இயற்கைக்கு மிக அருகிலிருக்கும் போது உணரும் பேதமற்ற தன்மையையும் எல்லையற்றது தரும் தவிப்பையும் எதுவும் தீராத போத உணர்வையும் இந்தக் கவிதைகள் இயற்கையாக இறகுகளைப் போலச் சுமக்கின்றன; தித்திப்புடன் சுவைக்கின்றன.

தொட்டிலில் தூங்கும் லாஸ்யா உலகம் சுகிக்கத் தூங்கு கிறாளாம். பூவிலிருந்து உறிஞ்ச முடியாத மஞ்சள் தேன் உடலாம். நாம் பார்க்க இயலாத ஒரு மழைக்காட்டில் அந்தக் குழந்தை ஓய்வெடுக்கிறதாம்.

கடல், அடர்காடு, மழை, மீன், பட்டாம்பூச்சி, காகம், நட்சத்திரம், மெழுகு, மேகங்கள் என உருமாறி எல்லாவற்றோடும் அடையாளம் கண்டு தற்கணத்தில் மூழ்கும் கவிதைகள் இவை.

இத்தொகுப்பில் உள்ள சிறந்த கவிதைகளில் பிரமிள், நகுலன், தேவதச்சன், ஆத்மாநாம் ஆகியோரின் கவிதைகளின் அனுபவ எதிரொலிகளைப் பார்க்க முடிகிறது. தன்னையும் இயற்கையின் ஒரு பகுதியாகத் திறந்து அந்தக் கணத்தின் எக்களிப்பில் நிகழும் அறிதல்களை தமிழில் ஏற்கெனவே கவிஞர் தென்றல் எழுதியுள்ள கவிதைகளும் ஞாபகத்துக்கு வருகின்றன.

ஒரே ஒரு மீன் மட்டும் விழித்திருக்கும் போது கடலில் படகை செலுத்தத் தெரிந்த சஹானாவின் கவிக்கண்கள்

அபூர்வமானவை; ஏனென்றால் அவை கீறி குணப்பட்ட கண்ணின் அனுபவங்களைச் சேகரித்தவை.

கவிஞர்கள் கவிதை வாசகர்கள் மேல் சடசடவென்று புதுநீரினை இறகுகளால் தெளிக்க வல்லவை. கண் அறியாக் காற்று என்ற தலைப்பு சரிதான்.

அலைக்கு மேல் துள்ளும் மீனைப்போல
நீர்க்காகம்
குளித்தலும் பறத்தலுமாக இருக்கிறது
விரிந்த முழுக்குளத்தின் குறுக்குவெட்டாக
நொடிப்பொழுதில் பறந்து செல்கையில்
எல்லைப் பரப்புகள் மாயமாவதை
ஓர் ஓரத்தில் மரமாய் நின்று
பார்த்துக் கொண்டு இருக்கிறேன்
இலைகள் துளிர்க்கின்றன.

○○○

அன்று அவள்
என்னோடு விளையாடிக் கொண்டிருந்தாள்
அவளோடு நானும் இருந்தேன்
இரவு வானில் நட்சத்திரங்கள்
பூக்கத் தொடங்கின
மேகங்களின் ஊஞ்சலில்
வெகுநேரம் ஆடினோம்
இன்று அவள் இருந்த இடத்தைப்
பார்க்கச் சென்றேன்
அவளைப் போன்ற ஒரு பூனை
என்னைப் பார்த்துச் சொல்கிறது
அவள் எங்கிருக்கிறாளோ.

○○○

கடல் மீன்கள் தூங்கியிருக்கும்
மணல் நண்டுகள் சண்டையிடும்
கடல் ஆமைகள் அமைதியாக
கரை ஏறித் தவந்து மகிழும்
சூரியன் கடலறையில் ஓய்வெடுக்கும்
வான் நிலா மேலேறிப் பணியைத் தொடரும்

மேகம் புகைநிறம் ஆகிவிடும்
ஒரே ஒரு மீன் மட்டும் விழித்து இருக்கும்
என் படகு
கடலில் செல்லும் நேரம்.

ooo

என் வில்லுக்குறி
பெரியம்மா வந்ததும்
பெரியம்மா வசித்த போதிருந்த
பழைய வில்லுக்குறி ஆகிறது
போனபின்
மறுபடியும்
என் பழைய வில்லுக்குறியாகிறது.

22

எரிக்காத வெளிச்சத்தின் கவிதைகள்

கைவிளக்கைத் தொலையவிட்டும், அவ்வப்போது கைவிளக்கின் எண்ணெய் தீரும்படியாகவும் விதிக்கப்பட்ட கவிஞன் யுகம் யுகமாக இருட்டில் பயணித்துக் கொண்டிருக்கிறான். சென்ற நூற்றாண்டின் ஆரம்பம் வரை அவன் தேடிய வெளிச்சம் கடவுள். அவன் வெளிச்சத்தில் பார்ப்பது மட்டுமல்ல இருட்டில் பார்த்த பொருட்கள், இயற்கையும் சேர்ந்தே அவனது கவிதைகளுக்கு எழில் சேர்க்கின்றன. கவிஞன் வாழ்ந்த காலத்தின் கோலங்கள், புழங்குபொருட்களை கவிதைகளில் மின்னவைப்பது என்பது அவனது கவித்துவம் அடைந்த ஊட்டச்சத்தைப் பொறுத்தது. நெசவாளியும் ஞானியும் தரிசியும் கவிஞனுமான கபீரின் கரங்கள் பட்டு கடவுள் ராமன் இப்படித்தான் பொன்னாகிறான்.

"விவேகம் சொல்கிறது நான் ஒன்றுமேயில்லை. நேசமோ நான் எல்லாம் என்கிறது. இந்த இரண்டு உணர்வுக்கும் நடுவில் என் வாழ்க்கை பாய்ந்து கொண்டிருக்கிறது" என்கிறார் அத்வைத ஞானியான நிசர்கதத்த மகராஜ். "இரண்டு சட்டைப் பைகளில் ஒரு பையில் நானே அனைத்தும் என்று ஒரு தாளில் எழுதிவைத்துக் கொள். இன்னொரு பையில் நான் தூசியிலும் தூசி என்று எழுதிவைத்துக் கொள்" என்கிறது ஹதீஸ். பக்தி காலகட்ட கவிதைகளை இணைக்கும் உணர்வுச்சரடை வெளிப்படுத்தவே மேற்சொல்லப்பட்ட இரண்டு கருத்துகளும்.

ஷங்கர்ராமசுப்ரமணியன் ◀◀ 145

நனவுக்கும் நனவிலிக்கும் இடையே; தனியன் என்ற பிரிவு உணர்வுக்கும் எல்லா உயிர்களுக்கும் இணைப்பைக் காணும் அபேத உணர்வுக்கும் இடையே; கைவிடப்பட்ட உயிராக உணரும் பதற்றத்துக்கும் நம்பிக்கையின் பரிபூரண சரணாகதிக்கும் இடையே கவிதை என்னும் புராதனக் கைவிளக்கைப் பிடித்தபடி அலையும் கபீரை இந்தக் கவிதைகளில் பார்க்கிறோம். மனிதனுக்கும் இறைமைக்கும் நடுவே நிலையாமைக்கும் நித்தியத்துவத்துக்கும் நடுவே அரற்றியபடி ஓடும் பாடகனைக் காண்கிறோம் கபீரில்.

நெசவாளியென்ற குடியானவனான கைவினைக் கலைஞனின் அடையாளமும் அவைதீகப் பின்னணியும் நாடோடி பக்கிரியின் தன்மையும் சேர்ந்து 15ம் நூற்றாண்டைச் சேர்ந்த கபீரின் கவிதைகளை இன்றைக்கும் நமது வாசகர்களுக்கு நெருக்கமாக்குகிறது. நிறுவன ரீதியான சமயம், சமய நெறிகளுக்கு வெளியே கடவுளை அழைத்து வந்து, ஆண்டாள் பாடிய அதே நாயகி பாவத்தில் எந்த மனத்தடையும் இன்றி ராமனைச் சேரும் விரகபாவத்திலான கவிதைகள் இந்தத் தொகுப்பில் உள்ளன. 'பேரானந்தமே நோக்கமெனில் உதறி எறியவேண்டும் கூச்சத்தை' என்று சொல்லும் போது கபீரின் ராமன் கிருஷ்ணனாகிறான். சீதையையும் ஒரு கவிதையில் பன்மையாக்கிவிடுகிறார்.

தொலைத்து தேடி சிறிய இடைவெளிகளில் கண்ணில் பட்டு பின்னர் மறையும் மாயமான் ராமனை, ஆண்டாளும் வள்ளலாரும் தேடிய பரம்பொருள் என்னும் அதே மாயமானை கவிதையின் விளக்கு கொண்டு இவர்கள் தேடியுள்ளார்களே தவிர கவிதை இவர்களது லட்சியம் அல்ல என்பதையும் நாம் புரிந்துகொள்ள வேண்டும். அவர்களது லட்சியம் மெய்ப்பொருள். வெளிச்சம் தான் அவர்களை இருள் பயத்திலிருந்து அகற்றியது; வெளிச்சம் தான் அவர்களை எரித்ததும்.

இந்த நூலின் மொழிபெயர்ப்பாளர் செங்கதிரின் கணிப்பின்படி ஆழ்வார், நாயன்மார் பாடல்களுக்கும் சித்தர் பாடல்களுக்கும் இடையில் கபீரின் கவிதைகளை வைக்க முடியும். ஆழ்வார், நாயன்மார் பாடல்களின் பல்லுயிர், புழங்குபொருள் வளம், கவித்துவ உச்சங்களை கபீரின் இந்த மொழிபெயர்ப்புக் கவிதைகளை வாசிக்கும் போது குறைவாகவும் அரிதாகவுமே உணரமுடிகிறது. அதேநேரத்தில் சித்தர் பாடல்களின் கைப்பு,

எதிர்மறை அம்சங்கள் கபீரிடம் இல்லை. அறியவொண்ணாத இருட்டில் முக்குளிக்கும் மூச்சுமுட்டலோ, ஆழமோ கபீரின் கவிதைகளில் இல்லையென்றே சொல்லி விடலாம். எடுத்து தூய்மைப்படுத்திய முத்துகளின் வெளிச்சத்தில் தான் கபீரின் முகத்தைப் பார்க்கிறோம். கபீரின் கவிதைகளைப் படிக்கும்போது, கவித்துவத்தாலேயே தன் உயரத்தை இன்றும் ஸ்தாபித்துக் கொண்டிருக்கும் ஜலாலுதீன் ரூமி ஞாபகத்தில் வருவதைத் தவிர்க்கவே முடியாது.

கபீரின் லட்சியமும் கவிதை அல்ல என்பதை நினைவில் கொள்ளவேண்டும். இசையென்ற நோக்கம் எதுவும் இல்லாமலேயே சும்மாவே வீட்டுக்குள் அலைந்து திரியும் நாய்க்குட்டியின் கழுத்து மணி இசையாகத் தானே இருக்கிறது; 'சிலதைக் கட்டி எழுப்புவான்./ வேறு பலதை உடைத்து நொறுக்குவான்' என்று பிரக்ஞைப் பூர்வமாகவே பாடிச் சென்றிருக்கும் கபீரிடம் குழந்தையும் ஞானியும் இருக்கிறார்கள். அதுவே கபீரின் கவித்துவம் குறைந்த கவிதைகளையும் அபங்கமாக்குகிறது.

இந்தியா போன்ற பன்மைத்துவம் கொண்ட தேச உருவாக்கத்துக்குக் காரணமாக இருந்த, அதன் விரிந்த விழுமியங்களை இன்னமும் பிரிதிநிதித்துவம் செய்கிற ஆன்மிக, மெய்ஞான ஆகிருதிகளில் ஒருவர் கபீர்தாசர். இவர் போன்றவர்களின் கவிதைகள் தமிழ் போன்ற மொழியில் தற்காலத்தில் மொழிபெயர்க்கப்படும்போது, கூடுதலான தொகையில் மொழிபெயர்க்கப்பட வேண்டும். அப்போதுதான் கபீரின் செய்தி மட்டுமல்ல, அவரது கவித்துவத்தின் அகன்ற தன்மையும் தெரியவரும்.

தமிழ் நவீன கவிதைகள் மொழியில் ஏற்படுத்திய செழுமையை உள்வாங்கி இக்கவிதைகளை மொழிபெயர்ப்பாளர் செங்கதிர் செய்திருப்பதை வாசிப்பின் லயம் உணர்த்துகிறது.

□

23

பீஃப் திருவிழாவாகும் கவிதைகள்

மாட்டுக்கறி உணவாக ஆகும்போது, அது உயிர்களை நீட்டிக்க உதவுகிறது. உழைப்பும் உற்பத்தியும் குழந்தைகளும் அதன் வழியாக நீளும் பண்பாடும் உயிர்கள் நீட்டிக்கப்படுவதாலேயே உருவாகின்றன. உயிரை நீட்டிக்க முடிந்த எந்த உணவும் தனித்த தல்ல, விலக்கப்பட்டதல்ல. அதனால், நம்மை வாழ்விக்கும் எல்லா உணவுகளும் உயிர்த்தன்மை கொண்டவையே. அதனாலேயே அவை பொதுப் பண்பாட்டின் உயிரங்கமாகவும் ஆகிவிடுகின்றன. அந்த உயிர்த்தன்மை கலை ஆகும், கவிதை ஆகும் எழில் பச்சோந்தி எழுதிய 'பீஃப் கவிதைகள்' தொகுப்பில் நடந்துள்ளது.

தமிழகம், கேரளத்தின் வேறு வேறு பிராந்தியங்களில் உள்ள மாட்டுக்கறிப் பண்பாட்டினூடாகச் செய்த யாத்திரை மூலம் இந்தக் கவிதைகளை அவர் அடைந்துள்ளார். உலகெங்கும் பெரும் பான்மை மனிதர்களின் உணவாதாரமாகவும், இந்தியாவில் ஆறில் ஒரு பகுதிக்கும் மேலான மக்களின் புரதச்சத்தை உறுதிசெய்யும் உயிராதாரமாகவும் உள்ள மாட்டுக் கறி தொடர்பிலான அரிதான பண்பாட்டுத் தரவுகள்தான் 'பீஃப் கவிதைகள்.'

பச்சோந்தியின் கவிதைகளில் குழந்தைகளுக்கு விளையாட்டுத் தோழனாக மாடு இருக்கிறது; அது குழந்தைப் பருவத்து நினைவின்

ஒரு பகுதியாக ஆகிறது; அவர்களுக்கே அல்வாவாகவும் கனியாகவும் சிறுபிராயப் பண்டமாகவும் தெரிகிறது. உயிருடன் இருக்கும்போது புனிதப்படுத்தப்பட்டு, இறந்த பிறகு அதைச் சாப்பிடுபவர்களுடன் சேர்ந்து விலக்கப்பட்ட தொல்நினைவுகள் உறைந்திருக்கும் பெரும் பாறையாக உள்ளது. சில சமூகங்களுக்கு வாழ்வாதாரம் அளிக்கும் பிரம்மாண்ட ரொட்டியாக உள்ளது; தொடரும் ஒடுக்குமுறையைப் பாடும் 'உடைந்த மனிதர்'களின் பறையாக ஆகிறது. மாட்டுடன் திருப்பாவையின் நினைவுகளையும், மாட்டின் கயிறு உரலைப் பின்னும்போது கண்ணனையும் சேர்த்து எழுப்புகிறார் பச்சோந்தி.

கவிஞர்களும் ஆதிவாசிகளும் குழந்தைகளும் உருவாக்கும் தனிப் புராணங்களையும் பச்சோந்தி இந்தக் கவிதைகளில் உருவாக்குகிறார். (மாட்டுவால் மயிரைக் கயிறாய்த் திரித்து/ கரந்தமலையில் தூளியாடினேன்/ மாட்டுக்கொம்பைத் தன் தலையில் பொருத்தி விளையாடிய தங்கை/ தொரட்டிப் பழங்களைப் பறிக்கச் சென்றாள்/ குரங்கொன்று நெல்லிக்காய்களை உலுக்க/ உலுக்கலில் மலையே உதிர்ந்துவிடும்போல் இருந்தது/ பதறியடித்த தங்கையும் நானும்/ மலையை உருட்டிப் புரண்டபடி வீடடைந்தோம்/ தொரட்டிப்பழம் பறிபோன சோகத்தில்/ வழுக்குப் பாறையொத்த மாட்டுத்தொடையில்/ சறுக்கிச் சறுக்கி விளையாண்டோம்.) இந்தக் கவிதையைப் படித்த வாசகருக்கு அதற்குப் பிறகு பார்க்கும் மலைகளெல்லாம் மலையின் சரிவெல்லாம் மாடாகத் தெரியும்.

மாடு, மனிதன், இயற்கை கொள்ளும் உறவை அத்தனை விவரங்களுடன் நுட்பமாகச் சொல்லும்போது மொழி, யதார்த்தம் கடந்த மயங்கும் உணர்வைத் தனது காட்சிகள் வழியாக பச்சோந்தி சாதாரணமாய் உருவாக்கிவிடுகிறார். தோட்டிக்குளத்தில் உலாவரும் மேகங்களை உறிஞ்சிக் குடிக்கிறது மாடு என்ற காட்சியும், அதன் பொடனியில் வீற்றிருந்தபடி காதுமடலைக் குத்தும் ஊர்க்குருவியும், குளம் சொட்டியபடி இருளுக்குள் நுழையும் நண்டும் இப்படித்தான் அமைதியோடு அவர் கவிதைகளில் நுழைகின்றன. நனவுக்கும் நனவிலிக்கும் இயற்கைக்கும் இருப்புக்கும் முன்தீர்மானங்களற்று அசையும் ஊஞ்சலிலிருந்து பச்சோந்திக்குக் கிடைத்திருக்கும் காட்சிகள் இவை. இயற்கை விலங்கு மனிதன் ஊடாடும் ஒட்டுமொத்த உயிர்ச் சங்கிலியின் கதைகளாகவும் இவற்றைப் படிக்கலாம்.

வலிந்து மேற்கொள்ளப்பட்ட அரசியல் பாவனையோ, புதியவொன்றைச் சொல்கிறோம் என்ற பரபரப்போ இன்றி தேர்ந்த கவனமும் ஆழமும் மௌனமும் கொண்ட குரல் பச்சோந்தியுடையது. தமிழில் புதுக்கவிதை வடிவம், இங்கே நடுத்தர வர்க்கத்தினரின் உயர்சாதியினரின் விசாரங்களைக் கொண்ட கலை வடிவமாகவே தோற்றம்கொண்டது. ஞானக்கூத்தனிலும் சற்று இறங்கி கலாப்ரியாவிலும் 1990களின் ஆரம்பத்தில் கவிஞர்கள் பழமலய், யவனிகா ஸ்ரீராம் வழியாகவும் ஜனநாயகத் தன்மையை அடைந்தது. மதிவண்ணனில் உத்வேகம் பெற்ற தலித் கவிதை அழகியல் பச்சோந்தியில் புதிய பரிமாணத்தைச் சாதித்துள்ளது. புதுக்கவிதை என்ற வடிவத்தில் இருந்த உணவும், உருவகிக்கப்பட்ட உயிர்த்தன்மையும் சேர்ந்து ஒரு பண்பாட்டை இணைத்துக்கொண்ட கலை சிருஷ்டியாக 'பீஃப் கவிதைகள்' உருவெடுத்துள்ளன.

ரமேஷ்பிரேதன் சொல்வது போல, ஒரு நாவலாகவும் இந்த மொத்தக் கவிதைகளையும் வாசிக்க முடியும். நினைவுகளில் அவியும் மாட்டுக்கறி, தொழுவத்து மருத்துவக் குறிப்புகள், அக்ரஹாரத்து மாடுகள், வழிப்போக்கனின் புலால் நாற்றம், கோசாலைக் கோயில்மாடுகள், கடைசிப் பச்சையம் தேசியக் கொடியில், வேள்வியில் எஞ்சிய கறியமுதம் என அத்தியாயங்களுக்குக் கீழே கவிதைகள் பிரிக்கப்பட்டிருக்கின்றன. அக்ரஹாரத்து மாடுகள், கோசாலை கோயில்மாடுகள் இரண்டு அத்தியாயங்களையும் பற்றித் தனியாகப் பேச வேண்டும். அக்கிரஹாரத் தெருக்களில் உலவும் மாடுகள், அடக்கப்பட்ட வன்முறையின் சித்திரங்களாகத் தெரிகின்றன. உங்களின் புனிதத்துக்கும் வழிபாட்டுக்கும் எங்கள் உயிர்கள்தானா உங்களுக்கு என்பதுபோல நெற்றியில் நாமமும் திரிசூலம் வரையப்பட்ட கோசாலை மாடுகள் நம்மை வெறிக்கின்றன.

கடைசி அத்தியாயமான 'வேள்வியில் எஞ்சிய கறியமுதம்' கவிதைகள், பாப்லோ நெருடாவின், 'தக்காளிகளுக்கு ஒரு வழி யனுப்புதல்' கவிதையை ஞாபகப்படுத்துவது. இந்தக் கவிதைகளில் இசை, ஓவியக் கோலங்களாக மாட்டுக் கறிப் பண்பாடு திருவிழாக் கோலம் கொள்கிறது.

□

24

அருவியை மௌனமாக்கும் சிறுசெடி

உலகின் வெவ்வேறு தேசங்கள், கலாசாரம், அழகியல், அரசியல் பின்னணிகள் கொண்ட கவிஞர்களையும் கவிதைகளையும் அறிமுகம் செய்து எஸ். ராமகிருஷ்ணன் தடம் இதழில் தொடராக எழுதிய கட்டுரைகளின் தொகுப்பு 'கவிதையின் கையசைப்பு'. இதில் 12 கவிஞர்களும் அவர்கள் கவிதைகளும் அறிமுகம் செய்யப்பட்டுள்ளன. ஒரு மாத இடைவெளி கொடுத்து அந்தந்தக் கவிஞர்களையும் அவர்களது கவிதைகளையும் வாசிப்பதற்கான அவகாசம் தேவைப்படும் அளவுக்கு திடமான அறிமுகங்கள் இவை.

ஒரு ஜப்பானியக் கவிஞரையும் ஒரு ரஷ்யக் கவிஞரையும் அவர்களது கவிதைகளையும் எனக்கு ஒரு நாளில் குறிப்பிட்ட இடைவெளியில் படிப்பது மூச்சுமுட்டுவதாக இருந்தது. ஒரு கிரகம் இன்னொரு கிரகத்துடன் மோதுவது போல மூளையில் கூப்பாட்டையும் கொந்தளிப்பையும் உணர்ந்தேன்.

எஸ். ராமகிருஷ்ணன், ஒவ்வொரு கட்டுரையிலும் அவனது உலகத்தை அறிமுகப்படுத்தும்போது, கவிதை குறித்த அந்தந்தக் கவிஞர்களின் சிந்தனைகளையும் தனது எண்ணங்களையும் சேர்த்தே தொடுத்துச் செல்கிறார்.

ooo

ஒரு கவிதையை எப்போதும் அகத்தில் சமைப்பவனாக, கவிதை ரீதியில், படிமங்கள், உருவகங்களின் அடிப்படையிலேயே சிந்திப்பவனாகவும் பேசுபவனாகவும் இருக்கிறேன். ஆனால், கவிதை என்றால் என்னவென்று சொல் என்று யாராவது கேட்டால் எப்போதும் திகைப்பாகவே இருக்கிறது. என் பத்தொன்பது வயதில் கவிதை என்ற வடிவம் என்னைத் தேர்ந்து கொண்டபோது, கவிதை என்பது சத்தியமாக வெளிப் படுவது என்பதுதான் என்னுடைய எளிமையான பதிலாக இருந்தது. கவிதையில் எந்த உண்மையையும் சொல்லலாம் என்ற எளிய நம்பிக்கை அது. இப்போது சத்தியமென்றால் என்னவென்பதற்கான வரையறை அத்தனை எளிதாக என்னிடம் இல்லை; எனது தேசத்தில் இப்போது பொய் என்று சொல்லப்படும் மக்கள் இல்லை; பொய் எனும்போது சந்தேகமாக இருக்கிறது. அப்படி அறுதியிட முடியுமா பொய்யை பொய்யென்று?

சிறிய உண்மைகள், பெரிய உண்மைகள், குள்ள உண்மைகள் மட்டுமே இங்கே குடிமக்கள்.

அந்தந்தக் கணத்தின் உண்மையை எதிர்கொள்வதில் தலையீடு செய்வதில் கவிதைதான் இந்த உலகத்திலேயே முதன்மையான வடிவாக இருக்கிறது. மாறுதலுக்குப் பக்கத்தில் மாறுதலை அதிகபட்சம் புரிந்துகொள்ளும் வடிவமாகவும் உள்ளது.

இந்த நூலில் அறிமுகப்படுத்தப்பட்ட ராபர்டோ ஜூரெரோஸ் கவிதைகளைப் பற்றி எஸ். ராமகிருஷ்ணன் உரைப்பது போல செங்குத்தாக கவிதை உயிர் இருக்கிறது. தரையில் மனிதனைப் போல கிடைமட்டமாகத்தான் உணவுண்ணுகிறது. கிடைமட்டமாகத்தான் மனிதனைப் போலப் புணர்கிறது. ஆனால், அது தனக்கான உயிராற்றலை, கற்பனையை, புரிதலை, நேசத்தை அது செங்குத்தாகவே பெறுகிறது.

இனிப்பெல்லாம் கசந்து போகும், சேர்ந்ததெல்லாம் பிரியும், பழங்கள் எல்லாம் அழுகும். இன்பமெல்லாம் துன்ப மாகும் என்ற புரிதலை அடைந்த புத்தனுக்குப் பக்கத்தில் நிற்கவேண்டிய நிர்ப்பந்தத்தில் இருக்கிறது நமது காலம். அதனால், கவிதை என்ற வஸ்துதான், புத்தனுக்கு அருகில் நிற்க மேலான தகுதியுள்ள வடிவமும் ஆகும். அறிவு, வளர்ச்சிக்கென்று படைக்கப்பட்ட தொழில்நுட்பங்கள், தத்துவம், சிந்தனைகள் எல்லாம் வெறும்புழுதியாக கட்டிடக் குப்பைகளாக பிறனை

வெறுப்பதற்கும் ஒதுக்குவதற்கும் அழிப்பதற்குமான தள வாடங்களாக மாறிவிட்ட நிலையில், கவிதையைக் கொண்டுதான் நாம் நேசிக்க முடியும்.

நாம் வாழும் காலத்தில் யார், எமது துக்கத்தை உணர்ந்து பரிசீலிக்கிறானோ, யார் எமது துக்கத்தை அதிகபட்ச புரிதலால் நெருங்குகிறானோ, அவனே எமது காலத்தின் சத்தியத்தை உண்மையை, மெய்மையை நெருங்குபவன் ஆகிறான். அதனால்தான் வரலாற்று இடிபாடுகள், மனிதகுலம் ஒட்டுமொத்தமாக அடைந்த தோல்விகள், அவனது சரிவுகள் அனைத்தின் சாயலோடு பிரதிபலிப்புகளோடு கவிஞன் இந்தப் பூமிக்கு உயிராற்றலை, கனவை, நம்பிக்கையைத் தரும் உரமாகிறான்.

அதனால்தான் முழுமை, முக்தி, மெய்யறிதல், பூரண விடுதலை, அமைதி என்னும் பேருந்து டிப்போவுக்கு முந்தைய நிறுத்தத்தில் கவிஞன் இறங்கிவிடுகிறான்.

இயற்கை, காதல், காமம் எல்லாம் அநித்தியம் என்றாலும் அவனுக்கு வெளியில் இருக்கும் அழகுகள் வேண்டும். அவை தோன்றி மறையுமென்றாலும் அந்த க்ஷணத்தில் அவன் மட்டுமே கிட்டத்தட்ட அந்த அழகுகளோடு பொருட்களோடு விஷயங்களோடு முழுமையான உறவை மேற்கொள்கிறான்.

வான்கோவைப் போல அவன் உதிரும் மலர்களுக்கும் நரைக்கும் தனது காதலிகளுக்கும் இறவா நிலையைத் தருகிறான். பூமியிலிருந்து பறித்த மலர்களை விண்ணகத்துக்குக் கொண்டுபோய் சேர்க்கிறான்.

○○○

நான் எனக்கு நினைவுதெரிந்த நாளிலிருந்து யானைகளைப் பார்த்து வருகிறேன். ஆனால், சுந்தர ராமசாமியைப் பார்த்த பிறகு சுந்தர ராமசாமியைப் படித்த பிறகு பார்த்த யானை தான் துல்லியமான பார்வை. கலையும், கவிதையும் இயற்கையை கண்ணாகவும் காதாகவும் நெருங்கிச் செவிகொடுக்கும் கல்வியைத் தருகிறது. அந்தக் கல்வியைப் போதித்த ஆசான் சுந்தர ராமசாமி. சுந்தர ராமசாமியின் யானை எப்போதும் பிரமிளுடையது போல வனத்திலிருந்து வரும் யானை அல்ல. அவருடைய யானை வளர்ப்பு யானை. அதன் கழுத்தில் அழகிய மணி உண்டு. அதற்கு கிணுகிணுவென்ற சத்தமுண்டு.

இயற்கையைப் பார்க்கப் பழகும்போது, குழந்தைகளைப் பார்க்கப் பழகுகிறோம். காதலரின் முகத்தில் நம் எண்ணங்கள் மறைந்து அவளாய் அவனாய் காதலாய் அதுவாய் ஆகும் கலையைப் பழகுகிறோம். ஒரு மரத்தின் பட்டைகளையொத்த ஒரு கூழாங்கல்லின் ரேகைகளைப் போல, வாழ்ந்து கனிந்திருக்கும் முதியவர்களின் முகத்தை உற்றுப் பார்க்கும்போது, எண்ணங்கள் அற்று நிச்சலனமாக முடியும். அதைக் கவிதையும் கலைகளும் தான் கற்றுத் தருகிறது.

எதையும் ரசிக்க எதையும் அனுபவிக்க அதைச் சொந்தம் கொண்டாடுவது அவசியமல்ல என்ற உணர்வு அப்போது தான் ஏற்படுகிறது. விரும்புவதுதான் அனேகமாக சொந்தம் கொண்டாடுவதன் சிறந்த முறை, சொந்தம் கொண்டாடுவதுதான் விரும்புவதன் மிக மோசமான வழி. என்று ஜோஸ் சரமாகோ சொல்வது உண்மைதான். வெளியே உள்ள எதைப் பாராட்டும்போதும், அங்கே நமது சுயத்தைச் சற்றே விலக்கி விடுகிறோம். நாம் அதுவாக மாறும் தற்காலிக விந்தை அங்கே நிகழ்கிறது. சுயத்திலிருந்து நாம் மேலே எழுகிறோம். இப்படித்தான் சுயம் சுயமற்ற பொருட்களால் விஸ்தரிக்கப்படுகிறது.

மஞ்சள் ரோஸ்
என்று
தயங்காமல்
அவளை அழைத்துவிடு
அவள் தானாகவே
ஒரு மஞ்சள் ரோஸ்
ஆகிவிடுவாள்
இல்லையென்றாலும்
கவலை இல்லை
அவளை
ஆக்கிவிடலாம்.

என்று ஒரு கவிதையை எழுதியிருக்கிறேன். இது பெண் தொடர்பானது மட்டுமல்ல. ஆணுக்கும் எல்லாருக்கும் பொருந்துவதுதான்.

இரண்டு மாதங்களுக்கு முன்னர் ஒரு யோகா முகாமுக்குச் சென்றபோது, ஒரு புதிய பயிற்சியை அறிமுகப்படுத்தினார்கள். குத்தவைத்து அமர்ந்து காக்கா போல நடங்கள் என்று சொன்னார்கள். பெண்கள், முதியவர்கள், குழந்தைகள் உட்பட

நடந்தோம். ஒரேயொரு நடுத்தர வயதுக்காரர். அவர் ஐடியில் வேலை செய்பவராக இருக்க வேண்டும். அவர் நகரவேயில்லை. என்னவென்று கேட்டேன். காக்கா எப்படி நடக்கும் என்று கேட்டார். அப்படி நடக்கப் பயிற்சி இல்லை என்றார். காக்கா, காக்காவைப் போல நடக்கும்; நீங்களும் காக்கா போல நடங்கள் என்று சொன்னேன். கிட்டத்தட்ட நாங்கள் எல்லாரும் நடந்துகொண்டிருந்தோம் காகங்களாய். அங்கே நான் இறந்து காகம் பிறக்கிறது.

நான் அவராகும், நான் அதுவாகும் கலைதான் கவிதை. தமிழில் அதைக் கோட்பாடாக இல்லாமல் கவிதைகளாக நிகழ்த்தியதில் ஆத்மாநாம் மிகப்பெரிய முன்னோடி. ஆத்மாநாமை முன்வைத்து 'வேறொருவராகும் கலை' என்று பிரம்மராஜன் கண்டுபிடிக்கிறார். ஆத்மாநாமின் 'என்ற கேள்வி' கவிதையைப் படிக்கிறேன். கலை என்பது என்ன என்பதற்கான சிறந்த வரையறையும் கூட இந்தக் கவிதை...

பார் அந்த முதலை
அதன் பளிச்சிடும் ஒளியில்
ஒழுகுங்கள் சிறிது நேரம்
அதன் வர்ணங்கள் ஒவ்வொன்றும்
அதனதன் இடத்தில் உள்ளது
ஒரு மரம் என்றால்
அது பெயர்த்தெடுத்து வந்து
வைத்த மாதிரி இருக்க வேண்டும்
இங்கே
காலம் அகாலம் என்ற பேச்சே கிடையாது
நிஜம்
அதுதான் நமக்கு வேண்டும்
அதன் கற்பனைகள் வேண்டும்
வடிவங்களில் மாற்றமிருக்கலாம்
பொருளில் மாற்றம் கூடாது
முற்றும் முழுதான பொருள் வேண்டும்
இது சாத்தியமா
என்ற கேள்வி எழ வேண்டும்
பார்ப்பது நிஜம்தான்
என்று தோற்றம் அளிக்க வேண்டும்
அப்பொழுது
நீங்கள் பார்ப்பது ஓவியம்

எனினும் என்ற பிரச்சினைக்கே
அங்கு இடம் கிடையாது.

முதலையில் உள்ள வண்ணங்களாய் எப்படி ஒழுகுவது என்ற கேள்விக்கே இங்கே இடமில்லை.

○○○

வார்த்தைகளை அப்படியப்படி மடித்துப் புரோட்டாவைப் போலப் பிய்த்துப் போட்டால் கவிதை என்று கவிதை வடிவத்தைக் கிண்டலாகச் சொல்பவர்கள் உண்டு. அது மட்டுமே அல்ல என்கிறார் போர்ஹே. அது ஒரு டைப்போகிராபிக்கல் சூளறுபடி அல்ல. அது பொதுவில், வழக்கத்தில் இருக்கும் சிந்தனை மற்றும் புரிதல், வாசிப்பு முறைக்கு மாற்றானது.

சமுத்திரக் கரையின்
பூந்தோட்டத்து மலர்களிலே
தேன்குடிக்க அலைந்தது ஒரு
வண்ணத்துப் பூச்சிஞ்
வேளை சரிய
சிறகின் திசைமீறி
காற்றும் புரண்டோட
கரையோர மலர்களை நீத்து
கடல்நோக்கிப் பறந்து
நாளிரவு பாராமல்
ஓயாது மலர்கின்ற
எல்லையற்ற பூ ஒன்றில்
ஓய்ந்து அமர்ந்தது.
முதல் கணம்
உவர்த்த சமுத்திரம்
தேனாய் இனிக்கிறது.

பிரமிளின் மிகச் சிறந்த உருவகக் கவிதையான 'வண்ணத்துப் பூச்சியும் கடலும்' கவிதை இது. 16 வரிகள் இருக்கிறது. 50 வார்த்தைகள் மட்டுமே. சமுத்திரக் கரையின் பூந்தோட்டத்து மலர்களிலே தேன்குடிக்க அலைந்தது ஒரு வண்ணத்துப் பூச்சி என்ற முதல் சித்திரம் வழியாக, இந்தப் பூமியில் எங்கேயும் காணக் கிடைப்பதற்கு அரிதான ஒரு நிலத்தையும் கடலையும் தோட்டத்தையும் உருவாக்கி விடுகிறான் கவிஞன். வாசகன் எந்தப் பின்னணியில் எந்தவிதமான மனநிலையில் கலாசாரச் சூழலில்

இருந்தாலும் அந்த நிலத்துக்கு அவன் மாறும் தகவமைப்பைக் கொண்டிருக்கிறான். அது நேர்கோட்டுத் தன்மையிலான கிடைமட்ட உறவு அல்ல; கவிஞனும் கவிதையை வாசிப்பவனும் சேர்ந்து நடத்துவது.

வழக்கமான காரண காரியத் தொடர்புகளின் வழியிலான அர்த்தத்தையும் விளக்கங்களையும் கவிதை துவக்கத்திலேயே துண்டித்துவிடுகிறது. பகுத்தறிவு என்று நாம் வரையறை செய்திருக்கும் ஒன்றுக்கு, மாற்றான மெய்மையை கவிதை முன்வைக்கிறது. அப்போதுதான் உவர்த்த சமுத்திரம் தேனாய் இனிக்கிறது என்னும் போது, இரண்டு நிமிடங்களேயான கால அளவில் இந்தக் கவிதை தரும் பிரமாண்டமான வாழ்க்கையும் காலமும் நிலவெளியும் வேறுவேறாகி விடுகிறது. அது சொல்லும் மரணம் வேறாகிறது. அந்த வகையில் ஆத்மாநாம் சொன்னது போல, அவர் நம்பியது போல, கவிதை மதத்துக்கு இணையான ஒரு மாற்று மெய்மை தான்.

உலகம் தோன்றிய, மனிதர்கள் தோன்றிய கதைகளை மதங்களும் பழங்குடி மக்களும் உரைத்திருக்கின்றனர். உலகம் தோன்றிக்கொண்டே இருக்கும் கதைகளை கவிஞர்கள் தானே அதிகம் சொல்லியபடியுள்ளனர். தடுக்கிவிழும்போது தோன்றும் பூமியை தேவதச்சன் தற்செயல் பூமி என்கிறார். இயற்கையை, மனிதர்களை, வாழும் காலத்தின் கோலங்களை, மாறும் பொருள்சார் கலாசாரத்தின் கதைகளைப் பாடிக் கொண்டிருக்கும் பாணர்கள் கவிஞர்கள்.

○○○

'கவிதையின் கையசைப்பு' நூலை முழுமையாகப் படிக்கும்போது, ஒரு வாசகனாக, கவிதை எழுதுபவனாக எனக்கு, என் கவிதை உலகத்துக்கு, எனது பார்வைகளுக்குச் செழுமை தருபவர்களாகவும் நெருக்கமானவர்களாகச் சில கவிஞர்களை உணர்ந்தேன். சில கவிஞர்கள் எனக்கு அன்னியமாகவும் பட்டனர். குறிப்பாகத் தேசியக் கவிகளிடம் எனக்கு ஈடுபாடு ஏற்படவில்லை. தகுபொகு இசிகாவா, கோயுன், ராபர்ட் ஜூரோஸ், மிலான் ஜோர்ட்ஜெவிக், அல்பார்தி, மிலன் ரூபஸ், ரான் பேட்ஜெட் ஆகியோரின் உலகம் எனக்கு தாக்கத்தையும் படிப்பினைகளையும் தருவதாக இருந்தது.

குறிப்பாக சுந்தர ராமசாமியின் மொழிபெயர்ப்பின் வாயிலாக எனக்கு அறிமுகமான வில்லியம் கார்லோஸ் வில்லியம்ஸ் பிறந்த

ஊரான பேட்டர்சனைச் சேர்ந்த ரான் பேட்ஜெட்டைப் பற்றிப் படிக்கும்போது, என் உலகத்துக்கு மிகவும் நெருக்கமானவர் இவர் என்று உற்சாகம் கொண்டேன். முடிவில் தான் பேட்டர்சன் என்ற திரைப்படத்தில் அவரது கவிதைகள் பயன்படுத்தப்பட்டிருப்பதை எஸ். ராமகிருஷ்ணன் எழுதியிருந்தார். நான் பேட்டர்சன் படத்தை, ரான் பேட்ஜெட்டைப் பற்றி ஏதுமே அறியாமல் முன்பே பார்த்திருக்கிறேன். இனி ரான் பேட்ஜெட்டை இன்னும் கூர்மையாகத் தொடர்வேன்.

2019ம் ஆண்டின் கடைசி நாட்களில் இந்த நூலைப் படிக்கும்போது, ஒரு கவிஞனாக நான் எனது உலகத்தையும் எனது படைப்பையும் இன்னும் எப்படிச் செழுமையாக்கிக் கொள்ளவேண்டும் என்ற கட்டளையைப் பெற்றேன். ஒரு நவீன கவிஞனாக கூடுதலான பொறுப்புகளைப் படைப்புசார்ந்து எடுத்துக் கொள்ள வேண்டியது அத்தியாவசியம் என்ற போதத்தை இந்தப் புத்தகம் கொடுத்திருக்கிறது.

○○○

புதுக்கவிதை, நவீன கவிதை என்ற வடிவம் சார்ந்து நமது மரபிலிருந்து பெற்ற செழுமைக்கு ஈடானது வெளிக் கலாசாரங்களிலிருந்து நாம் மொழிபெயர்ப்பாக பெற்றதும். காலம்தோறும் மாறும் வெளிப்பாட்டை, வடிவத்தை, நவீனத்தைச் சமைத்ததில் அப்படியான மொழி பெயர்ப்புகளுக்கும் மொழிபெயர்ப்பாளர்களுக்கும் அவர்களை அறிமுகப்படுத்தியவர்களுக்கும் கவிதை வாசகனாக நான் கடமைப்பட்டிருக்கிறேன். பெட்ரோல்ட் ப்ரக்ட், விஸ்லவா சிம்போர்ஸ்கா, பாப்லோ நெருடா, மூாக் ப்ரெவர் தொடங்கி அன்னா ஸ்விர் ஆகியோரை மொழிபெயர்த்த பிரம்மராஜனையும் யமுனா ராஜேந்திரனையும் சுகுமாரனையும் வெ. ஸ்ரீராமையும் சமயவேலையும் நன்றியுடன் தமிழ் கவிதைச்சூழல் ஞாபகத்தில் வைத்திருக்க வேண்டும்.

தொன்மையான காலத்திலிருந்து காதல், பிரிவு, ஏக்கம், தனிமை, சந்தோஷம் என எல்லா உணர்வுநிலைகளும் ஒன்று தான். நவீன கவிதை மாறாத அந்த உணர்வுநிலைகளுக்கு அருகே நவீன பொருட்களை வைக்கிறது. ஒரு ஹேர்பின்னை, ஒரு செல்போனை, ஒரு ஹேங்கரை, ஒரு மேஜை நடராஜரை, ஒரு பெண்டுலம் கடிகாரத்தை வைக்கிறது. அந்தப் பொருட்களில்

நமது காலத்தின் நமது குணத்தின் நமது வலியின் சாயல்கள் படர்ந்துவிடுகின்றன. அப்படியான நவீனத்தை நம்மில் தூண்டிக் கொண்டேயிருப்பதில் இத்தகைய அறிமுகங்களுக்கும் முக்கியப் பங்குண்டு.

வாழ்க்கை மீதான தீவிரமான தலையீடு, செயல்பாடு செலுத்தும் கலைவடிவம் கவிதை என்பதை உணர்ந்தவர் எஸ். ராமகிருஷ்ணன். இந்த நூலில் அந்த உணர்நிலையிலிருந்து சர்வதேச அளவில் 12 கவிஞர்களையும் அவர்களது கவிதைகளையும் அவர் அறிமுகப்படுத்தியிருக்கிறார். தேவதச்சனும் சமயவேலும் இதிலுள்ள கவிதைகளை மொழிபெயர்த்துள்ளனர்.

படைப்பியக்கச் சூழலின் அணுக்கத்தை, எழுத்தை வாழ்க்கை யாகப் பணியாக திட்டமிடாமலேயே தேர்ந்துகொண்டிருக்கிறேன். எனது இருபது வயதுகளின் தொடக்கத்திலேயே இலக்கியம், வாசிப்பு, படைப்பு சார்ந்த மூட்டத்திலேயே உலவி உரையாடிக் கொண்டிருப்பதன், அதில் தரித்து அதுவாகவே வாழ்வதன் இனிமையை இனிப்பைச் சொல்லித் தந்தவர்களில் ஒருவர் எஸ். ராமகிருஷ்ணன். பொருள் தேடுவது, இணை தேடுவது எல்லாவற்றையும் விட பெரிய மகிழ்ச்சி வாசிப்பிலும் படைப்பதிலும் உரையாடலிலும் உள்ளது என்ற நம்பிக்கையை உருவாக்கியவர்களில் அவரும் ஒருவர். நாகர்கோயில் அருகே சுங்கான்கடை மலையின் மடியில் அமைந்திருந்த ஒரு பழைய ஆசிரமக் கட்டிடத்தின் திண்ணையில் ஒரு மகுடிக்காரனின் ஊதலில் ஈர்க்கப்பட்டது போல நானும் லக்ஷ்மி மணிவண்ணனும் ராமகிருஷ்ணனின் பேச்சுக்குக் கவரப்பட்டோம். அதுதான் எங்கள் முதல் சந்திப்பு. ஒரு மாணவனுக்கு உள்ளும் வெளியேயும் அணுக்கமான பேராசிரியரின் இயல்பை, பகிர்தலை அவர் இன்னமும் அகத்தில் தக்கவைத்திருக்கிறார் என்பதை இப்புத்தகம் வழியாக மீண்டும் உணர்ந்தேன்.

மாணவ நாட்களில் அவரது ‘தாவரங்களின் உரையாடல்’ சிறுகதையை முதலில் சுபமங்களா இதழில் வாசித்தேன். அருவியின் சத்தத்தை மௌனமாக்கும் சிறு செடி தான் அந்தக் கதையின் மையம். பேரருவியின் சத்தத்தைச் சிறிதாக்கி விடும் ஒரு சின்னஞ்சிறிய செடி மேற்குத் தொடர்ச்சி மலையில் நிஜமாகவே இருப்பதாக அந்த வயதில் நம்பவும் தலைப்பட்டேன். ஒரு பெரிய மலையில் மரங்களும் செடிகளும் சூழ்ந்த சூழலில் ஒரு அருவியைச் சத்தமில்லாமல் ஆக்கும் சிறு செடி என் அகத்தில்

காட்சியாக நிறைய நாட்கள் அசைந்து அதிர்ந்துகொண்டிருந்தது. கவிதையைத் தூண்டக்கூடிய கவிதை உணர்வுக்கு நெருக்கமான புனைவு எழுத்தாளர் எஸ். ராமகிருஷ்ணன்.

அருவியை மௌனமாக்கும் அந்தச் சிறுசெடி தான் கவிதை. அது மூலிகையாக அரும்பொருளாக இருக்கிறது; அதுவே மிக மலினப்படுத்தப்பட்ட வடிவமாகவும் உள்ளது. ஆனால், கவிதை இன்றும் அத்தியாவசியமானது, அழகு எவ்விதம் அத்தியாவசியமானதோ அதே வகையில் ஆழமாக.

தனிமையை நகுலனுக்கு உரைத்த சுசிலாவைப் போலவே மரணத்தை பிரிவை துறப்பை சொந்தம் கொண்டாடாமல் அனைத்தையும் அனுபவிக்கும் நிறைவை கவிதையைத் தவிர நமக்கு வேறு எது சொல்லித் தரமுடியும். மிலன் ரூபஸ் எழுதிய கவிதை இது.

அழகு

யாரால் கூற இயலும்
படைவீரர்கள் தங்களுடைய கேடயங்களில் ஓவியம்
தீட்டியது ஏன் என்று?
நமக்குள் எவ்வளவு ஆழத்தில் அழகு இருக்கிறது
என்பதை யார் கூற முடியும்?
மிக ஆழம்
உன்னோடு சேர்ந்து ஒரு சண்டைக்கோழியின் கத்தலைப்போல
நாம் மரணத்தைப் பயமுறுத்துகிறோம் அந்த அளவுக்கு
மிக ஆழம்.
உன்னோடு சேர்ந்து ஒரு சண்டைக்கோழியின் கத்தலைப்போ
நாம் மரணத்தைப் பயமுறுத்துகிறோம் அந்த அளவுக்கு
மிக ஆழம்.
எங்களது உலகில் நாங்கள் எல்லாப் பக்கங்களிலும்
பூட்டிவைக்கப்பட்டிருக்கிறோம்
கவிஞனைக் கைவிட்டுவிடாதீர்கள்.
ஒரு சக்கரத்தின்மேல் சும்மா கத்தும் குண்டுக் கரிச்சானை
அவனிடம் காட்ட வேண்டாம்.
பேச்சின் ஒரு சிறிய கூடு, முழுக்கவும் ஒரு மின்னுதல்
அவனுடன் இருப்பதுவும் துயரம் அவன் இல்லாமலிருப்பதும்
துயரம்.

□

கவிதைகள்

1

அவர்கள் நிகர்மலர்கள்

பொருள் மதிப்பில் பார்த்தால் சீக்கிரத்திலேயே வாடிவிடக் கூடியதும் அதேவேளையில் பேரழகும் நுட்பமும் கொண்ட வடிவங்கள் மலர்கள். எத்தனை கலைஞர்களை, மெய்ஞானிகளை, கவிஞர்களை அவை ஈர்த்திருக்கின்றன?

"உடைகளுக்காக நீங்கள் கவலைப்படுவானேன்? வயல்வெளியிலுள்ள லீலி புஷ்பங்கள் எப்படி வளருகின்றன எனப் பாருங்கள்" என்று மலர்களைப் பார்த்து வியந்திருக்கிறார் கிறிஸ்து. புத்தர் ஒன்றுமே பேசாமல் புன்னகைத்தபடி சீடன் மஹாகாஷ்யபனுக்கு ஞானத்தைக் கடத்தியது தாமரையை உயர்த்திக் காட்டியபடிதான். மலர் வழியாகக் கடத்தப்பட்ட அந்த ஞானம்தான் 28 குருக்களுக்குக் கைமாறி ஜென் ஆனதாகச் சொல்லப்படுகிறது.

எல்லா காலத்திலும் அனைத்து மொழிகளிலும் இலக்கியத்தின் நிலையான உருவகங்களை லத்தீன் அமெரிக்க எழுத்தாளர் ஜோர்ஜ் லூயி போர்ஹே வகுக்கிறார். காலம்நதி, வாழ்வுகனவு, மரணம்உறக்கம், நட்சத்திரங்கள்கண்கள், மலர்கள்பெண்கள்.

கவிஞர் தேவேந்திர பூபதியின் சமீபத்திய கவிதைத் தொகுதியான 'வாரணாசி'யில் உள்ள 'கண்மலர் கண்டவன்' கவிதை கண்ணையும் மலரையும் சேர்த்து கண்மலராகப் பார்க்கிறது.

‘கண்மலர்’ கண்டவனின் நிலையைப் பேசுகிறது. கண்மலர் என்ற சேர்க்கையில் பெண்ணின் கண்கள் அந்தக் கவிதையில் தோற்றம் கொள்கின்றன. பெண் கடவுள் சிற்பங்களின் கண்களும் கண்மலராகச் சொல்லப்படுகின்றன. நேசத்துக்குரியவளின் கண்ணில் மூழ்கிவிட்டால் தனிச்சுயம் என்பதே மறைந்துவிடும் என்பது சூபிகள் விடுக்கும் செய்தி.

மலர்கள் பூமியிலே பிறந்தாலும் பூமிக்கு அப்பாலான தன்மையையும் வெளிப்படுத்துபவை. ரூபமெடுத்திருந்தாலும் முழுக்க ரூபமாகாத தன்மையை இங்கே காண்பிப்பவை. அங்கேதான் பெண்களின் கண்களும் மலராகின்றன. வடிவமெடுத்ததற்கும் வடிவெடுக்காததற்கும் நடுவிலுள்ள பாலத்தில் நடக்கும் அரூபத்தன்மை கொண்டவர்களாக பெண்களை ஆக்குவது அவர்களது கண்மலர்கள்தான். அநித்தியத்துக்கும் நித்தியத்துக்குமிடையே செய்தி சொல்லிக்கொண்டிருக்கும் அந்தக் கண்மலரை உற்றுநோக்குவது நான்காம் பரிமாணம் என்று இந்தக் கவிதையைத் தொடங்குகிறான் கவிஞன்.

புல்லிவட்டம் சிந்தி, வாடும்போது அதன் துயரத்தையும் அனுசரிக்கும்போதே, இன்னும் ஒரு நூறு பூக்கள் பூக்க நிலம் கடந்துபோகும் மகரந்தப் பூச்சிகளையும் பார்க்கச் செய்கிறான். வாடுவதையும் மலர்வதையும் அடுத்தடுத்தே பற்றற்றுப் பார்ப்பவன் என்ன ஆவான்? ஒரு மலரைச் சரியாகப் பார்ப்பவர் என்ன ஆவாரோ அதுவாக மாறுகிறார்.

எப்போதும் மலர்களுக்கு அருகில்/ கண்ணுக்குத் தெரியா துறவிகள் அமர்ந்திருக்கிறார்கள்/ மலர் போன்றவர்கள்/ நீர்நிலைகளின் மீதும் நடக்கிறார்கள்/ விதையோ புல்லிவட்டத்தில் பெருக்கிறது.

ஒரு புராணிக ஓவியத்தின் சிறந்த கற்பனைக் காட்சியாக உள்ளது. மலர்களுக்கு அருகில் தன்னை தெரியாமல் ஆக்கும் துறவிகள் மட்டுமே அமர்ந்திருக்க முடியும். ஒரு மலரைப் பற்றாமல், உடைமையாக்காமல், அத்துமீறாமல் பார்க்கும் பரிமாணம்தான் நான்காம் பரிமாணமா?

நீர்நிலைகள் மீது நடக்கும் தேவ தூதர்கள் என்று மலர் போன்றவர்களைச் சொல்கிறாரா கவிஞர்? மணிமேகலை காலத்திலிருந்து அத்துமீறப்படும், ஆட்கொள்ளப்படும் துயரத்தைச் சுமக்கும்

நிகர்மலர்களின் துயரத்தையும் அழகையும் இக்கவிதை பேசுகிறது என்று புரிந்துகொள்ளலாமா?

பிறப்புக்கு ஆதாரமான விதையோ பூவுக்கு மிக அருகே சற்று இடைவெளியில் பெருகிக்கொண்டே இருக்கிறது. அழகை எதிர்கொள்ளும் அணுகுமுறையில் துறவும் ஒன்றாக இருக்கக் கூடும்.

கண்மலர் கண்டவன்

ஒரு மலரைப் பார்த்துக்கொண்டிருப்பது
உற்றுநோக்கலின்
நான்காம் பரிமாணம்
அது மாலையாகி
ஒளி மலரைக் காற்று மலரை
சத்தம் மலரை நிலம் மலரை
செடி மலரை
அசைத்துப் புல்லிவட்டம்
சிந்துவது
கண்களின் சிமிட்டல்
அது வானம் நோக்க
அது என்ன துயரம்
வர்ணங்கள் இசைக்கும் நாளில்
இன்னும் பல மொட்டுகள்
அதன் மகரந்தப் பூச்சிகள்
நிலம் கடந்துபோகும்
அத்துவான வெளி
கண்மலர் கண்டவன் இமைகளை மூடுகிறான்
சொற்களை மலர்களைப் போல மலர்த்துகிறான்
எப்போதும் மலர்களுக்கு அருகில்
கண்ணுக்குத் தெரியா துறவிகள் அமர்ந்திருக்கிறார்கள்
மலர் போன்றவர்கள்
நீர்நிலைகளின் மீதும் நடக்கிறார்கள்
விதையோ புல்லிவட்டத்தில் பெருக்கிறது.

□

2

சிகரெட்டைத் திருடிய இன்னொரு எருமைமாடு

நாட்டார் வழக்காற்றியல் அறிஞர், இலக்கிய நுண்ணுணர்வும் தெளிவும் கொண்ட தமிழின் அரிதான கோட்பாட்டு விமர்சகர், சிறுகதை எழுத்தாளர் என்ற பல அடையாளங்களை கொண்ட எம்.டி. முத்துக்குமாரசாமி, தனது வலைப்பூவில் திடீரென்று கவிதைகளை எழுதத் தொடங்கிய காலத்தில் (2011, 2012 ஆண்டுகளாக இருக்கலாம்) அவரிடம் விடுபட்டிருந்த தொடர்பை மீண்டும் புதுப்பித்துக் கொண்டேன். அவர் தனது வலைப்பூவில் தொடர்ந்து எழுதிய கவிதைகளைத் தொடர்ந்து படித்து உற்சாகமாக அவருக்கு உடனுக்குடன் தொலைபேசியில் வினையாற்றிக் கொண்டே இருந்தேன். அந்தக் கவிதைகள் எனது கவிதைப் புலனைப் புதுப்பித்த நாட்கள் அவை.

'நீர் அளைதல்' என்று அது பின்னர் நற்றிணை பதிப்பகத் திலிருந்து தொகுப்பாகவும் வெளிவந்தது. மினிமலிஸ்ட் கவிதை என்னும் வடிவம் குறித்த ஆழமான பிரக்ஞையுடன் எம். டி. எம் மின் கேலி, பரந்த வாசிப்பறிவு, உணர்வு உச்சங்கள், திருநெல்வேலி பண்பாடு சார்ந்த தனியானதும், பொதுவானதுமான நினைவுக் குறிப்புகள் விளையாட்டுத் தன்மையோடு அநாயசமாக வெளிப்பட்ட கவிதைகள் அவை; தமிழ் மரபு மற்றும் பண்பாட்டுக் கூறுகளும் வெளிப்படும் எழுத்து மொழியும், பேச்சு மொழியும் இசைமையோடு கலக்கும் கவிதைகள் இவை.

இந்தச் சமயத்தில் தான், நான் பணியாற்றிய தி சன்டே இந்தியன் இதழுக்காக ஒரு நேர்காணலையும் எம்.டி.எம்மிடம் செய்தேன். அதில் மினிமலிஸ்ட் கவிதைக்கு தான் கருதிய லட்சணங்கள் சிலவற்றை என்னிடம் பகிர்ந்தார். துணுக்குத் தன்மை, சில்லிட வைக்கும் உணர்வு, மொழியில் ஏற்கெனவே உள்ள பனுவல்கள் தொடர்பான நினைவுகளை எழுப்பக்கூடிய சாத்தியங்கள் என அவர் சொன்ன மினிமலிஸ்ட் கவிதையின் குணங்கள் என் கவிதையிலும் பதிந்த காலம் அது. பை நாகப்பாயை சுருட்டிக் கொள் என்ற ஒரு வாக்கியத்தை நவீன கவிதையில் எழுதும்போது, திருமழிசையாழ்வார், பெருமாளை அதட்டிய ஞாபகத்தை எப்படி ஏற்படுத்த முடிகிறது என்று என்னிடம் அப்போது விளக்கினார். முறையான கல்லூரிக் கல்வி பெற்றிடாத எனக்கு சில தருணங்களில், என் படைப்பை, பார்வைகளைத் தூண்டும் தாக்கம் செலுத்தும், மொழி சார்ந்த தனி உலகத்தின் தீராத சுவையை உணரச் செய்யும் ஆசிரியராக எம்.டி.எம் இருந்திருக்கிறார்.

'நீர் அளைதல்' கவிதைத் தொகுப்பு கவனிக்கப்பட வேண்டிய அளவு கவனிக்கப்படவில்லை. ஒரு அறிஞர், கவிதைகளும் எழுதாமலா இருப்பார் என்பதுபோல நமது சூழல், 'நீர் அளைதல்' தொகுப்பையும் வழக்கம்போலக் கடந்துவிட்டது. நானும் ஆறு, ஏழு ஆண்டுகளுக்குப் பிறகுதானே இதுகுறித்து எழுதுகிறேன். கவிஞர் விக்கிரமாதித்யன் மட்டும் எழுதியதாக ஞாபகம்.

'நீர் அளைதல்' தொகுதியில் உள்ள 'அப்பாவின் எருமைமாடு' கவிதையில் சொல்லப்படும் அனுபவத்தோடு தொடர்புடைய அனுபவம் என்பதால் இந்தக் கவிதை எனக்கு மிகவும் நெருக்க மானது. முதலில் அந்தக் கவிதையைப் பகிர்கிறேன்.

அப்பாவின் எருமைமாடு

ஊர் நிறைந்திருக்கும் எருமைமாடுகளில்
தன் சிகரெட்டைத் திருடிய
மாடு எதுவென்று
அப்பா அறிவார்
அப்பாவின் அந்த ஒரு மாட்டிற்குத்தான்
அப்பாவிற்கு இரு முறை
இதயம் நின்று மீண்டதும் தெரியும்
அப்பா புகைக்கக்கூடாதென்றும் தெரியும்
ஒடுங்கிய மார்ப்புக்கூட்டோடு

பரபரக்கும் கைகளோடு
அப்பா சிகரெட்டைத் தேடும்போது
மாடு சிலசமயம்
திருடிய சிகரெட்டை நீட்டும்
பற்ற வைத்தும் கொடுக்கும்
அப்பாவின் சிரிக்கும் கண்களை
பேதமையோடு பார்த்து நிற்கும்
ஏன் என் சிகரெட்டைத் திருடினாயென
அப்பாவும் கேட்டதில்லை
எருமைமாடு சிகரெட் பிடிக்காதென்று
எல்லாருக்கும் தெரியும்தானே
ஆனாலும் அப்பா ஊரறியச் சொல்வார்
என் எருமை புகைக்காதென
உண்மையிலேயே எருமை புகைத்த தினத்தன்று
அப்பா எழுந்திருக்கவேயில்லை
அந்த சிகரெட் திருடியதில்லைதானே

நாம் புழக்கத்தில் வீடுகளில் பேசிக்கொள்வதைப் போன்ற தொனியில் சரளமாக எழுதப்பட்டது. கவிதைகளில் அதிகம் பேசவேபடாத அப்பா மகனின் அன்பும் ஆத்மார்த்தமும் தெரியும் கவிதை இது.

இந்தக் கவிதையின் இறுதியில், அப்பா இறந்து போன அன்று அவரது சிகரெட்டை, மகன் எருமை புகைக்கிறது. அதுவரை சிகரெட்டே புகைத்திராத எருமை அது.

அதுதொடர்பில் தான், என்னுடைய அனுபவம் இந்தக் கவிதையுடன் சேர்கிறது.

எனக்கு நேரடியாக எம்.டி.எம்மின் தந்தையைத் தெரியும். ஒத்த வயது நண்பர்களைப் போல சகபாவமும் அதேநேரத்தில் பிரியமும் மரியாதையும் கொண்ட அபூர்வமான தந்தை மகன் உறவு அவர்கள் பேணியது. பிரம்மபுத்ரா நதி ஓடும் பகுதியில் இருந்து வந்த எம்.டி.எம்மின் மனைவியின் கரங்களில் திருநெல்வேலி சமையல் ருசி இன்று பரிமளிப்பதற்குக் காரணம் எம்.டி.எம்மின் தந்தை, தனது மருமகளுக்கு அன்புடன் பரிமாறியதுதான்.

2004 அல்லது 2005 ஆக இருக்கலாம். எம்.டி.எம்.மின் தந்தை இறந்தபோது, நான் அவரது நிறுவனத்தில் ஆய்வு

உதவியாளராக வேலைபார்த்து வந்தேன். நானும் வேளச்சேரி வாசி என்பதால், அவரது தந்தை இறந்த தகவல் கிடைத்தவுடன் அவர் வீட்டுக்கு உடனேயே போய்விட்டேன். உறவினர்கள், நண்பர்கள் மெதுவாக வரத்தொடங்கினார்கள். இரவு பத்து மணிக்கு மேல் ஆகிவிட, அப்போது சிகரெட் பழக்கம் இருந்த எனக்கு சிகரெட் தாகம் எடுத்தது. எம். டி. எம்மின் தந்தையாரின் சடலம் இருந்த ஹாலில் நாங்கள் உட்கார்ந்திருந்த சோபாவின் முன்னர் இருந்த டீபாயில் கோல்ட் ப்ளேக் சிகரெட் பாக்கெட் இருந்ததைப் பார்த்தேன். எம். டி. எம் தந்தை குடிக்கும் பிராண்ட் அதுவென்று அலுவலக நிர்வாகி சிவா சொன்னார். அதனால் என்ன என்பதுபோல, சிகரெட் பாக்கெட்டை எடுத்துக் கொண்டு போய், தயக்கம் எதுவுமின்றி பற்றவைத்து குடியிருப்பின் கீழே நின்று புகைத்துவிட்டு திரும்ப பாக்கெட்டைக் கொண்டு வந்து டீபாயில் வைத்தேன்.

சிகரெட் குடித்து முடித்தவுடன் தான் நெஞ்சு லேசாக கனப்பது போல இருந்தது. சிகரெட்டின் சுவை துவர்க்கத் தொடங்கியது. கொஞ்சம் கிறுகிறுப்பு. பற்றவைத்துக் குடித்தது இறந்த மனிதரின் சிகரெட் என்று. உறங்கியது போல ஐஸ்பெட்டிக்குள் இருக்கும் எம்டிஎம்மின் அப்பாவைப் பார்த்தேன். அரைமணி நேரத்தில் அனைவரும் ஒவ்வொருவராக வீடுதிரும்பத் தலைப்பட்டோம்.

நான் வண்டியை எடுத்து முடுக்கி தண்டீஸ்வரம் மார்க்கெட்டைக் கடந்தேன். ரவி தெருவுக்குள் நுழையும்போதுதான், ஒரு கருப்பு நாய் எனது வண்டியை நோக்கி பாய்ந்து பாய்ந்து சைலன்சரைக் குறிவைத்து வரத்தொடங்கியது. அதற்கு சற்று அருகே எனது கால் உள்ளது. எனக்குக் குலைநடுங்கியது. சிகரெட்டைத் திருடிய குற்றம் வீட்டுக்குள் வரும்வரை துரத்தியது. கேட்டைப் பூட்டிக் கொண்டு மாடியில் உள்ள என் வீட்டின் கதவைத் தட்டி மனைவி கதவைத் திறந்த பிறகுதான் ஆசுவாசம் ஆனேன்.

எம். டி. முத்துக்குமாரசாமி, இந்தக் கவிதையை சில ஆண்டுகள் கழித்து எழுதி இதை வெளியிட்ட போது, எனக்கு இந்தக் கவிதை ஆச்சரியத்தை அளித்தது. இப்போது இந்தக் கவிதை படிக்கும்போதும் இறந்த அந்தத் தந்தையின் சிகரெட்டைத் திருடிய இன்னொரு எருமை நான் என்று சொல்லவேண்டும் போலத் தோன்றுகிறது.

இல்லாத ஒருவரின் பொருளை எடுப்பது திருட்டில்லை என்று எம். டி. எம்முக்குத் தெரிந்திருக்கிறது.

□

3

அஞ்சல் அலுவலகம் இல்லாத காஷ்மீர்

காஷ்மீரில் ஓராண்டாக பொதுமக்களும் அரசியல் தலைவர்களும் அனுபவிக்கும் சிறை நிலைமையோடு, அதுகுறித்து பிராந்திய ஊடகங்களில் நிலவும் மௌனம் கூடுதலாகப் பயங்கரமானது. தொலைபேசி, அலைபேசிச் செய்தித் தொடர்புகள் முதல் விரைவு இணையச் சேவை வரை துண்டிக்கப்பட்டு, கிட்டத்தட்ட அனைவரது மறதிக்குள்ளும் செலுத்த வற்புறுத்தப்படும் பிரதேசமாக காஷ்மீர் மாறியிருக்கிறது.

ஜம்மு காஷ்மீரின் சிறப்பு அந்தஸ்து துண்டிக்கப்பட்டு, ஊரடங்கு அமல்படுத்தப்பட்டு ஓராண்டு நெருங்குவதை முன்னிட்டு, தொடர்ந்து படித்துவரும் செய்திகளின் வழியாக ஏற்பட்ட படபடப்பின் வழியாகத் தான் ஆஹா சாகித் அலியின் ‘தி கன்ட்ரி வித்அவுட் போஸ்ட் ஆபிஸ்’ கவிதைகளை நெருங்கினேன்.

கவிஞர் ந. ஜயபாஸ்கரன் வழியாக எனக்கு அறிமுகமானவர் காஷ்மீரக் கவிஞர் ஆஹா சாகித் அலி. சென்ற ஆண்டில் கவிஞரும் திரைப்பட இயக்குனரும் நண்பருமான லீனா மணிமேகலை, அரிய பரிசாக அனுப்பி வைத்த ‘தி கன்ட்ரி வித்அவுட் அ போஸ்ட் ஆபிஸ்’ புத்தகம் எனது அலமாரியில் பத்திரமாக இருந்தது.

'தி கன்ட்ரி வித்அவுட் அ போஸ்ட் ஆபிஸ்' கவிதைத் தொடர் முதலில் 'காஷ்மீர் வித்அவுட் அ போஸ்ட் ஆபிஸ்' என்ற பெயரில் தான் முதலில் எழுதப்பட்டது. இந்தக் கவிதை, ஆஹா சாகித் அலியின் பால்ய கால நண்பர் இர்பான் ஹசனிடமிருந்து வந்த கடிதத்தின் தாக்கத்திலிருந்து எழுதப்பட்டது.

ஸ்ரீ நகரில் உள்ள தபால் நிலையத்தில் குவியலாகக் கிடந்த பட்டுவாடா செய்யப்படாத கடிதங்களின் குவியலில் அலியின் தந்தைக்கும், இர்பான் ஹசனுக்கும் அலி எழுதிய கடிதங்களைப் பார்த்த விவரத்தைத் தான் அந்தக் கடிதத்தில் எழுதியிருந்தார்.

மூடப்பட்ட தகவல்தொடர்பைப் படிமமாக்கி காஷ்மீரியக் கவிஞர் ஆஹா சாகித் அலி எழுதிய புகழ்பெற்ற கவிதைத் தொடரின் பெயர் 'அஞ்சல் நிலையம் இல்லாத நாடு' (தி கன்ட்ரி வித்அவுட் அ போஸ்ட் ஆபிஸ்). 1990ல் ஜம்முகாஷ்மீரில் நிலவிய சூழலைப் பின்னணியாக வைத்து அவர் எழுதிய கவிதை இன்று மேலும் பொருளுள்ளதாக இருக்கிறது. செய்தி பரப்புவதற்கான ஊடகத்தில்தான் மாற்றம் ஏற்பட்டிருக்கிறதே தவிர, செய்தியைச் சொல்ல முடியாத, செய்திகளைக் கொண்டுசேர்க்க முடியாத, செய்தி யாருக்கும் போய்ச்சேராத நிலைமையைப் பொறுத்தவரை மாற்றமே இல்லை.

செய்தி காதலைச் சொல்கிறது. செய்தி நட்பைச் சொல்கிறது. செய்தி உறவைச் சொல்கிறது. செய்தி மரணத்தைச் சொல்கிறது. செய்தி சோகத்தையும் சந்தோஷத்தையும் சொல்கிறது. செய்தி முரண்பாட்டைச் சொல்கிறது. செய்தி எதிர்ப்பைச் சொல்கிறது. செய்தி கண்டனத்தைச் சொல்கிறது. செய்தி ஒரு கொடும் யதார்த்தத்தைச் சொல்கிறது. செய்தி ஏக்கத்தையும் தனிமையையும் சொல்கிறது.

இந்தியாவில் பிறந்து அமெரிக்காவில் வாழ்ந்து மறைந்துபோன காஷ்மீரியக் கவிஞரான ஆஹா சாஹித் அலியின் கவிதையில் அவரது தாயகத்தில் என்ன நடக்கிறது என்று பரிதவிக்கும் இதயம் தெரிகிறது. உலகச் சுற்றுலாப் பயணிகளின் கண்களுக்கு விருந்தாகத் தெரியும் ஒரு நிலப்பரப்பு, அரசியல் காரணங்களால் கோரப்படுத்தப்பட்டு அரசுப் பயங்கரவாதமும் தீவிரவாதமும் சேர்ந்து உருவாக்கிய அழிவின் துர்சித்திரங்களைக் கொண்டு இந்தக் கவிதை படைக்கப்பட்டுள்ளது.

எங்கே மினாரெட் புதைக்கப்பட்டிருக்கிறதோ இந்த நாட்டுக்குத் திரும்பவும் வருகிறேன் களிமண் விளக்குகளின் திரிகளைக் கடுகெண்ணைக்குள் யாரோ ஒருவர் முக்கி நனைக்கிறார் கிரகங்களின் மீது கீறப்பட்ட செய்திகளைப் படிப்பதற்காக ஒவ்வொரு இரவும் அவர் மினாரெட்டின் படிகளில் ஏறுகிறார்.

ஜம்மு காஷ்மீரின் கலாச்சார அடையாளங்களில் ஒன்றான மினாரெட்டும், அதன் அன்றாட அத்தியாவசிய மனிதர்களில் ஒருவரான தொழுகைக்கு அழைப்பவரும் வருகிறார்கள். பூமியில் செய்திகளே மறுக்கப்பட்ட நிலையில், கிரகங்களின் மீது கீறப்பட்ட எழுத்துகளைப் படித்து ஆருடம் தெரிந்துகொள்வதுதானே நமது நியதியும் நம்பிக்கையும்.

அடுத்தடுத்த வரிகளில் கவிதை காஷ்மீர் இன்றும் எதிர் கொள்ளும் யதார்த்தத்தில் இறங்கிவிடுகிறது. தொழுகைக்கு அழைக்கும் மனிதர், தபால் அதிகாரியாக ஆகிறார்.

புதைக்கப்பட்ட அல்லது
காலிசெய்யப்பட்ட வீடுகளின் முகவரிக்கு
எழுதப்பட்ட கடிதங்களின் குவியலிலிருந்து கடிதங்களை எடுத்து
அவனது விரல்ரேகைகள் ஸ்டாம்ப் இடப்படாத கடிதங்களை
ரத்துசெய்கிறது.

கவிதையில் அடுத்து, வீடுகளைக் காலிசெய்து சமவெளிக்கு ஓடிப்போன பண்டிதர்கள் வருகின்றனர். அடுத்து, வீடுகளுக்கு ராணுவத்தினர் தீவைக்கும் சம்பவம் விவரிக்கப்படுகிறது. இலைகளைப் போல வீடுகள் எரிகின்றன. பண்டிதர்களின் வீடுகளும் சரி, எங்களின் வீடுகளும் சரி... ஒவ்வொரு நாளும் புதைக்கப்படுகின்றன. தாங்கள் இன்னமும் விசுவாசத்துடன் இருப்பதால் தங்கள் புதைக்கப்பட்ட வீடுகளுக்கு மலர்வளையம் வைக்கிறோம். தீயின் சிறையில் அவர்கள் இருக்கிறார்கள். வெளியே எரியும் வெளிச்சம். உள்ளே தீக்குள் இருப்பவர்களையோ குகை இருட்டாகச் சூழ்கிறது என்கிறார்.

‘அஞ்சல் நிலையம் இல்லாத நாடு’ கவிதைத் தொடரின் நான்காவதும் கடைசியுமான கவிதையில், மினாரெட் என்ற படிமம் எதைக் குறிக்கிறது என்பது தெளிவாகிவிடுகிறது.

இதுவொரு சொற்களின் சன்னிதி
எனக்கு எழுதிய கடிதங்கள் இங்கே கிடைக்கும். நான்

உங்களுக்கு எழுதிய கடிதமும்
சீக்கிரம் வாருங்கள்
தொலைக்கப்பட்ட இந்த உறைகளைக் கிழித்துத் திறக்க
சேர்க்க வேண்டிய இடத்தில் சேர்க்க முடியாத
கடிதங்களைப் படிக்கத் தொடங்குகிறான் அவன்.
நான் அவற்றை வாசிக்கிறேன், காதலர்களின் கடிதங்கள்,
பைத்தியம்
பிடித்தவர்களின் கடிதங்கள்
நான் அவனுக்கு எழுதிப் பதில்களே வராத கடிதத்தையும்
நான் விளக்குகளை ஏற்றுகிறேன், எனது பதில்களை அனுப்புகிறேன்,
பிரார்த்தனைக்கான அழைப்பையும் கண்டங்களாகப் பரவியுள்ள
செவிட்டு உலகங்களுக்கு
எனது புலம்பல், மரணம் கிட்டத்தட்ட அருகில் இருக்கும் நிலையில்
உலகத்துக்கு எழுதப்பட்டு இறந்துபோன
கடிதங்களைப் போல எனது
அழுகையும் புலம்பலும் உள்ளது
இதை எழுதும்போது மழைபெய்கிறது
என்னிடம் பிரார்த்தனை இல்லை, வெறும் கூச்சல்தான் உள்ளது
சிறையில் நொறுங்கும்
அழுகையோலங்கள்தான் இந்தக் கடிதங்கள்.

இந்த நாளில் ஆஹா சாகித் அலியின் 'ஒரு அஞ்சல் நிலையம் கூட இல்லாத நாடு' கவிதைகளோடு இருப்பதைத் தவிர, காலியாக்கப்பட்ட வீடுகளின் முகவரிகளுக்கு எழுதப்பட்ட இந்தக் கடிதங்களைப் படிப்பவனைப் போலப் படித்துத் துக்கத்தை அனுஷ்டிப்பதைத் தவிர, வேறொன்றும் செய்வதற்கு திராணியிலேன்.

அஞ்சலும் செய்தியும் வெறும் தொழில்நுட்பம் மட்டும்தானா? அது நாகரிகத்தின் சின்னம் இல்லையா? இத்தனை நவீன வசதிகளுடன் நாம் எதை இழந்து நிற்கிறோம்? சுயநிர்ணய உரிமை என்ற கோரிக்கைக்கு இத்தனை ஆண்டுகள் கழித்து நாம் அந்த மக்களுக்குக் கொடுத்த பரிசு இதுதானா? இதுதான் நாகரிகமா?

பைத்திய இதயமே, தைரியமாய் இரு என்று முடிக்கிறார் கவிஞர்! தைரியமாகத் தான் இருக்கவேண்டும், இந்தக் கொடுங் காலத்தில்.

□

ஷங்கர்ராமசுப்ரமணியன்

4
ஞானக்கூத்தனில் பூச்சியாகும் வண்ணத்துப் பூச்சி

விழுவதும் எழுவதும் துரத்திக் கொண்டிருக்கிறது; மரணமும் பிறப்பும் தான். பிரமிளின் வண்ணத்துப் பூச்சியும் கடலும் கவிதையைத் தனியான புராணிகம் என்று எண்ணியிருந்த வேளையில்தான் மாணிக்கவாசகரிடம் திருக்கோத்தும்பியிலும் சுந்தர ராமசாமியிலும் அதன் தூரத்துச் சாயல்கள் இருப்பதை மூன்று ஆண்டுகளுக்கு முன்னர் பார்த்தேன். அதை எழுதியு மிருக்கிறேன்.

சமீபத்தில் பிரம்மராஜன் பதிப்பித்த 'ஆத்மாநாம் கவிதைகள்' தொகுதியைப் புரட்டி, 'இழுப்பறைகள் கொண்ட மேஜை' கவிதையைப் படித்த போது, கடலும் வண்ணத்துப் பூச்சியும் எப்படியாக நவீன பொருட்களுக்குள் இடம் மாறியிருக்கிறது என்பதைப் பார்த்தேன். இந்தக் கவிதையில் வண்ணத்துப் பூச்சி யார்? எங்கே?

இழுப்பறைகள் கொண்ட மேஜை
அது உறுதியாகத் தரையில் இருப்பது போல்தான் படுகிறது
நான் பறந்துகொண்டும் தத்திக்கொண்டும் இருக்கிறேன்
எங்கிருந்தோ கிடைத்த புத்தகங்களையும் பொருட்களையும்
மேஜைமேல் அடுக்கிக்கொண்டே போகிறேன்
நானும் களைந்துகொண்டேயிருக்கிறேன்

குதித்துவிடுவான் ஒன்றுமேயில்லை என்ற ஆவலான
குரல் கேட்கிறது
புத்தகங்களையும் பொருட்களையும் கொஞ்சம்
கொஞ்சமாய் வீழ்த்துகிறேன்
சிரித்துக்கொண்டே தப்பித்துவிட்ட சிரிப்பொலி கேட்கிறது
உருவம் புலப்படுவது போல் இருக்கிறது
அடுத்து நான் விழவேண்டும்
துணிகள்
ஏராளமாய்க் கொண்ட இழுப்பறை ஒரு பக்கம்
ஆவலான சிரிப்பொலி மறுபக்கம்
நான் வீழ்ந்தேன் நடுக்கடலுக்குள்
எழுந்தேன்.

உருவம் கொள்வதற்கான, உருவத்திலிருந்து தப்பிப்பதற்கான தவிப்பு இரண்டும் அதில் இருக்கிறது. இறந்திறந்து பிறக்கும் துணிவும் விளையாட்டும் அதில் இருக்கிறது. 'வண்ணத்துப் பூச்சியும் கடலும்' கவிதையைப் போலவே ஆத்மாநாமிலும் ஒரு லட்சியம் இருக்கிறது நிச்சயமாக.

லட்சியமற்ற ஒரு புள்ளியிலிருந்து கடலற்ற ஆனால் வண்ணத்துப்பூச்சியைப் போன்ற ஒரு சாயல் கொண்ட ஞானக் கூத்தனின் கவிதையில் வரும் ஒரு பூச்சியை சமீபத்தில் பார்த்தேன். அவரது கடைசிக் கவிதைகளில் ஒன்று இது. பூச்சிக்கும் நகர்வும் பயணமும் உண்டு. அதற்கு மஞ்சள் சிறகுண்டு. மாசுபடாதது.

வண்ணத்துப் பூச்சியின் சிறகென்பது ஒரு மெழுகுத் தகட்டைப் போல அத்தனை மெலிதானது; அவ்வளவு சீக்கிரம் உடைந்துவிடக் கூடியது. ஆனால் எந்தக் கருவிக்குள்ளும் பதிவு படாத சிறிய புயலைத் தான் செல்லும் வழியில் எழுப்பிப் பறக்கக் கூடிய வல்லமை கொண்டதுதானே. ஒரு பெரிய கனவை அதன் தனித்துவ வண்ணங்களும் கோலங்களும் எழுப்பக்கூடியதுதானே.

ஞானக்கூத்தன் அதை பட்டாம்பூச்சி என்றோ வண்ணத்துப் பூச்சி என்றோ சொல்லவேயில்லை. அதன் சிறகை அவர் மறைத் துள்ளார். ஆனால் கவிதை படபடக்கிறது.

பாண்டி ஆடிய பூச்சி

மாசுபடாத மஞ்சள் சிறகைப்
படபடத்துத்

தோட்டத்தில் பறந்தது பூச்சி
செடிகளைக் கட்டங்களாகக் கொண்டு
பாண்டி ஆட்டம் ஆடிப்
பறந்தது பூச்சி.
எந்தக் கருவிக்குள்ளும் பதிவு படாத
சிறிய புயலைத் தான் செல்லும் வழியில்
எழுப்பிப் பறந்தது பூச்சி.
பார்வையால் பின்தொடர்ந்த போதே
மறைந்துவிட்டது பூச்சி. கனவில்
மூழ்கிக் கரைந்த ஒரு நிகழ்வு போல.

ஆத்மாநாம் 'துணிகள்' என்று குறிப்பிடுவதில் அவரது தனி வாழ்க்கையின் சாயலும் படிந்திருப்பதாக நான் ஊகிக்கிறேன். குழந்தைகளுக்கான ஆடைகளை உற்பத்தி செய்யும் 'டாப் டென்' என்ற நிறுவனத்தைத் தொடங்கி தொடர்ந்து நடத்த முடியாமல் விடுகிறார். அதற்குப் பிறகுதான் அவரது சிக்கலான வருடங்கள் தொடங்குவதாக பிரம்மராஜன் குறிப்பிடுகிறார்.

☐

5
ஆத்மாநாம்
கேட்கச் சொல்லும் பிச்சை

நீ ஒரு பிச்சைக்காரனாய்ப் போ
பிச்சை பிச்சை என்று கத்து
பசி இன்றோடு முடிவதில்லை
உன் கூக்குரல் தெரு முனைவரை இல்லை
எல்லையற்ற பெருவெளியைக் கடக்கணும்
உன் பசிக்கான உணவு
சில அரிசி மணிகளில் இல்லை
உன்னிடம் ஒன்றுமேயில்லை
சில சதுரச் செங்கற்கள் தவிர
உனக்குப் பிச்சையிடவும் ஒருவருமில்லை
உன்னைத் தவிர
இதனைச் சொல்வது
நான் இல்லை நீதான்.

ஆத்மாநாம் எழுதிய 'பிச்சை' எனும் கவிதையின் உள்ளடக்கத் துக்குப் போகும் முன்பாக அதன் குரல், தொனியின் சிறப்பைக் கவனிக்க வேண்டும். யாருடைய குரல் அது என்று கேட்டுப்பார்க்க வேண்டியிருக்கிறது. அந்தக் குரலையுடையவன் எங்கே நிற்கிறான் என்பதைக் கேட்டுப்பார்க்க வேண்டியிருக்கிறது. உரத்துப் பேசுபவன்போலத் தொனித்து, கடைசியில் மோனத்துக்குள் உறையவைக்கும் அனுபவம் உள்ளது. சாதாரணன்போல இந்தக் குரலையுடையவன் தெரிகிறான். அவன் பேசுவது சகஜ

ஞானம்போல இருக்கிறது. உச்சாடனம் கட்டளையிடுதலின் சமத்காரம் இருக்கிறது அந்தக் குரலில்.

பிச்சையும் யாசகமும் வாழ்க்கை முறையாக மெய்தேடுதலுக்கு உகந்த நெறியாகப் பார்க்கப்பட்ட ஒரு நிலத்தில் ஒரு குறிப்பிட்ட காலகட்டத்தில் 'நீ பிச்சைக்காரனாய்ப் போ' என்பது வசையாகவும் சாபமாகவும் அர்த்தம் பெறுகிறது. 'நீ பிச்சைக்காரனாத்தான் போவ' என்று தந்தைகள் மகன்களைச் சாபம்விட்ட தலைமுறையைச் சேர்ந்தவர் ஆத்மாநாம். அந்தக் குரல் ஆத்மாநாமையும் துரத்தியிருக்கக் கூடும். ஆனால், அந்த ஏவலை அதே உச்சத்தில் பிடித்துத் திருப்பி மரபின் கண்ணாடியில் பிச்சையைக் காட்டுகிறார்.

பசி இன்றோடு முடியாதென்பதால் கூக்குரலும் சன்னமாகவே இருப்பதால் பிச்சை என்னும் குரல் பெருவெளியைக் கடக்கணும் என்கிறார். குடும்பம், வீடு, தெரு, உலகத்தைக் கடக்கும்போது பிச்சை, பிச்சை என்னும் கோரிக்கை எதற்காம்? சில அரிசி மணிகளுக்காக இல்லை; ஒன்றுமேயில்லாத சில செங்கற்களுக்காக இல்லை; பிச்சையின் சத்தம் பெருவெடிப்பாகும்போது பிச்சை யிடுவதற்கு பிச்சைக் கேட்பவனைத் தவிர யாரும் இல்லை என்று தெரிகிறது. பிச்சையிடவே இன்னொருவர் இல்லாதபோது, பிச்சை பிச்சை என்று கேள் என்று சொல்வது யாராக இருக்கக் கூடும். விமோசனம் வெளியே, வேறெங்கும் இல்லை என்று ஆத்மாநாமின் கைவிரல் நீட்டுகிறது நம் மீது. பிச்சைக்கான உணவு பக்கவாட்டிலிருந்து கிடைப்பது இல்லை என்பதும் வேறுவகையில் உணர்த்தப்பட்டு விடுகிறது.

புதுக்கவிதை எதைச் சாதித்தது என்று ஒருவர் கேட்டால் ஒரு பணக்கட்டைத் தூக்கிப் போடுவதுபோல இந்தக் கவிதையைத் தூக்கிப் போடலாம். நாடகம் இந்தக் கவிதையில் இருக்கிறது வாசகர்களே. பிச்சை... பிச்சை... பிச்சை... என்று நாடகத்தை அதிகரித்தபடியே போகும்போதுதான் பிச்சையிடுவதற்கு யாரும் இல்லை என்பது தெரியவரும். பிச்சைக்கு இருந்த பழைய அர்த்தமும் கவிதையின் வேகத்தில் புதியதாகிவிடுகிறது.

அதுவரை பிச்சை பிச்சை என்று கத்து.

□

6

கிறிஸ்துவின் வீடு

வாழுமிடம், மூலாதாரம், சொர்க்கம், தாயின் கருப்பை, பூர்வ அடைக்கலம், விடுதலை என 'வீடு' என்ற அந்தச் சின்னச் சொல் குறிக்கும் அர்த்தம் பெருகிக்கொண்டே போவது.

கருவிலிருந்து வெளிவருவதற்கு முன்பே வீட்டைத் தேடத் தொடங்கியவர் கிறிஸ்து. கடவுளின் மைந்தனாயினும் பல்வேறு இடையூறுகளுக்கிடையே பாலைவெளியில் மாட்டுத்தொழுவத்தில் பிறந்து அந்த இடத்தையும் அங்குள்ள எளிய வாழ்க்கையையும் ஒரு மகத்துவமான குறியீடாக்கிக்கொண்டவர்.

மாட்டுத்தொழுவத்தில் பிறந்து, சிலுவைப்பாட்டை எதிர் கொண்டு மரித்திருக்காவிடில் உலகில் அத்தனை ஏழைகள், அத்தனை ஒடுக்கப்பட்டவர்கள், அத்தனை குடிசைப்புறங்களில், அவர் நட்சத்திர விளக்குகளுடன் இன்றும் நினைவுகூரப்பட முடியுமா? தன் வாழ்நாள் முழுவதும் வீடென்ற ஒன்றை அதன் எல்லா பரிமாணங்களிலும் தேடி அலைந்த தமிழ்க்கவிஞன் பிரமிள் கிறிஸ்துவோடு அடையாளம் கண்டு எழுதிய கவிதை இது.

ஃபியோதர் தஸ்தயேவ்ஸ்கி சொன்னதுபோல மனத்தின் வாழ்க்கையை வாழத் தொடங்கிவிட்ட தலைமுறையினரான நம்மை மனத்தின் இருண்ட அனுஷ்டானங்கள் வீடு திரும்ப விடாமல் தடுத்துத்தான் கொண்டிருக்கின்றன. இருண்ட கானகக் குரல்களின் ஊர்வலம் ஒரு காலத்தில் நகரத்துச் சந்தையில்

கேட்டது. நமது காலமோ, நாம் உறையும் அறையில் நம்மை விழுங்கக் காத்திருக்கும் சுவர்களின் நடுவிலேயே சந்தை இரைச் சலைப் பரப்பியுள்ளது.

ஆன்மாவை உருவாக்க வேண்டிய பொறுப்பு மனிதர்களுக்கு உள்ளது போன்றே, வீட்டைக் கண்டடைய வேண்டிய பொறுப்பும் நம்மிடம்தான் உள்ளது. ஆனால், வீடென்று ஒன்று நிச்சயம் உண்டு. வீடு ஒன்றுண்டெனவே எண்ணுகிறேன் என்று பிரமிள் சொல்கிறார்.

சுவர்கள்

மனசின் இருண்ட அனுஷ்டானங்கள்
என்னை வீடு திரும்பவிடாது தடுத்துக்கொண்டிருக்கின்றன.
இருண்ட கானகக் குரல்களின் ஊர்வலம் ஒன்று நகரச்
சந்தையில் அலைகிறது.
வீடு திரும்பும் வழி தெரியவில்லை.
அன்று
ஒரு மாட்டுக்கொட்டிலின் மஞ்சள் வைக்கோல் மீது பிறந்து
கிடந்த சிசு மூன்று சக்கரவர்த்திகளை நோக்கித் திறந்த
பாலைவெளியினூடே ஒரு நக்ஷத்திரத்தின் அழுகையில்
அழைத்து வழிகாட்டிற்று.
நான் சக்கரவர்த்தியுமல்லன்.
சூழச் சுவர்களின் இனம் மூடும் நகர்
ஒரு திறந்தவெளியுமல்ல, பாலையாயினும்
வீடுகள் யாவும் வாயிளித்து ஆபாசமான பசியைப் போன்று
நிற்கக் கண்டவனாயினும்,
வீடு
ஒன்றுண்டெனவே எண்ணுகிறேன்.
இந்தச் சுவர்களினுள் விழுங்கப்பட அல்ல.
கருவாகி
புனிதத் தசைகளில் ஊறும் ரத்தச்சுனையைக் காண.

□

7

தாவோ தேஜிங்கின் உண்மை

காலியாக இருக்கிறதென்பதால்
தாவோ பயன்படுத்தப்படும்போது
அது நிரப்பப்படுகிற சாத்தியமில்லை.
தன் நுண்மையின் நுண்மையில்
அது அனைத்தின் மூலாதாரமாகத் தோன்றுகிறது.
அதன் ஆழத்தைப் பார்க்கும்போது
அது எப்போதும் இருப்பதாகவே தோன்றுகிறது.
எனவே, தாவோ
யார் குழந்தை என்று எனக்குத் தெரியாது;
ஆனால், அது
இயற்கையின் மூதாதைபோலத் தோன்றுகிறது.
(தாவோ தேஜிங்)

தமிழ் கவிதையில் கொக்கு போல, குருவி போல, மாக்கள் போல என்று திருக்குறளிலிருந்து தவிர்க்க முடியாததாக ‘போல’ உள்ளது.

ஆனால் இந்தக் கவிதையின் கடைசி வரியில் தொனிக்கும் ‘போல’ உணர்த்தலின் நிச்சயத்தன்மையைத் தவிர்க்கிறது. இயற்கையின் மூதாதை போலத் தோன்றுகிறது என்று என்று சொல்லும் போது நிச்சயத்தன்மைக்கு மாறாக ஒரு இறகுத்தன்மை வந்துவிடுகிறது. ஆனால் உண்மையாகவும் இருக்கிறது. உண்மை போல இந்தக் கவிதையில் இருக்கும் ‘போல’வைப் போல நாம் இறகு போல எதையும் அழுத்தாத உண்மையாக வேண்டும்.

8

இந்திரனின் ஆரத்தில் ஒரு ரத்தினம்

இந்திரனின் மாளிகை ஒன்றை இந்திரலோகத்தின் சிறந்த கலைஞன் நிர்மாணித்தான். அதன் மேல் முகத்திரையைப் போல எல்லையற்ற மடிப்புகள் கொண்ட அனைத்துத் திசையிலும் நீளும் அற்புத வலை ஒன்றையும் தொங்கவிட்டான். இந்திரனைத் திருப்திபடுத்துவதற்காக அந்த வலையின் ஒவ்வொரு துளையிலும் ஒரு ரத்தினத்தையும் பதித்தான். நட்சத்திரங்களைப் போல அந்த மாளிகை ஓவியமாக மின்னியது. ஒருவர் அருகில் போய் அந்த வலையில் இருக்கும் ஒரு ரத்தினத்தைத் உயர்த்திப் பார்த்தால் அந்த வலையில் தொங்கும் மற்ற எல்லா ரத்தினங்களையும் அது பிரதிபலிக்கும். அதில் பிரதிபலிக்கும் எண்ணற்ற எல்லா ரத்தினமும் மற்ற எண்ணற்ற ரத்தினங்களைப் பிரதிபலித்தன.

காரணங்களும் விளைவுகளும் ஒன்றுக்கொன்று தொடர்புடைய இணைப்பில் ஒவ்வொரு உயிரும் நிகழ்ச்சியும் இன்னொன்றைப் பிரதிபலித்தபடி உள்ளன என்பதை மகாயான பவுத்தத்தில் இப்படி இந்திரனின் ஆரம் என்ற படிமத்தால் குறிப்பிடுகின்றனர்.

கோடிக்கணக்கில் பிரதிபலித்தபடியும் பிரதி பலிப்புக்கு உள்ளாகியும் உயிர்களும் நிகழ்ச்சிகளும் இயங்கிக் கொண்டிருக் கின்றன. சமீபத்தில், கவிஞர் இசை எழுதிய 'போலீஸ் வதனம்'

கவிதையில் அருள் என்னும் அருநீர் போலீஸ்காரனில் துவங்கி ஒரு சொறிநாய்க்குட்டிக்கு ஆரஞ்சுத் துண்டாகப் போய்ச் சேர்கிறது.

கடவுள் தோன்றும் நிகழ்ச்சி எப்படி நடக்கிறது என்று பெட்ரண்ட் ரஸ்ஸல் கூறுகிறார். 'ஆக்சிஜனும் ஹைட்ரஜனும் இங்கே எப்போதும் இருக்கிறது. அது சேர்ந்து தண்ணீராகும் கணம்தான் கடவுள் தோன்றும் கணம்' என்பதாகக் குறிப்பிடுகிறார்.

இசையின் கவிதையில், நான்குமுனைச் சந்திப்பொன்றில் ஒரு போலீஸ்காரரும் குடியானவனும் மோதிவிடுகிறார்கள். அவனுக்கு ஒரு அறை விழும் என்று எதிர்பார்க்கும் வேளையில் அந்த போலீஸ்காரர் நேசத்துடன் சிரிக்கிறார். வானத்தில் ஒன்றுகூடும் தேவர்களின் ஓசை கேட்டது என்று கடவுள் உருவாகும் அந்த முகூர்த்தத்தைத்தான் கவிஞர் குறிப்பிடுகிறார். போலீஸாரிடமிருந்து அந்த அருள், ஒரு கந்துவட்டிக்காரனிடம் பத்தவைக்கப்படுகிறது. அன்று வட்டி கட்ட இயலாமல் போன ஆரஞ்சுப் பழம் விற்கும் பாட்டியிடம் அந்த அருள் போய் விழுகிறது. அது ஒரு குப்பையள்ளும் பெண் தொழிலாளிக்குக் குட்டிப் பழங்களாகச் சென்று அவளிடமிருந்து ஒரு யாசகச் சிறுமிக்குப் போகிறது. அவளிடமும் நிற்காத அருள் ஒரு சுளையாக விள்ளப்பட்டு சொறிநாய்க்குட்டியின் வாய்க்கு வருகிறது.

இசையின் கவிதை, அருள் என்னும் வெளிச்சம் விழுந்து ஒவ்வொரு உயிர் மீதும் பிரதிபலிப்பதைக் காட்டுகிறது. அருள் மட்டுமல்ல மருள், பயங்கரம், குற்றம் தோன்றும் இடத்தி லெல்லாம் கடவுள் தோன்றுகிறார். நாம் மொழிபெயர்த்து வேறு கயிறுகளால் கட்டுகிறோம். போக்கும் வரவும் என்று புரிந்துகொள்கிறோம்.

அருளின் சோதி சுடரும் 'ஒளிநறுங்கீற்று' அல்லவா அந்தப் பழம். அதைச் சாப்பிட்டுத்தான் மீட்சியைப் பெறட்டுமே அந்தக் குட்டிச் சொறிநாய்.

அத்வைதத் தோட்டத்திலும் அலையும் நாய்க்குட்டி என்று சொல்லலாமா கவிதையை?

போலீஸ் வதனம்
நான்குமுனைச் சந்திப்பொன்றில்
ஒரு போலீஸ்காரரும் ஒரு குடியானவனும்
கிட்டத்தட்ட மோதிக்கொண்டனர்
குடியானவன் வெலவெலத்துப்போனான்
கண்டோர் திகைத்து நின்றனர்
அடுத்த கணம் அறைவிழும் சத்தத்திற்காய்
எல்லோரும் காத்திருக்க
அதிகாரி குடியானவனை நேர்நோக்கி
ஒரு சிரி சிரித்தார்.
அப்போது வானத்தில் தேவர்கள் ஒன்றுகூடும்
ஓசை கேட்டது.
“நகையணி வதனத்து ஒளிநறுங்கீற்றே!”
என வாழ்த்தியது வானொலி.
போலீஸ் தன் சுடரை
ஒரு கந்துவட்டிக்காரனிடம்
பற்றவைத்துவிட்டுப் போனார்.
அவன்
ரோட்டோரம் கிடந்து பழம் விற்கும் கிழவியிடம்
கந்து வசூலிக்க
வந்தவன்.
கிழவி தலையைச் சொரிந்தபடியே
“நாளைக்குஞ்” என்றாள்.
ஒரு எழுத்துகூட ஏசாமல்
தன் ஜொலிப்பை அவளிடம் ஏற்றிவிட்டுப் போனான்.
அதில் பிரகாசித்துப்போன கிழவி
இரண்டு குட்டி ஆரஞ்சுகளைச் சேர்த்துப் போட்டாள்.
அது ஒரு குப்பைக்காரியின் முந்தானையில் விழுந்தது.
எப்போதாவது ஆரஞ்சு தின்னும் அவளை
ஒரு பிச்சைக்காரச் சிறுமி வழிமறிக்க
அதிலொன்றை ஈந்துவிட்டுப் போனாள்.
சிறுமியின் காலடியில்
நாய்க்குட்டியொன்று வாலாட்டி மன்றாடியது.
அதிலொரு சுளையை எடுத்து
அவள் அதன் முன்னே எறிய
சொறிநாய்க்குட்டி
அந்த ‘ஒளிநறுங்கீற்றை’ லபக்கென்று விழுங்கியது.

□

9
இடையில் பிரிக்கும் நதி

ஞானக்கூத்தனின் மறைவுக்குப் பிறகு வெளியாகியுள்ள 'இம்பர் உலகம்' கவிதைத் தொகுதி அவரது நீடித்த தரத்தையும் உள்ளடக்கத்தின் வளமையையும் உறுதிப்படுத்துவதாக அமைந்துள்ளது. ஒரு வடிவத்தில் நீண்ட காலம் புழங்கியவர்கள் என்ற கவுரவம், பணிமூப்புத் தகுதி மட்டுமே கோராத புதுமையும் வளர்ச்சியும் கொண்டது ஞானக்கூத்தனின் கவிதை உலகம்.

இப்படித் தங்களையும் தங்கள் மொழியையும் உள்ளடக்கத்தையும் புதுப்பித்தபடி இளம் கவிஞர்களின் மொழியையும் பாதிப்பவர்கள் என்று ஞானக்கூத்தனையும் தேவதச்சனையும் சொல்ல முடியும். இம்பர் உலகம் என்றால் இந்த உலகம் என்று பொருள். இந்த உலகத்தைப் பற்றி மட்டுமே எழுதிக் கொண்டிருந்தவர் ஞானக்கூத்தன்.

இத்தொகுதியில் வரும் ஏழாவது கவிதையான 'குருதியின் குரல்'எதிர்வினைகளே எதிர்ப்புகளாக மயங்கித் தெரியும் இக்கால கட்டத்துக்குப் பொருத்தமானதாகத் தோன்றுகிறது.

நாயை, அதன் குரைப்பைப் பரிசீலனை செய்யும் கவிதை குருதியின் குரல். எனக்கு சமீபத்தில் நாய்களை, குறிப்பாக, தெருநாய்களைப் பார்க்கும்போது, நேசமும் அவற்றுடனான அடையாள உணர்ச்சியும் பெருகி வருகிறது.

நாய்கள் மழையையும் கோடையையும் வயோதிகத்தையும் இளமையையும் மனமின்றி, மொழியின்றி, உடல் வழியாக,

ஷங்கர்ராமசுப்ரமணியன்

சலிக்கச் சலிக்கப் பூரணமாக அனுபவிக்கின்றன. ஒரு புலன் தூண்டலாக, எதிர்வினையாக, அவை உருவங்களைக் கண்டு அந்நியர்களைக் கண்டு, நிழலைக் கண்டு குரைக்கின்றன; உஷ்ணம் அதிகரிக்கும்போது, மணலைக் கால்களால் நோண்டி, ஈரம் தென்பட, அந்தப் பள்ளத்தில் இளைப்பாறுகின்றன.

நாக்கைத் தொங்கவிட்டு எச்சில் சிந்த வெயிலில் சலித்திருக்கும் நாயைப் பார்க்கும்போது எனக்கு, நாயாக வேண்டும் என்ற ஆசை எழுகிறது.

காலம் காலமாகத் தமிழ் மொழியில் நாய், இழிபிறவியாக, கீழானதாகச் சித்தரிக்கப்பட்டுள்ளது. 'நாயிற் கடையாய்' என்கிறார் மாணிக்கவாசகர். சித்தர் பாடல்களில் நாய், படாத பாடுபடுகிறது. நவீன கவிதையில் சுந்தர ராமசாமி 'நடுநிசி நாய்க'ளை மனிதனின் குணப் பிறழ்வுகளின் உருவகமாகவே வகுக்கிறார். பாரதியிலும் நகுலனிலும் நாய்கள் வாஞ்சையாக அணுகப்படுகின்றன.

நவீனன் டைரி நாவலின், 'ஏன் நவீனனை நாய் என்று அழைக்கக் கூடாது?' என்ற வாசகம் சிறுபத்திரிகை வாசகர்களிடையே பிரபலமானது. ஒவ்வொரு வடிவமும் ஒவ்வோர் உயிரும் இன்னோர் உயிரின் மேல் உருவாக்கும் சாயலின் அடிப்படையில் நவீனனை நாய் என்று நாம் அழைக்கலாம் அல்லவா?

ஞானக்கூத்தனின் 'குருதியின் குரல்' கவிதையில் நாய் வெளிப் படையாக இருக்கிறதா என்று தெரியவில்லை. ஆனால், குரைப்பு இருக்கிறது. கவிதை ஆசிரியர், 'ஒரு நாயின் குரல்போல் அது கேட்கிறது' என்றுதான் சொல்கிறார்.

ஆனால், அது குரைக்கிறது என்பது தெளிவு. அது நமக்கு ஏற்கெனவே தெரிந்த காரணங்களுக்காகக் குரைக்கவில்லை. ஆனால், அது குரைக்கிறது. தன்னையும் மறுகரையையும் பிரிக்கும் நதியைக் கடப்பதற்காக அது குரைக்கிறதாம்!

நம்மையும் நாம் சேர நினைக்கும் மறுகரையையும், நம்மையும் நாம் அடைய நினைக்கும் நியாயங்களையும் லட்சியங்களையும், நம்மையும் நாம் அடைய நினைக்கும் இலக்குகளையும் பிரிக்கும் ஒரு நதி, குரைப்பதால் இல்லாமலோ குறுகியோ போய்விடுமா? இக்காலத்தில் இதுமட்டும்தான் சாத்தியமா? எதிர்வினையையும் எதிர்ப்பையும் பிரிக்கும் ஒரு நதியைப் பார்த்து இந்தக் குரைத்தல்

நடக்கிறதா? எதிர்ப்பு சாத்தியம்தானா? என்பதையெல்லாம் யோசிக்கத் தூண்டுகிறார் அமரர் ஞானக்கூத்தன்.

குருதியின் குரல்

தெளிவாய்க் கேட்கிறது குருதியின் கூக்குரல்
இடுப்புச் சிறுத்து
விலாப்புறம் வடிவாய் அமைந்து
ரோமம் அதிகமில்லாத வாலுடைய
ஒரு நாயின் குரல்போல் அது கேட்கிறது
பசிக்காக அது குரைக்கவில்லை
பகையின் உரவம் தென்பட்டதற்காக அல்ல
யாரிடமும் கடிபடவும் இல்லை
ஆனால் அது குரைக்கிறது
தன்னையும் ஒரு மறுகரையையும்
பிரிக்கும்
ஒரு நதியைக் கடக்க அது குரைக்கிறது.

□

10
இல்லாமல் இருப்பதன் இனிமை

அனைத்தும் மாறிக்கொண்டேயிருக்கின்றன; ஒரு பொருள் இன்னொரு பொருளாகிறது; ஒரு உயிர் இன்னொரு உயிராக மயங்குகிறது; உயிர் உயிரற்றது என்று சொல்லப்படும் எல்லைகள் குழம்புகின்றன; பொழுதுகளும் பருவங்களும் மயங்குகின்றன; உரையாடலின்போது தனித்தனிச் சுயங்கள் கரைகின்றன. தமிழின் முன்னோடிக் கவிஞர்களில் ஒருவரான நகுலன் இந்த உருமாற்றங்களையும் மயக்கத்தையும் ஒரு 'சொரூப' நிலையாகத் தன் கவிதைகளிலும் உரைநடையிலும் தொடர்ந்து உருவாக்கியிருக்கிறார்.

இயற்கையும் மனிதனும் வேறு வேறு என்று நவீன மனிதன் பாவிக்கிறான். 'சுயம்' என்றும் 'தான்' என்றும் தனித்து அவன் கொள்ளும் லட்சியங்களும் கனவுகளும் கனத்துச் சலிக்கின்றன. இதைத் தன் படைப்புகளில் தொடர்ந்து தெரியப்படுத்தியவர் நகுலன். தந்தை, அதிகாரி, கணவன், வியாபாரி, நிர்வாகி, ஆட்சியாளன் என லௌகீக வாழ்வில் தான் வகிக்கும் பாத்திரங் களையே திடமான சுயங்களாக வரித்துக்கொள்ளும் மனிதன், அவற்றாலேயே விழுங்கப்படுகிறான். இதை மனித உயிரின் தோல்வியாகப் பார்க்கிறார் நகுலன். இருக்கிறோம் என்று நினைத்துக்கொண்டிருக்கும்போது எல்லாம் நகர்ந்துகொண்டு இருக்கின்றன. முந்தைய உருவை இல்லாமலாக்கிக்கொண்டு போய்க்கொண்டிருக்கின்றன. இப்பின்னணியில், நிகழ்கணத்தின்

மீதான விழிப்பையும் முழு பிரக்ஞை நிலையையும் மொழியில் நிகழ்த்தியவர்களில் ஒருவர் நகுலன்.

இருப்பதற்கென்றுதான்
வருகிறோம்
இல்லாமல்
போகிறோம்.

நகுலனின் 'கோட்ஸ்டாண்ட் கவிதைகள்' தொகுதியில் இடம்பெற்ற இக்கவிதையைப் பெரும்பாலான வாசகர்கள் நிலையாமையின் துக்கமாகவே வாசித்திருக்கிறார்கள். சில மரணங்களுக்கு உதாரணமாகவும் இந்தக் கவிதை காட்டப் பட்டுள்ளது.

இருப்பு மாறிக்கொண்டே இருப்பதை, 'தான்' என்ற ஒன்று தொடர்ந்து கரைந்து இல்லாமல் போய் உருமாறுவதைச் சொல்லும் அனுபவமாக இக்கவிதையைக் காணும்போது அது இனிமையானதொரு உணர்வைத் தருகிறது.

ஹெர்மன் ஹெஸ்ஸேயின் சித்தார்த்தன் நாவலில் சித்தார்த்தன் தன் நண்பன் கோவிந்தனிடம் சொல்லும் வாசகம் இது: இது ஒரு கல். ஏதோ ஒரு கால அளவில் இது ஒரு வேளை மண்ணா கலாம். பின், அம்மண்ணிலிருந்து அது ஒரு தாவரமாகி, விலங்கு அல்லது மனிதன் ஆகும்.

அறிவியல் எழுத்தாளர் பில் பிரைசன், தனது 'அனைத்தையும் குறித்த சுருக்கமான வரலாறு' (தமிழில்: ப்ரவாஹன்) நூலில், "உங்களின் பகுதியாக இருக்கிற ஒவ்வொரு அணுவும் ஏறத்தாழ நிச்சயமாகப் பல விண்மீன்களைக் கடந்து வந்துள்ளன; மேலும் அவை, நீங்களாக ஆவதற்கு முன்னர் பத்து இலட்சக்கணக்கான உயிரிகளின் பகுதியாக இருந்துள்ளன. நாம் இறந்ததும் அவை தீவிரமான மறுசுழற்சிக்கு உள்ளாகின்றன. நம்முடைய அணுக்களில் கணிசமான எண்ணிக்கை ஒரு நேரத்தில் அநேகமாக ஷேக்ஸ்பியருக்கு உரியதாயிருந்தன" என்கிறார்.

புல்லாகிப் பூடாகிப் புழுவாகி மரமாகி மாறிக் கொண்டிருப்ப தெல்லாம் தற்கணத்தில் குவிகின்றன. நிகழ்ச்சிப் பெருக்கின் வேகத்தில் திடநிலை உருகித் திரவமாக மயக்கம்கொள்வதை அனுபவமாக்கும் நகுலனின் கவிதைகளில் ஒன்று 'ஸ்டேஷன்'.

ஸ்டேஷன்

ரயிலை விட்டிறங்கியதும்
ஸ்டேஷனில் யாருமில்லை.
அப்பொழுதுதான்
அவன் கவனித்தான்
ரயிலிலும் யாருமில்லை
என்பதை;
ஸ்டேஷன் இருந்தது,
என்பதை
"அது ஸ்டேஷன் இல்லை"
என்று நம்புவதிலிருந்து
அவனால் அவனை விடுவித்துக் கொள்ள
முடியவில்லை.

ரயில் வரும்போது அது ஸ்டேஷன். ரயில் வராதபோது ரயிலிலும் யாரும் இல்லாதபோது அது என்னவாக இருக்கிறது.

நகுலனின் இந்த 'ஸ்டேஷன்' கவிதை, மொழி வெளிப்பாட்டில் மிகவும் எளிய கவிதைதான். ஆனால், எத்தனை முறை படித்தாலும் தெளிந்த குழப்ப விசித்திர உணர்வு மூட்டத்தை ஏற்படுத்தும் கவிதை இது. அந்தி மயங்கும்போது ஏற்படும் உணர்வைப் போன்றது அது.

இல்லாமல் இருப்பதன் இனிமை, இருந்து பார்த்தவர்கள் மட்டுமே உணரக்கூடியது.

□

11
ஷ்ரோடிங்கரின் பூனை நகுலனைத் திறக்கிறது

ஒரு பொருள் என்ன நிலையில் இருக்கிறது என்று நமக்குத் தெரியாத நிலையில், குவாண்டம் கோட்பாடு அதை 'இருநிலை இருப்பு' என்று அழைக்கிறது. அது என்னவாக இருக்கிறது என்று பார்க்காத வரை அதற்கு எல்லா நிலைகளும் சாத்தியம். ஆணாக, பெண்ணாக, இருபாலுயிரியாக, யாரும் பார்க்காத வரை எல்லா நிலைகளும் சாத்தியம்.

புகழ்பெற்ற விஞ்ஞானியான எர்வின் ஷ்ரோடிங்கர், ஒரு சோதனையைக் கற்பிதம் செய்தார். அதன்படி, ஒரு இரும்புப் பெட்டிக்குள் பூனையையும் ஹைட்ரோசயனிக் அமிலக் குப்பி ஒன்றையும் வைக்க வேண்டும். அத்துடன் கதிரியக்கத் தன்மை கொண்ட பொருளையும் வைக்க வேண்டும். பரிசோதனையின் போது, அந்தக் கதிரியக்கப் பொருளின் ஒரு அணு சீர்கெட்டாலும், அது அந்த இரும்புப் பெட்டியில் வைக்கப்பட்டுள்ள சுத்தியலை அசைத்து, அமிலக் குப்பியை உடைக்கும். அமிலக் குப்பி கசிந்தால் பூனை இறந்துவிடும். ஆனால், அந்த இரும்புப் பெட்டி மூடியிருக்கும் நிலையில் பூனை உயிருடன் இருக்கிறதா, இல்லையா என்பது தெரியவே தெரியாது.

குவாண்டம் விதியின்படி, பூனை உயிருடனும் இருக்கலாம்; இறந்தும் இருக்கலாம் என்ற 'இருநிலை இருப்பு நிலை'யில்

உள்ளது. நாம் உள்ளே புகுந்து பார்க்கும்போதுதான் இந்த 'இருநிலை' இல்லாமல் போகும்.

நகுலனின் புகழ்மிக்க கவிதை ஒன்றை ஷ்ரோடிங்கரின் பூனை வழியாகத் திறக்கும் போது, கூடுதலாக ஒளியேறுவதை இப்போது அனுபவிக்கலாம். அவரது 'கோட்ஸ்டாண்ட் கவிதைகள்' தொகுப்பில் வரும் கடைசிக் கவிதை இது. நகுலனின் அர்த்தங்கள் அதிகரித்துக்கொண்டே செல்லும் காலம் இது.

"யாருமில்லாத பிரதேசத்தில்
என்ன நடந்துகொண்டிருக்கிறது?
எல்லாம்"

ஆம். நீயும் நானும் இல்லாதவரை; நாம் இல்லாதவரை; நாம் திறந்து பார்க்காதவரை; நிகழ்ந்து கொண்டிருக்கிறது; ஆணாகவும் பெண்ணாகவும் இருப்பாகவும் அழிவாகவும் படைப்பாகவும்; எல்லாம்; எல்லாம்; ஆம்; ஆமென்;

அந்தப் பிரதேசம் எங்கே இருக்கிறது?
என்ன நடக்கிறது; எல்லாம்.

◻

12
நாத்தியிடம் ருசிபார்க்கச் சொல்லும் சுந்தர ராமசாமி

படைப்பு ரீதியாகவும் தனிப்பட்ட வகையிலும் மனம் சோர்ந்திருக்கும்போதும் சுயவிழிப்பை இழந்திருக்கும் வேளைகளிலும் சுந்தர ராமசாமியின் கட்டுரைகள், செய்யவேண்டிய வேலைகள் என்னவென்பதைத் தெளிவூட்டுவதாக எனக்கு எப்போதும் இருந்துள்ளன. எழுத்தாளன் தன்னைப் பற்றியும் தன் படைப்பு குறித்தும் கொண்டிருக்கும் கற்பனைக்கும் உண்மைக்கும் இடையிலான பல பாவனைகளை அவரது எழுத்துகள் எப்போதும் நிர்தாட்சண்யமாக உடைக்க முயல்பவை. நட்பு வேறு, நன்றியறிதல் வேறு, நேசம் வேறு, விமர்சன உணர்வு வேறு என்பதைத் தொடர்ந்து நினைவூட்டுபவையாக அவரது முன்னுரைகளும் கட்டுரைகளும் திகழ்கின்றன. எப்படியான உறவிலும் விமர்சன உணர்வையும், எதார்த்த உணர்வையும் தக்கவைத்துக் கொள்வதற்கு படைப்புசார்ந்து மட்டுமின்றி வாழ்க்கை சார்ந்தும் நமக்குத் தொடர்ந்து போதமூட்டி வருபவை சுந்தர ராமசாமியின் எழுத்துகள்.

அவரது இளம்வயதில் எழுதிய முதல் நாவலான 'ஒரு புளிய மரத்தின் கதை'க்கு அவர் எழுதிய முன்னுரை, அதற்கு மிகச்சிறந்த உதாரணம். திராவிட இயக்கத்தின் அரசியல், கலை, கலாசார வெளிப்பாடுகள் மிகவும் படாடோபமாகவும்,

மிகைக்கூச்சல்களுடனும், உணர்வுச்சத்துடனும் வெளிப்பட்டு நம் வெகுஜனக் கலாசாரத்தையே மயக்கி வைத்திருந்த காலத்தில் எழுதப்பட்ட எதிர்வினையென்றே இதைச் சொல்லலாம். அத்துடன் சமூக மாற்றமும் புரட்சியும் குறுகிய காலத்தில் முளைத்துப் பிரசவிக்கும் கருப்பைகளாக இலக்கியத்தைப் பார்த்த முற்போக்குகளுக்கும் இந்த முன்னுரையில் பதில் உள்ளது. கலைஞன் என்பவன் மகத்தான புனிதன் என்று நிறுவ விரும்புபவர்களுடனும் அவர் நிற்கவில்லை.

"தமிழ் இலக்கியத்தின் நாவல் மரபைத் திசைதிருப்பிவிட வேண்டுமென்றோ, உரு, உத்தி இத்யாதிகளில் மேல்நாட்டுக் களஞ்சியத்திலிருந்து கொஞ்சம் கொள்ளையடித்துத்தான் தீருவது என்று ஆசைப்பட்டோ, திட்டம் வகுத்தோ எழுதிய நாவல் அல்ல இது. தமிழ் அன்னைக்கு இதோ ஒரு புதிய ஆபரணம் என்று எண்ணியும் இதை எழுதவில்லை. எந்தக் கலைஞனும் தன் மொழியில் இல்லாததைத் தேடி அளிக்கவோ, இடைவெளிகளை நிரப்பவோ, இலக்கிய வளர்ச்சிக்குத் தோள் கொடுக்கவோ, மொழிக்குச் செழுமையூட்டவோ எழுதுவதில்லை. நவநவமாய் ஆபரணங்களைச் செய்து அன்னையின் கழுத்தில் சூட்டுவது அல்ல, தன் கழுத்திலேயே மாட்டிக்கொண்டு அழகு பார்க்கவே அவனுக்கு ஆசை. கலைஞனின் சமூகப் பொறுப்புகளும் பொதுநல உணர்ச்சிகளும் பெரிதும் மிகைப்படுத்தப்பட்டுவிட்ட காலம் இது. அவன் எந்த அளவுக்குச் சுயநலக்காரன், திமிர்பிடித்தவன், அரசாங்க அமைப்பின் எதிரி, அனைவரையும் திரணமென மதிக்கும் அகங்காரி, சகோதரத் தொழிலாளிகள்மீது தீராத பொறாமை உணர்ச்சியை அடைகாத்து வருபவன், சிலவேளைகளில் எப்படி மனிதனிலும் கடைமனிதன் அவன் இவை எல்லாம் மறந்துவிட்ட பாவனை காட்டும் காலம் இது. வெகுளிகளில் அவன் அக்கிரகண்ணியன். அவனால் சொந்தம் பாராட்ட முடியாத அர்ச்சனைகள் சொரியப்படுகிறபோது அதையும் அவன் கேட்டுக்கொண்டுதான் இருப்பான். ஆமோதிக்க, உண்மை உணர்ச்சி அவனை உறுத்தும். மறுக்க, அவனுடைய புகழாசை விடாது. விமர்சகர்களுக்கு வேட்டைதான். காண ஆசைப் படுவதையெல்லாம் கண்டுவிட்டதாகவே சொல்லிவிடலாம். ஆட்சேபணை இல்லை."

"கலைஞனின் சமூகப் பொறுப்புகளும் பொதுநல உணர்ச்சிகளும் பெரிதும் மிகைப்படுத்தப்பட்டுவிட்ட காலம்

இது." என்று சுந்தர ராமசாமி எழுதிய காலம் 1966. ஆனால் இந்தக் கூற்று தற்காலத்துக்கும் மிகவும் பொருத்தமுடையதாகவே இருக்கிறது. முகநூல் பதிவுகள், புத்தக வெளியீட்டு விழாக்கள், புத்தகங்களுக்கு எழுதப்படும் அட்டைக் குறிப்புகள், முன்னுரைகள் என சுயபெருமிதமும், மிகையுணர்ச்சியும், அசட்டுத்தனங்களும், பொய்களும், கோஷங்களும் தீவிரமான பாவங்களுடன் புழங்கும் காலம் இது. ஒரு பதிப்பகத்திலிருந்து எனக்கு அவ்வப்போது அனுப்பப்படும் நூல்களை மிகுந்த பயம் கொண்டே திறப்பேன். அந்தப் பதிப்பகத்தின் உரிமையாளர் தனது அத்தனைப் புத்தகங்களின் 'ப்ளர்ப்' குறிப்பையும் மார்பில் வைத்துக் கொண்டு எழுதுகிறாரோ என்று தோன்றும்.

சிறுநகரத்துப் பேருந்துகளில் ஒலிக்கும் சரச, தாப, விரகப் பாடல்களின் உள்ளடக்கம் நவீன மொழியில் கவிதைகளாக எழுதப்படுகின்றன. அவை அகப்பாடல்களின் நீட்சியாக முன்னணி எழுத்தாளர்களால் உச்சிமுகரப்படுகின்றன. குழந்தைகள் பிறக்கும் வார்டுகளில் மூத்த கவிஞர்கள், பெண் குழந்தைகள் எழுதப்போகும் கவிதைத் தொகுப்புக்கு முன்னுரையளிக்க ரோஜாவோடு காத்திருக்கின்றனர்.

விடுதிகளின் வரவேற்பறை உரையாடல் மற்றும் ஐபிஎல் மைதானங்களில் ஆடும் சீர் லீடர்களின் சல்லாபங்களைப் போல மொழியை மாற்றியிருக்கிறோம். புத்தக வெளியீட்டு விழாக்களில் பகிரப்படும் வாசகங்கள் எதுவும் அதற்குத் தொடர்புடைய படைப்புகள் சார்ந்தது இல்லை. வேறுவேறு ரகசியங்கள் கிசுகிசுப்பாகப் பகிரப்படும் இடம் அது. ராஜா ஜட்டி கூட அணியாமல் ஊர்வலம் வருகிறார் என்பதைச் சொல்லும் ஒரு உண்மையுணர்ச்சி கொண்ட குழந்தையைக் கூட தெருவில் பார்க்க முடிவதில்லை. பகுத்தறிவும் மெய்மைக்கான தேடலும்தான் அனைத்துப் படைப்புகளுக்கும் அடிப்படை என்பதை மீண்டும் உரக்கச் சொல்லவேண்டிய நிலைமை இது. மானமும் அறிவும் மனிதருக்கு அழகு என்ற பெரியாரின் வாசகத்தை இன்னும் வேறுவகையில் நினைவூட்ட வேண்டியவர்களாக உள்ளோம்.

இத்தகைய பின்னணியில் தான் சுந்தர ராமசாமி, 1964ம் ஆண்டிலிருந்து இறப்பதற்கு முந்தைய வருடம் வரை மொழிபெயர்த்த 101 கவிதைகளைப் பார்க்க வேண்டும். தொலைவிலிருக்கும் கவிதைகள் என்பதுதான் அத்தொகுப்பின்

பெயர். அதற்கு அவர் எழுதிய முன்னுரையின் தலைப்பு 'இப்படித்தான் மொழிபெயர்த்தேன்'. சம்பிரதாயக் கல்வி, ஆங்கிலப்புலமை இல்லாமல் அவர் கவிதைகளை எப்படி மொழிபெயர்க்க ஆரம்பித்தார் என்பது தொடங்கி, முதல் கவிதைகளை க.நா.சு நடத்திய இலக்கிய வட்டத்துக்கு அனுப்பி வைத்ததையும் அவர் நம்மிடம் பகிர்ந்துகொள்கிறார். க.நா.சுவின் மேல் நட்பும் மதிப்பும் கொண்டிருந்தாலும், ஆங்கிலமூலத்தை அனுப்பி வைத்ததாகவும் அதை அவர் ஒப்பிட்டுப் பார்த்தாரா என்று தெரியவில்லை என்ற சந்தேகத்தையும் முன்வைக்கிறார். க.நா.சுவின் விட்டேற்றி இயல்பையும் சொல்லிவிடுகிறார். பிரமிளுக்கு நன்றி சொல்லும்போது இருவருக்கிடையிலிருந்த கசப்பை பதிவுசெய்கிறார். கவிதை மொழிபெயர்ப்பு தொடர்பாக தனக்கிருந்த சந்தேகங்கள், கற்பிதங்கள், தெளிவுகள் ஆகியவற்றை காலவாரியாக இந்த முன்னுரையில் தொகுக்க விரும்பும் சுந்தர ராமசாமி, தான் மொழிபெயர்த்த கவிதைகளின் உள்ளடக்கம், குணம், உலகப்பார்வை குறித்து எதையும் பகிரவில்லை. ஆனால் அதற்குத்தான் அவர் மொழிபெயர்த்த 101 கவிதைகள் உள்ளனவே.

சிறுகதை, நாவல், கட்டுரை போன்ற நவீனத்தமிழின் அனைத்து வடிவங்களிலும் குறிப்பிடத்தகுந்த சாதனையாளராக சுந்தர ராமசாமி மீது எனக்கு மதிப்பு இருந்தாலும் புதுக்கவிதை என்னும் வடிவம் சார்ந்து அவரை எனக்கு விசேஷமாகச் சொல்லமுடியவில்லை. புதுக்கவிதை என்னும் வடிவம் மற்றும் சாத்தியங்களைக் கடைசிவரை நம்பிக்கையோடு பரிசீலித்துப் பார்த்த முன்னோடி அவர். அனுபவம், வெளிப்பாடு, நம்பிக்கை கள், வடிவம் சார்ந்த உடைப்புகளோ கொந்தளிப்புகளோ சுய மிழத்தல்களோ இல்லாத எளிய அழகுப்பொருட்கள் அவை. சுந்தர ராமசாமி என்ற எழுத்தாளன் மற்றும் கருத்தாளனின் சுயம் முனைந்து தெரியும் அழகியல்பூர்வமான சிந்தனைத் தெறிப்புகள்.

ஆனால் இதற்கு நேர்மாறாக, தமிழ் புதுக்கவிதை உலகம் அடைய வேண்டிய பல்லுயிர்த்தன்மை குறித்து சுந்தர ராமசாமி கண்ட கனவுகளென அவர் மொழிபெயர்த்த கவிதைகளைக் கூறலாம். தனது படைப்புகளுக்கு உறை போடுவதல்ல, தனது படைப்புகளையும் கேள்விக்குள்ளாக்குவதற்குத் தான் தனது விமர்சனங்கள் பயன்படவேண்டும் என்று அவர் எழுதியிருப்பதை அவரது மொழிபெயர்ப்புக் கவிதைகளுக்கும் பொருத்தலாம்.

சுந்தர ராமசாமி கவிதைகளில் பெரும்பாலும் தென்படாத நிலவியல், வாழ்க்கைப்பார்வை, காமம் சார் சித்தரிப்புகள், விலங்குகள், மொழி வெளிப்பாடுகள், உணர்வெச்சங்கள், உக்கிரம், இரக்கமின்மை, எள்ளில் கொண்ட கவிதைகள் இவை. 2016ல் இத் தொகுப்பைப் படிக்கும்போதும், இதிலுள்ள பாதிக்கும் மேற்பட்ட கவிதைகள் இன்றைய கவிதை வாசகனையும் கவிஞனையும் பாதிக்கும் வண்ணம் இருக்கின்றன.

சீன மொழியில் வாங் சியன் என்பவர் எழுதிய கவிதையின் மொழிபெயர்ப்பு இது...

புதிய மனைவி

மூன்றாவது நாள் அவள் சமையலறைக்குள் புகுந்தாள்
தன் கைகளைக் கழுவிக்கொண்டாள்
கஞ்சி தயாரித்தாள்
தன் மாமியாரின் ருசி பற்றி ஏதும் அறியாத நிலையில்
நாத்தியிடம் ருசி பார்க்கச் சொன்னாள்.

இந்தக் கவிதையில் வரும் 'புதிய மனைவி'யாக சுந்தர ராமசாமியை நாம் திறந்து பார்க்கமுடியும். அவர் தனது இளம்வயதில் மொழிபெயர்த்த 'ஒரு பட்சியின் படம் வரைய' கவிதை எழுத்து கவிதையின் பழைய தன்மையுடன், தொனியுடன் உள்ளது. 2004ல் மொழிபெயர்த்த கவிதை தற்காலத் தமிழ் கவிதை பெற்ற அழகுகளையும் அதுகொண்டிருக்கும் கனவுகளையும் சேர்த்துப் பொதிந்து வைத்துள்ளது.

சுந்தர ராமசாமி தான் தயாரித்த கஞ்சியை மாமியாருக்கு ருசி பார்க்கத் தரவில்லை. ஒருவித தயக்கமும் அவருக்கு இருக்கிறது. நாத்தியிடம் ருசி பார்க்கச் சொல்கிறார்.

சுந்தர ராமசாமி முதலில் மொழிபெயர்த்த கவிதை 1964ல் ழாக் ப்ரெவருடையது. ஒரு புதிய தலைமுறைக் கவிஞர்களைப் பாதித்த ழாக் ப்ரெவர், வெ.ஸ்ரீராமின் மொழிபெயர்ப்பில் க்ரியாவின் 'சொற்கள்' தொகுப்பு வழியாக அறிமுகமானது 2000ல் தான்.

□

13
புராதனக் கோயிலின் யாளிகள்

வண்ணத்துப்பூச்சியும் கடலும்

சமுத்திரக் கரையின்
பூந்தோட்டத்து மலர்களிலே
தேன்குடிக்க அலைந்தது ஒரு
வண்ணத்துப்பூச்சி
வேளை சரிய
சிறகின் திசைமீறி
காற்றும் புரண்டோட
கரையோர மலர்களை நீத்து
கடல் நோக்கிப் பறந்து
நாளிரவு பாராமல்
ஓயாது மலர்கின்ற
எல்லையற்ற பூ ஒன்றில்
ஒய்ந்து அமர்ந்தது
முதல் கணம்
உவர்த்த சமுத்திரம்
தேனாய் இனிக்கிறது

பிரமிள்

என்னதான் வேதனை என்றாலும், என்னதான் துன்பம் என்றாலும் எப்போதும் சில பறவைகள் சூரியனை நோக்கியே பறந்து செல்வதை என்னவென்று சொல்ல. இராப் பகல், ஓய்வு ஒழிவு இல்லாமல்

பறக்கின்றன அவை. முன்செல்லும் பறவைகள் கருகி விழுவதைக் கண்ணால் கண்டும், அதிக வேகம் கொண்டு பறக்கின்றன. பறத்தலே கருகலுக்கு இட்டுச் செல்கிறது என்ற பேரானந்தத்தில் சிறகடிக்கின்றன. கருகிய உடல்கள் மண்ணில் வந்து விழும்போது, கூரைக் கோழிகள் சிரிக்கக் கூடும். காகங்கள் சிரிக்கக் கூடும். சற்றுக் குரூரமான, கொடுமையான சிரிப்புதான். அப்போதும் சூரியனை நோக்கிப் பறக்கப் புறப்படும் பறவைகளின் சிறகடிப்பே அச்சிரிப்புக்குப் பதில்.

(ஜே.ஜே சில குறிப்புகள் சுந்தர ராமசாமி)

இந்தக் கவிதையின் வரிகள் என் நினைவில் தொடர்ந்து கொண்டே இருப்பவை. அந்தக் கவிதையின் கடைசி வரிகளான 'முதல் கணம் உவர்த்த சமுத்திரம் தேனாய் இனிக்கிறது' என்பதைத் தெரிந்துகொண்டே நண்பர்களிடம் 'முதற்கணம் உவர்த்த சமுத்திரம் பின்னர் தேனாய் தித்திக்கிறது' என்று என் கற்பனை சேர்த்துப் பகிர்ந்திருக்கிறேன். ஒரு அனுபவத்துக்கும் இன்னொரு அனுபவத்துக்கும் இடையில் ஒரு கணம் நிற்க 'பின்னர்' தேவைப்படுகிறது எனக்கு. இனிக்கிறது என்பதைவிட தித்திக்கிறது என்பதுதான் எனது அனுபவ சொற்களஞ்சியத்தில் சரியாக இருக்கிறது. ஒரு நல்லகவிதையை இப்படியெல்லாம் ஒரு வாசகன் தன்வயப்படுத்திக் கொள்ளலாம்.

கிரேக்கத் தொன்மமான பீனிக்ஸில் இருந்து, சுந்தர ராமசாமியின் ஜே.ஜே. சில குறிப்புகளில் சூரியனுக்கு அருகே சென்று கருக விரும்பும் பறவையாக ஜோசப் ஜேம்ஸை கற்பிதம் செய்வது வரை எத்தனையெத்தனை உருவகங்கள்? உன்னதம் மற்றும் இறவாமையைத் தேடித்தான் எத்தனைவிதமான சஞ் சாரங்களை மனிதமனம் செய்துள்ளது!

லட்சியவாதத்தின் கொடுமுடியில், அதேவேளையில் அது சரியும் பிரக்ஞை நிலையில் பிரமிளுடையதும், சுந்தர ராமசாமியுடையதுமான இந்த உருவகங்கள் நவீனத்துவக் காலகட்டமான 20ம் நூற்றாண்டில் எழுதப்பட்டவை. 'ஓய்ந்தேன் என மகிழாதே... உறக்கமல்ல தியானம்... பின்வாங்கல் அல்ல பதுங்கல்' என்று இன்று, ஓர்மையுள்ள ஒரு நவீன கவிஞன் உரைக்கமுடியாது. நடுவில் சில பத்தாண்டுகள்தான் எனினும் காலம் நம்மை, நமது லட்சியங்களை அறுத்து ஈ மொய்க்கத் தெருவில் போட்டுவிட்டது.

பிரமிள் எல்லையற்ற பூ என்று வர்ணிக்கும் சூரியனின் இடத்தில் அந்த உன்னதத்தின் இடத்தில் மாணிக்கவாசகர் கயிலாயத்தில் உள்ள சிவனை வைக்கிறார். கடவுளை பெரிய பூ என்று சொல்கிறார். பூமியில் இருக்கும் சின்னப்பூக்களிலெல்லாம் தேன் குடித்து மகிழாதே! அந்தப் பெரிய பூவின் மேல் நீ அமரவெல்லாம் வேண்டாம். நினைத்தாலே போதும், உனக்குள்ளேயே தேன் சுரக்கும் என்ற உறுதிமொழியையும் கொடுக்கிறார்.

தினைத்திணை உள்ளதோர் பூவினில் தேன் உண்ணாதே,
நினைத்தொறும், காண்தொறும், பேசும்தொறும், எப்போதும்
அனைத்து எலும்பு உள் நெக ஆனந்தத் தேன் சொரியும்
குனிப்பு உடையானுக்கே சென்று ஊதாய், கோத்தும்பீ!

(திருவாசகம்-திருக்கோத்தும்பி)

மரபும் மெய்யியலும் எவ்வளவு காலத்துக்குப் பிறகும் தன் எதிரொலிகளைப் படைப்புகளில் உருவாக்குகின்றன என்பதைப் பார்ப்பதற்கான சிறுகுறிப்பே இது.

இந்த எதிரொலிகளை கவிஞர்கள் நகுலனும், ஞானக்கூத்தனும் தொடர்ந்து தங்கள் கட்டுரைகளில் அவதானித்து வந்திருக்கிறார்கள்.

புதுக்கவிதை என்கிறோம். நவீன கவிதை என்கிறோம். இருபத்தியோராம் நூற்றாண்டும் வந்துவிட்டது. இருபதாம் நூற்றாண்டில் தமிழ் மரபுக்கு சவால் விடும் வண்ணம் எழுதப் பட்ட நவீன கவிதைகளில் எத்தனையை, நமது மரபென்ற புராதனக் கோவிலின் கல்யாளிகள் தன்வயப்படுத்துவதற்காக வாய்திறந்து காத்திருக்கின்றன?

இதுபோன்ற ஒப்பீடுகளைச் செய்துபார்க்கும்போது அழகும் துயரமும் சேர்ந்த அனுபவம் வாய்க்கிறது. இது தவிர்க்க முடியாத முறைப்பாடும் கூட. எல்லாம் எதிரொலிகள்தானோ?

□

14

காலமற்று ஓடிக்கொண்டிருக்கும் நதி

பெரிதாக மாறுவதற்கு வாய்ப்பில்லாதது நம்மில் பெரும் பாலானோரின் அன்றாட யதார்த்தம். அற்புதங்களோ அரிது. காலங்காலமாக இப்படித்தான் வாழ்க்கை இருந்திருக்க வேண்டும். இந்த அலுப்பான யதார்த்தத்திலிருந்து தப்பிப்பதற்குத்தான் நமக்குக் கனவு தேவைப்படுகிறது. இன்னும் மேலான வாழ்வுக்கான லட்சியம் மற்றும் கருத்தியல்கள் தேவைப்படுகின்றன. கலையும் கவிதையும் தேவையாக இருக்கின்றன. கடவுள் தேவைப்படுகிறார். ஆலயங்கள் தேவைப்படுகின்றன. இந்த மண்ணிலேயே அவ்வப்போது தரிசிப்பதற்கும், நினைவில் வைத்துப் போற்றுவதற்கும் கனவைப் போன்ற நிலபரப்புகளும் அனுபவங்களும் தேவையாக உள்ளன.

தமிழின் சிறந்த சிறுகதைக் கலைஞர்களில் ஒருவரான வண்ண நிலவன் எழுதியிருக்கும் 'குளத்துப் புழை ஆறு', அப்படிப்பட்ட கனவு நிலவுப்பரப்பை மொழியில் உருவாக்கிய அற்புதம்.

வண்ணநிலவனின் இந்தக் கவிதையில் வரும் குளத்துப் புழை ஆறு, கொல்லம்செங்கோட்டை தேசிய நெடுஞ்சாலையில் இயற்கையால் ஆசிர்வதிக்கப்பட்ட குளத்துப்புழா என்ற சிறு கிராமத்தில் ஓடும் சிறு நதி. அதன் பெயர் கல்லடை. இந்தக்

கிராமத்திலுள்ள ஐயப்பன் கோயில் புகழ்பெற்றது. ஐயப்பன், இங்கே சிறுவனாகக் காட்சி அளிப்பதால் பால சாஸ்தா என்றழைக்கப்படுகிறார். இந்த ஆலயத்தைச் சுற்றி ஓடும் கல்லடையாற்றில்தான், ஐயப்பனின் மீது ஆசைகொண்ட மச்சகன்னி, ஐயப்பனின் வரம்பெற்று அங்கேயே மீன்களாக வாழ்கிறாள் என்ற நம்பிக்கை நிலவுகிறது. அதனால் இந்த ஆற்றில் மீன் பிடிக்கக் காலம்காலமாக விலக்கு உள்ளது.

மீன்வளம் குன்றாமல் இருப்பதால் குளத்துப் புழை ஆற்றுக்கு வரும் பயணிகள் பொரிகடலையை இடும்போது மொத்த ஆற்றின் பரப்பும் கருத்த மீன்களின் தலைதலையாகத் தோற்றம் கொள்ளும் காட்சி அற்புதமானது.

இந்த ஆற்றைத்தான் வண்ணநிலவன் கனவான நிலப்பரப்பாக மாற்றியுள்ளார். மிகக் கொஞ்சமான வரிகளைக் கொண்ட கவிதைதான் இது. தோணிகள் கூட ஓட்ட முடியாத ஆழம் குறைந்த நதிதான் குளத்துப் புழை ஆறு. ஆனால் இந்த வரிகளை எழுதும் இந்நேரத்தில்கூட ஓடிக்கொண்டிருக்கும் என்று தொடங்குகிறார். குளத்துப்புழா போன்ற கிராமத்தில் கோயிலையும் விவசாயத்தையும் தவிர வேறென்ன வாழ்வாதாரம் இருக்க முடியும். மீன்களுக்குப் போடுவதற்குப் பொரிகடலை வாங்கச் சொல்லி கொஞ்சும் மலையாளத்தில் நச்சரிக்கும் குழந்தைகளின் மீது கவிஞனின் பரிவு சாய்கிறது.

அந்தக் குழந்தைகளின் வீடுகளைக் கற்பனை செய்கிறான் கவிஞன். பால சாஸ்தா கோவில் கொண்டிருக்கும் தென்புறத்திலேயே மணிகண்டனின் ஆராதனை மணியொலி கேட்கும் ஆசிர்வாத தூரத்திலேயே அந்தக் குழந்தைகள் பாதுகாப்பாக இருக்கட்டும் என்று விரும்புகிறான். இங்குள்ள ஐயப்பனும் பாலகன்தான் என்பதை நினைவில் கொள்ள வேண்டும்.

நூறாயிரம் கிருஷ்ண சுக்ல பட்சங்கள் கடந்தும் ஓடுகிறது. காலத்தின் நினைவற்றுத் திளையும் மீன்கள் ஆற்றை உயிர்ப்புடன் வைத்திருக்கின்றன. தென்சரிவில் இருக்கும் தேக்கு மரங்கள் பின்னணியாக ஆற்றுக்குப் பேரழகைத் தருகின்றன.

இங்கேதான் இருக்கிறது குளத்துப் புழையில் ஓடும் கல்லடை ஆறு. குளத்துப் புழை ஆற்றைப் பார்த்தவர்களுக்கும், இனி பார்க்கப் போகிறவர்களுக்கும், பார்க்கவே வாய்ப்பில்லாதவர்களுக்கும்

படிப்படியாக ஒரு மேலான கனவாக ஒரு லட்சிய நிலப்பரப்பாக அதை மாற்றிவிடுகிறார் வண்ணநிலவன்.

ooo

குளத்துப் புழை ஆறு

குளத்துப் புழை ஆறு
இந்நேரத்தில்
இவ்வரிகளை எழுதும்
இந்நேரத்தில் கூட
ஓடிக்கொண்டிருக்கும்
தோணிகள் ஓட்ட முடியாத
குளத்துப் புழையாற்றின்
கரைகளில் மீன்களுக்குக்
கடலை வாங்கச் சொல்லி
கொஞ்சும் மலையாளத்தில்
நச்சரிக்கும் சிறுமிகளின்
வீடுகள்
எந்தச் சரிவில் இருக்கும்?
எனக்கு ஏனோ
வடபுறத்தை விடத்
தென்புறமே பிடிக்கிறது
அதனால் அவர்களின் வீடு
தென்சரிவிலேயே உயரமான
தேக்கு மரங்களினூடே
மணிகண்டனின் ஆராதனை
மணியொலி கேட்கும்
தூரத்தில்
இருக்கட்டும்
குளத்துப் புழையாறு
நூறாயிரம்
கிருஷ்ண சுக்ல பட்சங்கள்
கடந்தும் ஓடுகிறது
கால நினைவற்றுத்
திளையும் மீன்களோடும்
தென்சரிவுத்
தேக்கு மரங்களோடும்.

15

எலும்புகள் வாழ்கின்றன

இந்தப் பூமியில் ஜனிக்கும் ஒவ்வொரு புதிய உயிரும் ஏற்கெனவே பழகிய அமைப்புக்குள்தான் வந்துவிழுகிறது. ஏற்கெனவே திட்டமிடப்பட்ட சட்டங்களுக்குள், இலக்கணங்களுக்குள் இருப்பதும், இருப்பதற்கு ஒப்புக்கொடுப்பதுமான ஒரு அமைப்பைத்தான் அரசு என்கிறோம். ‘அழகு’என்று ஒன்றைக் கருதும்போது, சமூகத்தில் பொதுவாக ஏற்றுக்கொள்ளப்பட்ட ஒரு வடிவத்தைத்தான், உருவத்தைத்தான், அமைப்பைத்தான் அழகென்று சொல்கிறோம். அழகுக்குள், வடிவத்துக்குள், அமைப்புக்குள் வராதவையும் இந்த உலகத்தில் உண்டு.

புறக்கணிக்கப்பட்ட உயிர்களாக, மனிதர்களாக, மக்கள் குழுக்களாக அவர்கள் இருக்கின்றனர். மன்னராட்சியிலும் சரி, மக்களாட்சியிலும் சரி எப்போதும் அவர்கள் இருந்து கொண்டேதான் இருக்கிறார்கள்.

மொழி, படைப்பு, சிந்தனை இவற்றுக்கும் இது பொருந்தும். புதிய சிந்தனைகள், புதிய எழுத்துகள், புதிய புரட்சிகள் எல்லாமே ஏற்கெனவே உள்ள அமைப்பிலிருந்துதான் முரண் பட்டும் அனுசரித்தும் எழுகின்றன. மொழிதான் நமக்கு ஒரு உலகத்தைக் கொடுக்கவும் செய்கிறது. அதேவேளையில், மொழி தான் இந்த உலகத்தைத் துரதிர்ஷ்டமாக வரையறுத்தும் விடுகிறது.

கவிதைகளை வார்த்தைக் கூட்டம் என்று சொன்ன கவிஞன் ஆத்மாநாம். ஒரு கவிதையைப் படைக்கத் தொடங்குவதற்கு

முன்னாலேயே அதை ஏவல் செய்ய வார்த்தைகள் காத்திருப்பதைப் பற்றி சிந்தித்துப் பார்த்துள்ளார். உணர்வதற்கும் சொல்வதற்கும் இடையிலுள்ள இருட்டில், ஏற்கெனவே உருவாக்கப்பட்ட வார்த்தைகள் என்னும் படை நமது படைப்பைக் கைது செய்யத் துடித்துக்கொண்டிருக்கிறது.

அங்கேயும் ஒரு அமைப்பு அரசாட்சி செய்வதைப் பார்த்த திகைப்பு ஆத்மாநாமுக்கு எழுகிறது. அதுதான் 'என்றொரு அமைப்பு'.

இந்தப் பேனா ஒரு ஓவியம் வரையக்கூடும்
ஒரு கட்டிட வரைபடத்தையும்
ஒரு சாலை விவரக் குறிப்பையும்
ஒரு பெண்ணுக்குக் காதல் கடிதத்தையும்
ஒரு அலுவலகத்தின் ஆணைகளையும்
இவை யாவும் இப்போதைக்கு இல்லை
ஒரே ஒரு கவிதையை மட்டுமே எழுதும்
தலைப்பு தானே உருவாகும்
எலும்புகளைப் பற்றி ஆய்வு செய்தவனுக்கு
ஒன்று துல்லியமாகத் தெரிந்தது
எலும்புகளும் நம்மைப் போலவே வாழுகின்றன
வீடுகளில் பொட்டல் காடுகளில் வயல்வரப்புகளில்
அவைகளுக்கும் அரசர்களும் மந்திரிகளும் போர்வீரர்களும்
என்றொரு அமைப்பு

என்றென்றைக்குமாக இருக்கும் அமைப்புகளைப் பற்றிப் பேசும் ஆத்மாநாம், மரித்துப் போய்விட்ட மனிதர்களின் எலும்பு களும் நம்மைப் போலவே ஒரு அமைப்பில் வாழ்வதாகச் சொல்கிறார்.

என்பு தோல்போர்த்தி இருந்தபோது எப்படியான அமைப்பில் இருந்ததோ அப்படியே அரசர்களும் மந்திரிகளும் போர் வீரர்களுமாய் இருக்கும் அமைப்பில் மக்கிப்போகாத எலும்புகளும் வாழ்வதைக் கண்டுபிடிக்கிறார் ஆத்மாநாம் கவிதையில் வரும் ஆய்வாளர்.

ஆத்மாநாமின் இந்தக் கவிதை, சமீப நாட்களாக எனக்கு வேறொரு அர்த்தத்தைக் கொடுக்கத் தொடங்கியுள்ளது. ஆத்மாநாம், இந்த அர்த்தத்தை இக்கவிதையில் பார்த்திருக்க வாய்ப்பில்லை. மதுரைக்கு அருகே கிரானைட் குவாரிகளில் தோண்டத் தோண்ட மனித எலும்புக்கூடுகள் கண்டுபிடிக்கப்பட்ட

செய்தியைப் பார்த்தபோது 'எலும்புகளும் நம்மைப் போலவே வாழ்கின்றன/வீடுகளில் பொட்டல் காடுகளில் வயல்வரப்புகளில்/ அவைகளுக்கும்/ அரசர்களும் மந்திரிகளும் போர்வீரர்களும் என்றொரு அமைப்பு என்று முடியும் வரிகள் வேறொரு அர்த்தத்தையும் துக்கத்தையும் கொடுக்கின்றன.

❑

16

சுகுமாரனின் ‘வாரணசி’ கவிதைகள் பற்றி

வாராணசியில் காலம் ஒன்றாக அது இறந்தகாலமே மட்டுமாக நீண்டு வளைந்து மீண்டும் இறந்தகாலத்துக்குள் போய் திரும்பத் திரும்பச் சுழன்று கொண்டிருக்கும் சித்திரத்தை சுகுமாரனின் இசைமை கூடிய மொழி நம்மில் உருவாக்குகிறது.

படைத்தவன் குறித்த கேள்வி தேவையில்லை. படைத்தல் என்ற நிகழ்வும் பொருட்டில்லை. இங்கே வாராணசி படைப்பாக, ஒரு பெரும் நினைவுச் சித்திரமாக அனந்தகோடி காலமாக இருந்துகொண்டிருக்கிறது.

வாராணசி என்ற நிலத்தில் வாழ்ந்து அதன் அடையாளமாகத் திகழ்ந்து 14 ஆண்டுகளுக்கு முன்னர் மறைந்து போன ஷெனாய் கலைஞர் பிஸ்மில்லாகானின் வீட்டுக்கு அடுத்த கவிதை நகர்கிறது. கவிதை சொல்லி, பிஸ்மில்லா கான் உயிருடன் இருக்கும்போது அவரது வீட்டில் சந்தித்த அனுபவத்திலிருந்து, அவர் இறந்தபிறகு போய்ப் பார்க்கும் பிஸ்மில்லா கானது வீட்டில், அந்தக் கலைஞனை ஒவ்வொரு மூலையிலும் நிகழ்த்துவது போல் தெரிகிறது. இங்கேயும் படைப்பு வழியாக படைத்தவன் கற்பனை செய்யப்படுகிறான். படைப்பு மட்டுமே எப்போதும் இருக்கிறது.

இந்த ஊரடங்கு காலத்தில் நிறையபேரை பித்துகொள்ள வைத்த வெப்சீரிஸ் கதைத் தொடர்களில் ஒன்றான ‘டார்க்’ஐ

நானும் நண்பர் வே நி சூர்யாவின் வற்புறுத்தலால் பார்த்ததன் தொடர்பில் காலப் பயணம் சம்பந்தமாக அத்தொடரில் சுவாரசியமாக வர்ணிக்கப்படும் bootstrap paradox ஐ பிஸ்மில்லா கான் கவிதையோடு இணைத்துப் பார்க்கத் தோன்றியது..

பிஸ்மில்லா கானின் இசைத்தட்டுகளைக் கேட்ட ரசிகன் ஒருவன் கால எந்திரத்தில் பயணம் மேற்கொண்டு, பிஸ்மில்லா கான் சிறுவனாக வளரும் வீட்டில் இறங்கிவிடுவதைக் கற்பனையாக யோசித்துப் பார்த்தேன். அப்போது அங்கே பிஸ்மில்லா கான் என்ற ஆளுமையும் அவரது இசையும் உருவாகவே இல்லை. அந்த ரசிகன், அந்தச் சிறுவனுக்கு பிஸ்மில்லா கானின் இசைத்தட்டுகளைக் கொடுத்துவிட்டு தன் காலத்துக்குத் திரும்பிவிட்டால் என்ன ஆகும்? அந்தச் சிறுவன் அந்த இசைத்தட்டுகளைக் கேட்டு, தனது இசையைப் படைக்க ஆரம்பிக்கிறான் என்று வைத்துக் கொள்வோம்.

அப்படியென்றால் அந்த இசைக்கு யார் ஆசிரியர்?

ஆதியோ மூலமோ தேவையற்ற காசி என்னும் தொன்ம நிலம் ஒரு கோளம் போலச் சுழல்கிறது சுகுமாரனின் கவிதையில். பிஸ்மில்லா கானின் ஷெனாய் இசையும் அங்கே என்றைக்குமாக உள்ளது. அந்தக் கவிதையின் இறுதி இரண்டு பத்திகளில், பிஸ்மில்லா கான் இருந்தபோது நிலத்தில் மண்டியிட்டு வணங்குகிறானா கவிதைசொல்லி? அவர் இல்லாத வீட்டின் தரையில் மண்டியிட்டு வணங்குகிறானா? கண்துளிர்ப்பைத் துடைக்கும் முதிய விரல் பிஸ்மில்லா கானின் விரல்கள் என்று தெரிகிறது. துடைக்கும்போது கண்ணிமைக்காமல் பார்க்க முடியுமா? அப்போது துடைத்ததை இப்போது கண்ணிமைக்காமல் பார்க்கிறானா கவிதைசொல்லி?

ஆனால் அங்கே பிஸ்மில்லா கான் எந்தக் காலத்தில் இருக்கிறார்? இறந்ததிலா? நிகழிலா? கவிதை ஏற்படுத்தும் மயக்கம் இங்கே நிகழ்கிறது.

வண்ணநிலவனின் 'குளத்துப்புழை ஆறு' கவிதையைப் போல, சுகுமாரனின் வாராணசி கவிதைகள் எப்போதைக்குமான அபூர்வமாக, அழியாச் சுடர்களாகத் திகழும்.

□

17
அன்னை என்னும் நெடுந்தனிமை

சமீபத்தில் அகச்சேரனின் இரண்டாவது கவிதைத் தொகுப்பான 'அந்த விளக்கின் ஒளி'யில் 'அம்மா விழுந்தாள்' கவிதை, என்னை யோசிக்க வைத்தது. அம்மா ஒரு கருத்துருவமாக, படிமமாக மட்டும் இல்லாமல் தனி அம்சம் கொண்டவளாக, பொது அன்னையிலிருந்து வேறுபட்ட அன்னைகளின் சித்திரங்கள் தமிழ் புதுக்கவிதையிலும் நவீன கவிதையிலும் குறைவுதான் என்று தோன்றியது. அகச்சேரனின் 'அம்மா விழுந்தாள்' கவிதையில் அம்மா என்பவள் தொல்படிவத்தன்மையின் தொடர்ச்சியாகவும் அதேவேளையில் தனி அன்னையின் சாயல்களுடனும் தென்படுகிறாள்.

அம்மா விழுந்தாள்

அம்மா விழுந்தாள்
நன்றாகவே பின்கட்டிலிருந்து
தேநீர்த் தட்டோடு நடந்து வந்தவள்
வீட்டின் சகல
ஜடங்களும் உயிர்களும் பார்க்க
இடறி
தூக்க எத்தனிக்காத
என் கற்கைகளை நண்பனிடம்
குறைபட்டேன்

வீட்டில் மறைந்திருந்த
பாழுங் கிணற்றை அறிந்த பீதியில்
இன்றைய தேநீரோடு
அம்மா நடந்து வருகிறாள்
நான் என் கைகளை கைகளை...
ooo

வீட்டின் நடுவே ஜடங்களும் உயிர்களும் பார்க்க, உயிர்களும் ஜடங்களாய் பார்க்க எல்லார் கண்முன்னரும் விழுந்த அம்மாவை ஏன் மகனால் தூக்க எத்தனிக்க முடிவதில்லை? அவனது கைகள் கல்லாலான கைகளாக ஆனது ஏன்? அகச்சேரனின் கவிதையில் வரும் அம்மாவிடம் ஒரு தனிப்பின்னணி தென்பட்டாலும், மகனால் ஏந்தித் தூக்க முடியாத கைகளைப் பெற்ற அம்மாக்கள் அநாதியிலிருந்து தொடர்பவர்கள் தானே?

எத்தனை மகன்களால் தாம் விரும்பிய அளவுக்கு அன்னையை நெருங்கித் தொட முடிந்திருக்கிறது? தழுவ முடிந்திருக்கிறது? முத்தம் கொடுக்க முடிந்திருக்கிறது? அம்மாவுக்கு அருகில் போக முடிந்திருக்கிறது?

மகன் மட்டுமா அந்த இடைவெளியை உருவாக்கியவன்? மகனுக்கு மட்டுமா அந்தக் கல்லாலான கைகள்?

அம்மா எல்லாரிடமிருந்தும், குறிப்பாக பிள்ளைகளிடமிருந்து ஒரு கண்ணியமான தனிமையை, இடைவெளியை, ஒரு தாண்ட முடியாத பாதாளத்தை வரலாறளவு அடைகாக்கிறாள். மௌனம், அமைதி, தனித்த ஏழ்மை, ஊடுருவ முடியாத எளிமையின் திரை என்று விவரிக்கலாம். ஒரு சாதாரண உயிர் தன்மேல் 'அன்னை'யை அணிந்துகொள்ளும் போது உருவான சிறைதான் அவளை அப்படி ஆக்குகிறதா?

ஆல்பெர் காம்யூவின் முடிக்கப்படாத நாவலான 'முதல் மனிதன்' நாவலில், நாயகன் ழாக் கோர்மெரி, பல ஆண்டுகளுக்குப் பிறகு பார்க்க வரும் போது, அன்னையின் குரல்வளைக்குக் கீழே உள்ள குழிவில் அவன் சிறுவனாக இருந்தபோது முத்தமிட்ட மாதிரியே முத்தமிட ஆசைப்படுகிறான். ஆனால் அவனுக்குத் துணிவு வரவில்லை. அம்மா ஏற்படுத்திக் கொண்ட வரம்பை அவனால் மீறமுடியாமல் உள்ளது. உலகின் இன்னொரு முனையிலும் நமக்குத் தெரிந்த அம்மா தான் அவள்.

அல்ஜீரியாவில் வசிக்கும் அந்தத் தாய், தான் விழுவதற்கான பாழுங்கிணறை வீட்டுக்குள் உருவாக்கியிருக்கிறாள் என்றே சொல்லத் தோன்றுகிறது.

உயிர் கொடுத்து நம்மை உருவாக்கி உடல் வளர்த்து தன்னையே உணவாக அளித்து நமக்கு நெருக்கமாக உடனிருக்கும் பிரகிருதி எப்போது நம்மிடமிருந்து தொலைவாகப் போகிறாள்.

சூரியனை, நிலவை, பருவங்களை எப்படி அவற்றின் அருமை தெரியாமல் நுகர்கிறோமோ அப்படித்தான் தாயையும் அவள் இறக்கும் வரை அருமை அறியாமல் பயன்படுத்திக் கொள்கிறோம் என்று போர்ஹெஸ் ஒரு நேர்காணலில் வருத்தம் கொள்கிறார். அம்மாவுக்கு நியாயமாக வழங்கவேண்டிய மகிழ்ச்சியைத் தான் வழங்கவே இல்லை என்று சொல்கிறார். ஒருவேளை, அவளை நான் கூடுதலாகப் புரிந்துகொண்டு அனுசரணையுடன் நடத்தியிருக்கலாம் என்று குற்றவுணர்வு கொள்கிறார்.

என் கவிதைகளில் வரும் அம்மா, என் அம்மா என்ற தனிப்பட்ட தன்மையுடனும் பொது அன்னையின் சாயல்களையும் கொண்டவள். எனது முதல் நல்ல கவிதை என்று நான் கருதும் 'அம்மா நீங்கிய அறையில்' கவிதையில் அம்மா இல்லாமலிருக்கும் தருணத்தில் குழந்தைக்கு நிகழும் முதல் கல்விதான் பேசப்படுகிறது. எனது ஒவ்வொரு தொகுதியிலும் அம்மாவின் இருப்பு துலங்கியும் மறைந்தும் இருக்கும் சில கவிதைகளை எழுதியுள்ளேன். அந்தக் கவிதைகளில் அம்மாவின் வரம்பிலிருந்து, அம்மா தனது மகன் என்று தெரிந்து வைத்திருந்த அறிதல் எல்லைகளிலிருந்து ஒரு சிறுவன் புதிய நிலங்களை புதிய அறிதல்களை புதிய உலகங்களை நோக்கி ஓடியபடி இருக்கிறான், அம்மாவைத் திரும்பத் திரும்பப் பார்த்துக் கொண்டே. அம்மாவை விட்டுப் பிரியும் துயரும், புதியவற்றை ருசிக்கும் உற்சாகமும் சேர்ந்தே அந்தச் சிறுவனுக்கு இருந்துகொண்டிருக்கிறது.

அம்மா நீங்கிய அறையில்
முதல்முறை குழந்தை
தன்முகம் ஸ்பரிசிக்கிறது
கண்ணாடியில்
மற்றொரு குழந்தையின் முகமென
பாப்பா எனக் குதூகலத்துடன்
முத்தமிடுகிறது

தன் கைவளைகள் ஆடியில் தெரிய
கொலுசுக்கால்களை உயர்த்திப் பிடித்து சந்தோஷிக்கிறது
குழந்தை எச்சில் வழியக் கடவுளைத் தீண்டுகிறது
முதலும் முடிவுமாய்.

(மிதக்கும் இருக்கைகளின் நகரம், 2001)

தமிழ்க் கவிஞர்களில் நகுலன், அம்மாவைப் பற்றி மட்டுமல்ல தந்தை குறித்த தனித்துவமான சித்திரங்களையும் உருவாக்கியிருக்கிறார். இந்தக் கவிதையில் எண்பது வயதாகி விட்ட அம்மாவுக்குக் கண்பார்வை குறைந்துவிட்டது. அவள் மகனை அருகில் உட்காரச் சொல்லி, அவன் முகத்தைக் கையை கழுத்தை தடவித் தடவி அவன் உருக்கண்டு உவகையுறுகிறாள். அவள் தன் சித்திரத்தையோ கணவர் சித்திரத்தையோ கூடத் தேடலாம். வளர்ந்த தன் பிள்ளையில், அவளுடைய குழந்தையின் சித்திரத்தையும் தேடலாமில்லையா?

'அம்மாவுக்கு'
எண்பது வயதாகி விட்டது.
கண் சரியாகத் தெரிவதில்லை
ஆனால் அவன் சென்றால்
இன்னும் அருகில் வந்து
உட்காரக் கூப்பிடுகிறாள்
அருகில் சென்று உட்காருகிறான்
அவன் முகத்தைக் கையை
கழுத்தைத் தடவித்
தடவி அவன் உருக்கண்டு
உவகையுறுகிறாள்
மறுபடியும் அந்தக்குரல்
ஒலிக்கிறது
'நண்பா, அவள்
எந்தச் சுவரில்
எந்தச் சித்திரத்தைத்
தேடுகிறாள்?'

நகுலன்

அகச்சேரனின் கவிதையில் தெரியும் அன்னையில் எனது அம்மாவும் தெரிகிறார். எனது கைகளையும் நான் கல்லாலான கைகள் என்று உணர்ந்துகொண்டேதான் இருக்கிறேன்.

□

18

உண்மையின் அருகே கவிதை

கவிதைக்கும் உண்மைக்குமான தொடர்பில் பேசும்போது, கூடுமானவரை எதிர்நிலையில் 'பொய்' என்ற சொல்லைத் தவிர்க்கலாம் என்று கருதுகிறேன். உண்மை, உண்மை அல்லாதது என்ற அளவிலேயே பேசுவதற்கு முயற்சி செய்கிறேன்.

உண்மை, மெய்ப்பொருள் என்று பேசும்போதெல்லாம் அகிரா குரசோவாவின் ரஷோமான் படைப்பு ஞாபகத்துக்கு வராமல் போகாது. ஒரு கொலை நிகழ்ச்சி வேறு வேறு நபர்களின் பார்வையில் வேறு வேறு கதைகளாக மாறுகிறது ரஷோமானில். உண்மை என்ற ஒன்று சாத்தியமே இல்லை; அவரவர் அனுபவம், தன்னிலை, சார்பு, தன் அனுகூலத்தால் உண்மை மூடப்பட்டுள்ளது என்று நம்மைக் கைவிட்டுவிடும் நிலைக்கு அகிரா குரசோவா செல்கிறார். இறுதியில் கிட்டத்தட்ட உண்மைக்குப் பக்கத்தில் நெருங்கும் விறகுவெட்டி தான், அநாதையாக விடப்பட்ட குழந்தையை தனது வீட்டுக்கு வளர்ப்பதற்காக எடுத்துச் செல்கிறான். அவரவர் சுயநலங்களால் மட்டுமே நிகழும் உலகில், அவரவர் சுயநலங்களால் பங்கப்பட்டு நிற்கிறது உண்மையும். இந்த அவநம்பிக்கை வாய்ந்த சூழலில்தான், உண்மை அல்லாததை உண்மையென்று உரைத்துக் கொண்டிருந்த அந்தக் கதாபாத்திரங்கள் மழைக்கு ஒதுங்கியிருந்த பாழ் மண்டபத்தில் தான், அநாதையாக விடப்பட்ட குழந்தையின்

அழுகுரல் கேட்கிறது. விறகுவெட்டி, தன் வீட்டுக்கு வளர்க்க எடுத்துச் செல்லும் குழந்தையைப் போலத்தான் உண்மை இந்த உலகில் புதுப்பிக்கப்படுகிறது. அந்தக் குழந்தைதான் உண்மை.

உண்மையல்லாததால் நிறைந்த நாம், உண்மை என்ற குழந்தையை ஜனிக்கும் வாய்ப்பைப் பெற்றிருக்கிறோம். உண்மையல்லாத ஒன்றிலிருந்து உண்மையைப் பார்க்கும் அந்தக் குழந்தையை நெருங்கிப் பார்க்கும் அதிகபட்ச சாத்தியமுள்ள கலைகளில் ஒன்று கவிதை.

அழகுக்குப் பக்கத்தில், இன்பத்துக்குப் பக்கத்தில், நிலையாமைக்குப் பக்கத்தில், துக்கத்துக்குப் பக்கத்தில், உண்மைக்குப் பக்கத்தில் அதனால் புத்தனுக்குப் பக்கத்தில் எப்போதும் கலையும் கவிதையும் இருக்கிறது.

நிலக்கரி சுரங்கங்களும், அதன் ஆழ இருட்டில் குறைந்தபட்ச வாழ்வாதாரத்துக்காக உழைக்கும் மனிதர்களும் நூற்றாண்டுகளாக இருக்கின்றனர். அவர்களது துயரம், அவர்களது பசி, அடிப்படை வசதிகளோ அவை தரும் நம்பிக்கையின் வெளிச்சமோ இல்லாத அவர்கள் இருப்பிடங்களின் சாம்பல் தன்மையைத் தாண்டி அவர்கள் முகத்தில் பெருகும் சீவத்துவத்தின் உண்மையை கருப்பு அடர்ந்த கோடுகளில் நெருங்கியவன் வான்கோ ஒருவன்தான். உருளைக்கிழங்கு உண்பவர்கள் ஓவியத்தைப் பார்க்கும்போது வான்கோவிடம் மண்ணோடு உழலும் மனிதர்களின் எளிமையுடன் அவர்களின் துயரத்துடன் அடையாளம் காணும் கிறிஸ்துவைக் காண்கிறோம்.

அழகை அழகென்று உணரத்தொடங்கி அதைப் பாராட்டத் தொடங்கும்போது இறங்கத் தொடங்குகிறோம். அந்த முழுமையில் அழகென உணர்ந்ததை, மொழிப்படுத்தும்போது, அது இல்லாமல் போகிறது. இதுவரை அறியப்பட்டதும் இல்லாமல் போகிறது.

அழகைக் காணும்போதெல்லாம் பூரித்து அவளாய் நிற்கும் மலரைக் காணும் கணம்தோறும் பூமி தவிர வேறு கிரகங்களிலிருந்து வந்தது அவளின் கண்களைக் காணும்போதெல்லாம் நான் ஏன் இனிய மரணத்தை அடைகிறேன். பழைய ரயில் தான். பழைய கார் தான். பழைய தென்னைமரம் தான். ஆற்றலைப் பொதிந்து நான் எடுத்து விளையாடுவதற்காகத் தரையில் காத்திருக்கும்

கிரிக்கெட் பந்து பழையதுதான். ஆனால், அவை அந்தக் கணத்தில் பழையதும் பழைய அறிவினுடையதும் அல்ல. அவை வெறுமனே வஸ்துக்களும் இல்லை.

அந்த உண்மைக் கணத்திலேயே கவிஞன் பிறக்கிறான். அதுவரை அறியப்பட்டபொருள்களும் அதன் பொருளும் இல்லாமல் போகிறது என்று அதையே உரைக்கிறார், பொருளின் பொருள் கவிதையில் அரங்கநாதன். அதை நான், பொருளின் புதுப்பொருள் கவிதை என்று இன்னமும் அழுத்தி என்னிடம் தக்கவைத்துக் கொள்கிறேன்.

எண்ணங்கள் அற்ற ஒரு தற்காலிக நிலை அது. கவிஞன் அந்த தற்காலிக ஆனந்த நிலையிலிருந்து மீண்டும் எண்ணங்கள் சூழ்ந்த வேதனை நிலைக்கு, எதார்த்தத்துக்கு இறங்குகிறான். எண்ணங்கள் அற்றுப் பறந்த அந்த தற்காலிக நிலைக்கும் வேதனை சூழ்ந்த நிலைக்கும் இடையிலான நிலையைத் தான் அவன் மொழிபெயர்க்கத் தொடங்குகிறான் என்கிறார் மா. அரங்கநாதன். கவிஞனும், அவன் ஒருகணம் தான் வாழ்ந்தாலும் தான் வாழ்ந்த வாழ்க்கை எது என்று நிலவைச் சுட்டுவது போலச் சுட்டிக்காட்டுகிறான். கவிஞன் அழகை, அழகு சார்ந்த அனுபவத்தைச் சுட்டிக் காட்டுவதற்கு ஒப்பத்தான் உண்மையை, உண்மை சார்ந்த அனுபவத்தைச் சுட்டிக்காட்டுகிறான்.

மா. அரங்கநாதன் உரைநடையில் சொல்வதன் அனுபவத்தைக் கவிதையில் ஆத்மாநாம் நிகழ்த்தியிருக்கிறார்.

தாள்கள் படபடக்க
எழுத்துக்கள் வார்த்தைகளாகி
வார்த்தைகள் வாக்கியங்களாகி
பொருள் கிடைத்தது
பொருள் கிடைத்தவுடன்
உலகம் நாசமாகி
புதியதாய்த் தெரிந்தது ஒரு உலகம்
பொருள் கிடைத்ததோ ஒருகணம்தான்
அந்தக் கணமும் கைநழுவிப் போகப்
பார்த்த பழைய உலகத்தையே
மீண்டும் மீண்டும் பார்க்கிறேன்
தாள்கள் படபடக்க.

உண்மை புதியது அல்ல. அது ஒரு வனத்துக்குள் நிற்கும் பாறைபோல, ஒரு வீட்டு வாசலில் கிடக்கும் பயன்படுத்தப்படாத உரலைப் போல, பார்க்கப்படாமல் எப்போதைக்குமாக கிடக்கிறது. ஆனால், அந்தக் கல்லைத் துலக்கும் மழை போல உண்மையைக் கவிதை துலக்குகிறது.

வெனிஸ் நகரத்து வணிகன் படைப்பில் ஷேக்ஸ்பியர் தனது கவிதையால் இப்படித்தான் உண்மையைத் துலக்குகிறார். கடனைச் சரியான நேரத்தில் கொடுக்க முடியாமல் போகும் அண்டோனியா பத்திரத்தில் எழுதிக் கொடுத்தபடி அவனது சதையைக் கேட்கிறான் வட்டிக்காரன் ஷைலக். அக்காலத்தில், அது அந்தச் சமூகத்தில் சட்டப்படி நியாயம்தான். ஆனால், அது தர்மமோ நீதியோ அல்ல என்கிறார் ஷேக்ஸ்பியர். தன் கவிதை வாயிலாகத்தான் உண்மையைப் புதுப்பிக்கவும் நவீனப்படுத்தவும் செய்கிறார். அவரது கவிதை அம்சமே ஒரு பழைய உண்மையை இன்றைக்குமான தார்மீக நினைவூட்டலாக மாற்றுகிறது.

யாரும் கருணையைக் காண்பிக்க வேண்டுமென்பதற்காக கருணையைக்காண்பிப்பதில்லை. கருணை தன் இயல்பில் நிகழ்கிறது. மழைத் துளிகள் பூமியில் விழுவது போல. கருணை என்பது இரட்டை ஆசீர்வாதம். அளிப்பவன், பெறுபவன் இரண்டு பேரையும் கருணை ஆசிர்வதிக்கிறது. அது வலுவானவனிடம் இருக்கும் பெருவலிமை.

குலமரபுக் காலகட்டத்திலும் சரி, ஜனநாயகக் காலகட்டத்திலும் சரி நீதிக்கும் கருணைக்குமான வரையறை நித்தியமானதென்றாலும் ஷேக்ஸ்பியர் தனது கவிதை வழியாகவே அந்த உண்மையைப் புதுப்பிக்கிறார்.

இரந்தும் உயிர்வாழ்தல் வேண்டின் பரந்து
கெடுக உலகியற்றி யான்.

உணவுக்காக ஒருவன் பிச்சையெடுக்க வேண்டுமானால் இறைவனாக இருந்தாலும் அலைந்து சிதைந்து அழியட்டும் என்ற திருவள்ளுவரின் குரலும் கவிதை வழியாகவே ஒரு உண்மையைத் தொடுகிறது. இந்தக் குரலின் எதிரொலியைத் தான் பாரதியில் சென்ற நூற்றாண்டில் கேட்கிறோம்.

○○○

புதுக்கவிதை, வேறு பசி, வேறு பிச்சையைப் பற்றிப் பேசுகிறது. பசியை அந்தக் காலித்தன்மையை, படைப்பூக்கம் மிகுந்த கருப்பையாக தேவதச்சனும் ஆத்மாநாமும் இன்னொரு திசையிலிருந்து பார்க்கிறார்கள். அவை இணையுண்மைகள்.

பிச்சை

நீ ஒரு பிச்சைக்காரனாய்ப் போ
பிச்சை பிச்சை என்று கத்து
உன் கூக்குரல் தெருமுனைவரை இல்லை
எல்லையற்ற பெருவெளியைக் கடக்கணும்
உன் பசிக்கான உணவு
சில அரிசிமணிகளில் இல்லை
உன்னிடம் ஒன்றுமே இல்லை
சில சதுரச் செங்கற்கள் தவிர
உனக்குப் பிச்சையிடவும் ஒருவருமில்லை
உன்னைத் தவிர
இதனைச் சொல்வது
நான் இல்லை நீதான்
என்கிறார் ஆத்மாநாம்.

೦೦೦

சோற்றால் பசியை ஜெயிக்கணும்
என்றால்
சோற்றைப் பசியால் ஜெயிக்கணும்தானே

என்று தேவதச்சன் புதுமைப்பித்தனிலிருந்து பெற்ற நக்கலுடன் கேட்கிறார்.

೦೦೦

உண்மையை நெருங்கும் போதெல்லாம் புத்தரிலிருந்து அம்பேத்கர் வரை கவிதைத்தன்மை கொள்கின்றனர். எதை நெருங்கும்போதும் நாம் நமது சுயத்தைவிட்டுக் கவனிக்கிறோம். சுயத்தை விட்டுக் கேட்கிறோம். சுயத்தை விட்டு மற்றதைப் பாராட்டுகிறோம். பாராட்டத் தொடங்கும்போது சுயத்தை இழந்து அதுவாகிறோம். அப்போது உண்மையும் துலங்கிவிடுகிறது.

நதி காலம் காலமாக ஓடிக்கொண்டிருக்கிறது. ஹெர்மன் ஹெசேயின் சித்தார்த்தன் நாவலில் வாசுதேவன், சித்தார்த்தனிடம் ஆற்றின் ஓசையைக் கேட்கச் சொன்னபோது

சித்தார்த்தன் கொஞ்சம் கொஞ்சமாகக் கூர்ந்து கவனத்துடன் கேட்டபோது, ஆறு அவனுக்கு வேறாக ஒலிக்கிறது.

சித்தார்த்தன் கேட்டான், ஊன்றிய சிந்தையுடன் இப்போது அவன் கேட்டான், முற்றும் ஈடுபட்டு, நிதானமாய், ஒவ்வொன்றையும் வாங்கிக் கொண்டு கேட்டான். இப்பொழுது கேட்கும் கலையைத் தான் முற்றும் கற்றுவிட்டதாக உணர்ந்தான். இதையெல்லாம், ஆற்றின் இந்த எண்ணற்ற குரல்களையெல்லாம் முன்பே கேட்டிருந்தான். ஆனால், இன்று அவை வேறாய் ஒலித்தன. இப்பொழுது, ஒப்பாரியிலிருந்து உல்லாசக் குரல், மனிதக் குரலிலிருந்து மதலையின் குரல், இப்படி வேறுபட்ட குரல்களை அவன் பிரித்துணர முடியவில்லை. தவிப்போரின் ஓலம், அறிஞனுடைய நகைப்பு, கோபக்குரல், சாகின்றவனின் புலம்பல் ஒவ்வொன்றும் மற்றொன்றினுடையதாயிருந்தன. அவை யாவும் ஒன்றோடொன்று பின்னியும் பிணைந்தும் கிடந்தன. ஓராயிரம் விதங்களில் ஒன்றுடன் ஒன்று அவை இறுக்கி முடிச்சிடப்பட்டிருந்தன. எல்லாக் குரல்களும் எல்லா லட்சியங்களும் எல்லா தாபங்களும் எல்லா துயரங்களும் எல்லா நன்று தீதுகளும் அனைத்தும் ஒன்று சேர்ந்தே உலகமாக இருந்தது. அவை யாவும் ஒன்று சேர்ந்தே நிகழ்ச்சிப் பெருக்காய் உயிரின் இசையாய் இருந்தது.

இந்தியாவில் உள்ள சாதி அடுக்குநிலை குறித்து எழுதும் தருணத்தில் அதை ஒரு கவித்துவப் படிமமாகச் சொல்லி நிறுத்தும்போது அம்பேத்கர், காலம்காலமாகத் தொடரும் ஒரு ஏற்றத்தாழ்வுப் படிநிலையின் உண்மையை ஒரு சித்திரமாக அளித்துவிடுகிறார்.

இந்து சமூகம் என்பது ஒரு கோபுரம் போன்றது. அதன் ஒவ்வொரு தளமும் ஒவ்வொரு சாதிக்கென்று ஒதுக்கப்பட்டது. இதில் குறிப்பிடத் தகுந்த விஷயம் என்னவென்றால், இந்தக் கோபுரத்துக்குப் படிக்கட்டுகள் கிடையாது. ஆகவே, ஒரு தளத்திலிருந்து இன்னொரு தளத்துக்கு ஏறவோ இறங்கவோ முடியாது. ஒருவர் எந்தத் தளத்தில் பிறந்தாரோ அந்தத்

தளத்திலேயே மடிகிறார். கீழே உள்ள தளத்தைச் சேர்ந்தவருக்கு எவ்வளவு திறமையும் தகுதியும் இருந்தாலும் அவர் மேலே உள்ள தளத்துக்குச் செல்வதற்கு எந்த வழியும் இல்லை. அதேபோல், மேலே உள்ள தளத்தைச் சேர்ந்தவர் எந்தத் தகுதியும் திறமையும் இல்லையென்றாலும் அவரைக் கீழே உள்ள தளத்துக்கு இறக்குவதற்கு எந்த வழிவகையும் இல்லை.

மனிதன் தெய்வீக நிலையை அடைவதற்குச் செய்யும் எத்தனத்தின் உயரிய படிமமான கோயில் கோபுரத்தை, இந்தியாவில் நிலவும் சாதியப்படி நிலையோடு ஒப்பிடும்போது அந்த உருவகம் சிதைந்து விடுகிறது. அந்தக் கோபுரம் படிகளற்றதாக இருப்பதோடு இதயமற்றதாகவும் நோயுற்றுக் காட்சியளிக்கிறது.

○○○

கவிதை சரியாக வராவிட்டால் அதில் உண்மை எங்கே குறைவுபடுகிறதென்று பார்ப்பதும் ஒரு பயன்மிக்க வழிமுறை. கலையில் உண்மை வேறு, அன்றாட உண்மை வேறு என்பது சரிதான். ஆனால், உண்மைகள் சந்திக்கும் இடங்களும் உண்டு.

சென்ற நூற்றாண்டின் ஆரம்பத்தில் ரயில் பயணம் தொடங்கியதை பாரதியார் பார்த்துவிட்டார். கெய்ட்டி திரையரங்கைத் தாண்டித்தான் அவர் கடற்கரைக்குப் போயிருப்பார். ஒரு பத்திரிகையாளராக அவரது உரைநடையில் பிரதிபலித்த நவீனம் அவர் கவிதைகளில் பிரயோகமே ஆகவில்லை. அவரது கவிதைகளில் சாதாரணர்களின் உண்மைகளும் சாதாரண உண்மைகளும் பெரிதாக இடம்பெறவில்லை.

மகத்துவத்தைப் பற்றி மட்டுமே பேசிக்கொண்டிருந்த கவிதை தனது சட்டையை உரிக்க வேண்டியிருந்தது. அலுவலகம் போகும் சிறுத்த மனிதனின் சித்திரங்கள் ஞானக்கூத்தன் கவிதைகளிலேயே தென்படத் துவங்குகின்றன. 'பெட்டிக்கடை நாராயணன்' என்ற ந. பிச்சமூர்த்தியின் கவிதைத் தலைப்பு ஒரு காலகட்டம் உருவெடுத்துவிட்டதின் சித்திரம்.

19ம் நூற்றாண்டில் பெட்டிக்கடை நாராயணன் என்ற கதாபாத்திரம் பிறக்கவேயில்லை. இருபதாம் நூற்றாண்டில் பிறந்த புதிய வாழ்வுக்கு, புதிய பொருட்களுக்கு கவிதை தனது

மொத்த உடலையும் தகவமைக்க வேண்டியிருந்தது. அங்கே உணர்வும் பொருளும் வேறு வேறாக இல்லாத வடிவத்தை வெளிப்பாட்டைக் கொடுக்க வேண்டியிருந்தது.

பிரமிள், நகுலன், கலாப்ரியா தொடங்கி லக்ஷ்மி மணிவண்ணன், யவனிகா ஸ்ரீராம், சபரிநாதன் வரை கவிதை உண்மைகளை இப்படித்தான் புதுப்பித்தபடி உள்ளது.

நூற்றாண்டுகளாகப் புனிதப்படுத்தப்பட்டிருந்த தாயின் சித்திரத்தை, 'அம்மாவின் பொய்கள்' என்ற உண்மையைச் சொல்லிப் போட்டு உடைக்கிறார் ஞானக்கூத்தன்.

அம்மா பொய் சொன்னாலும் அவளது கருப்பையிலிருந்து ஜனிப்பது உண்மை என்னும் குழந்தைதான். அந்த உண்மை என்னும் குழந்தைதான் 'அம்மாவின் பொய்கள்' என்ற அந்தக் கவிதையை எழுதி அம்மாவின் பொய்களோடும் இந்த உலகத்தை அழகாக்குகிறது.

சுந்தர ராமசாமி மூடுபல்லக்கில் இல்லை மங்கை என்று எழுதுகிறார். பல்லக்கில் மனிதர்கள் போன ஒரு காலம் தொலைந்துவிட்டது. ஆனால், பல்லக்குத் தூக்கிகளின் அவலம் தொடர்கிறது. பல்லக்கில் மங்கை இல்லாவிட்டாலும் திரைமூடி இருக்கிறது. பல்லக்குப் பயணமும், பல்லக்கு உருவாக்கிய அடிமை நிலையும் பல்லக்கு மற்றவர்களிடம் உருவாக்கும் ரகசிய மயக்கங்களும் வேறு வடிவங்களில் தொடர்கிறது.

அதைத்தான் மூடு பல்லக்கில் இல்லை மங்கை என்று உச்சாடனக் குரலில் அறிவிக்கிறார் பசுவய்யா.

தாழைக் காட்டோரம்
முயல்கள் பம்மிப் பதுங்க
புற்றுவாய் தோறும்
தென்றல் சுகித்திருக்கும்
மூக்குக் கண்ணாடிகள்
பின்னகர்ந்து உள்மறைய
பதின்மர் மூச்சுத் தெவங்க
ஓடிவரும் துளிகள்
தாடையோரம் முத்துமுத்தாய்க் கூடி
விளைந்து உதிர

ஒற்றைக் குதிரை வீரன்
புறங்கழுத்தில்
அகந்தை வீற்றிருக்க
சொடுக்கும் சவுக்கு
அதிகாரம் கெக்கலிக்க
மூடுபல்லக்கின்
உள்ளே இல்லை மங்கை.
மூடுபல்லக்கின் உள்ளே இல்லை
மங்கை என்று தெரிந்தாலும் பாரதியால்
வெளிப்படுத்தியிருக்க முடியுமா?

பாப்லோ நெரூதா, தான் பிரிந்து தப்பித்துவந்த தனது காதலி குறித்த கவிதையை தீயவளே என்றுதான் தொடங்குகிறார். அதற்கு முந்தைய நூற்றாண்டு வரை காதலியை தீயவளே என்று சொல்ல முடியுமா. அவள் தீயவள். ஆனால், அவளது நினைவு செய்யும் சித்திரவதையை அவளின் இன்மையோடு சேர்த்துத்தான் தீயவளே என்று அழைத்து அழைத்து பாடுகிறான் கவிஞன்.

உன் கரகரப்பான மூச்சின் பொருட்டு இந்த அசுர
சமுத்திரத்தையே நான் தருவேன்
அது ஆழ்மறதியின் எந்தக் கலப்புமற்று இந்த நீள் இரவுகளில்
எனக்குக் கேட்கிறது.
அது வளிமண்டலத்துடன் பிணைந்துவிடுகிறது
குதிரையின் தோலுடன் பிணைந்துவிட்ட சாட்டையைப் போல.
இருளில் வீட்டின் பின்கட்டில் இருளில்
நீ சிறுநீர் கழிப்பதைக் கேட்கிறேன்
அது ஏதோ மெல்லிய, நடுங்கும், வெள்ளிமயமான
விடாப்படியான தேனை
விடாப்பிடியான தேனை
சிந்துவதைப் போன்றதாகிறது.

தீயவளே என்று விளிக்கும் கவிஞன், பேசாததை எல்லாம் விலக்கி வைத்ததையெல்லாம் பேசத் துணிகிறான்.

○○○

ஒரு தனிமனிதன் தனக்கேயுரிய துயர சந்தோஷங்களுடன் தோன்றிவிட்ட உண்மையைத் தான் தமிழ் புதுக்கவிதை பிரகடனம் செய்தது. கவிதை வாசிப்பு, கவிதை அனுபவம்

என்பது சிறிதுமில்லாத தமிழ் மட்டுமே வாசிக்கத் தெரிந்த ஒருவரிடம் ஆத்மாநாமின் இந்தக் கவிதையைக் கொடுத்து வாசித்துப் பார்க்கச் சொல்லலாம்.

நம்மில் ஒவ்வொருவரும் மிக மோசமாகத் துயருற்று எழுந்து நிற்கும்போதோ, பெரும் இக்கட்டிலிருந்து தப்பித்து வரும்போதோ இத்துடனாவது விட்டதற்கு உங்களுக்கு நன்றி என்று தோன்றக்கூடிய ஒரு ஆசுவாச உணர்வை அடைந்திருப்போம். குடும்பம், சமூகம், மதம், அரசு, நிறுவனம் என்று மனிதனை ஒடுக்கும் எல்லா அமைப்புகளிலிருந்தும் இப்படித்தானே நாம் விடுதலை பெற நினைக்கிறோம். அந்தப் பொதுவான பெருமூச்சுணர்வை ஏற்ற மானுடப் பொதுக்குரலாக இக்கவிதை மாற்றப்படுகிறது.

இந்தச் செருப்பைப் போல்
எத்தனை பேர் தேய்கிறார்களோ
இந்தக் கைக்குட்டையைப் போல்
எத்தனைப்பேர் பிழிந்தெடுக்கப்படுகிறார்களோ
இந்தச் சட்டையைப் போல்
எத்தனை பேர் கசங்குகிறார்களோ
அவர்கள் சார்பில்
உங்களுக்கு நன்றி
இத்துடனாவது விட்டதற்கு.

இது ஒரு பொது அனுபவத்தையும் ஒரு பொது உண்மை ஒன்றையும் சொல்கிறது. இதில் எல்லா ஒருவன்களும் எல்லா ஒருத்திகளும் பிரதிபலிக்கப்படுகிறார்கள். இந்த அனுபவத்தை அடையாதவர் யாராவது உண்டா. இந்தக் கவிதைக்கு வர்க்க பேதம், மத, சாதிபேதம் உண்டா. இதற்கு காலம் உண்டு. தற்காலம் மட்டும்.
